ഗ്രീൻ ബുക്സ്

മണിയറ

പെരുമാൾ മുരുകൻ

നാമക്കൽ ജില്ലയിലെ തിരുച്ചെങ്കോട് സ്വദേശി.
തമിഴ് സാഹിത്യകാരനാണ് പെരുമാൾ മുരുകൻ.
നോവലുകളും ചെറുകഥകളും ലേഖനസമാഹാരങ്ങളും
അടക്കം നിരവധി കൃതികൾ രചിച്ചിട്ടുണ്ട്.

ഇടമൺ രാജൻ: അധ്യാപകൻ.
കൊല്ലം ജില്ലയിലെ ഇടമണ്ണിൽ ജനനം.
മധുര കാമരാജ് യൂണിവേഴ്സിറ്റിയിൽനിന്നും
ചരിത്രത്തിൽ ബിരുദാനന്തര ബിരുദം.
തമിഴ് മലയാളം പരിഭാഷകൾ ചെയ്യുന്നു.

കഥ

മണിയറ

പെരുമാൾ മുരുകൻ

വിവർത്തനം

ഇടമൺ രാജൻ

ഗ്രീൻ ബുക്സ്

green books private limited
gb building, civil lane road, ayyanthole,
thrissur- 680 003, kerala, ph: +91 487-2381066, 2381039
website: www.greenbooksindia.com
e-mail: info@greenbooksindia.com

original tamil title
perumal murugan sirukathaikal
by
perumal murugan

malayalam
maniyara

translated by
edamon rajan

first published february 2020

translated from Perumal Murugan Sirukathaikal (2016)
first published by Kalachuvadu Publications Pvt Ltd

cover design : mansoor cheruppa

branches:
thrissur 0487-2422515
thiruvananthapuram 0471-2335301
calicut 0495 4854662
enakulam 8589095302

isbn : 978-93-89671-45-2

GBPL/1137/2020

മുഖക്കുറി

പെരുമാൾ മുരുകൻ എന്ന അസാമാന്യനായ എഴുത്തുകാരന്റെ കഥകൾ. അറിയപ്പെടാത്ത തമിഴ് ജീവിതങ്ങളുടെ ആഴത്തിലുള്ള ആവിഷ്ക്കാരങ്ങളാണ്. നിലനിൽക്കുന്ന സാമൂഹികവ്യവസ്ഥിതിയോടുള്ള കലാപമാണ് ഓരോ കഥയും.

കൃഷ്ണദാസ്
മാനേജിങ് എഡിറ്റർ

പെരുമാൾ മുരുകൻ
ജീവിതരേഖ

കോയമ്പത്തൂർ, ഈറോഡ്, നാമക്കൽ പ്രവിശ്യകൾ ഉൾപ്പെടുന്ന കൊങ്കു മേഖലയുടെ കഥാകാരനും ചരിത്രകാരനുമായാണ് പെരുമാൾ മുരുകൻ അറിയപ്പെടുന്നത്. തമിഴ് സാഹിത്യകാരൻ ആർ. ഷൺമുഖസുന്ദരത്തിന്റെ നോവലുകളെക്കുറിച്ചുള്ള ഗവേഷണത്തിന് പിഎച്ച്.ഡി നേടി. നാമക്കലിലെ ഗവൺമെന്റ് ആർട്സ് കോളേജിൽ തമിഴ് പ്രൊഫസറായി സേവനമനുഷ്ഠിച്ചിട്ടുണ്ട്. 'ഇളമരുത്' എന്ന പേരിൽ കവിതകളെഴുതാറുണ്ട്. കാലൈച്ചുവട്, മനഓസൈ, കുതിരവീരൻപയണം തുടങ്ങിയ തമിഴ് സമാന്തര സാഹിത്യ മാസികകളുടെ പത്രാധിപ സമിതി അംഗമായിരുന്നു. ഇദ്ദേഹത്തിന്റെ മൂന്ന് നോവലുകൾ ഇംഗ്ലീഷിലേക്കും നിഴൽമുറ്റം എന്ന നോവൽ പോളിഷ് ഭാഷയിലേക്കും വിവർത്തനം ചെയ്യപ്പെട്ടിട്ടുണ്ട്.

മുരുകന്റെ 'മാതൊരുഭാഗൻ' (അർധനാരീശ്വരൻ) എന്ന നോവലിനെതിരെ നാമക്കലിലെ തിരുച്ചെങ്കോട്ടും തമിഴ്നാടിന്റെ വിവിധ ഭാഗങ്ങളിലും പ്രതിഷേധം ശക്തമായിരുന്നു. പെരുമാൾ മുരുകനെതിരെയുള്ള ക്രിമിനൽ കേസ് 2016 ജൂലൈയിൽ മദ്രാസ് ഹൈക്കോടതി റദ്ദാക്കി. എഴുത്തുകാർക്കും കലാകാരന്മാർക്കും സംരക്ഷണം നൽകേണ്ട ബാദ്ധ്യത ഭരണകൂടത്തിനുണ്ടെന്ന് കോടതി ഓർമ്മിപ്പിച്ചു. ആദ്യം ശിക്ഷ, പിന്നിട് വിധി എന്ന നടപടിക്രമം അനുവദിക്കാനാവില്ലെന്നും കോടതി നിരീക്ഷിച്ചു. തമിഴ്നാട് പ്രോഗ്രസീവ് ആർട്ടിസ്റ്റ്സ് അസോസിയേഷൻ നൽകിയ ഹർജിയിലാണ് ഈ വിധി. പെരുമാൾ മുരുകനെതിരെ നടപടി എടുക്കണമെന്നാവശ്യപ്പെട്ട് നാമക്കൽ തിരുച്ചെങ്കോട്ടുള്ള ഒരു വിഭാഗം ആളുകൾ നൽകിയ ഹർജിയും ഹൈക്കോടതി തള്ളി.

2015 ജനുവരി 11ന് നാമക്കൽ ജില്ലാ ഭരണകൂടം വിളിച്ചുകൂട്ടിയ സമാധാന ചർച്ചയിൽ എടുത്ത തീരുമാനങ്ങളും റദ്ദാക്കി.

സാഹിത്യവും കലയുമായും ബന്ധപ്പെട്ട വിഷയങ്ങളിൽ പൊലീസോ പ്രാദേശിക ഭരണാധികാരികളോ അല്ല തീരുമാനമെടുക്കേണ്ടതെന്ന് വ്യക്തമാക്കി. അതിനായി വിഷയത്തിൽ അവഗാഹമുള്ള വിദഗ്ദ്ധസമിതിക്ക് മൂന്നു മാസത്തിനുള്ളിൽ രൂപം നൽകണമെന്ന് സർക്കാറിന് നിർദ്ദേശം നൽകുകയും ചെയ്തു. ചീഫ് ജസ്റ്റിസ് എസ്.കെ കൗൾ, ജസ്റ്റിസ് പുഷ്പ സത്യനാരായണ എന്നിവരടങ്ങിയ ബഞ്ചിന്റേതാണ് ഉത്തരവ്.

കൃതികൾ: ഏറുവെയിൽ, നിഴൽമുറ്റം, സൂളമാതാരി, കങ്കണം, മാതൊരുഭാഗൻ, ആലന്തപച്ചി, പൂക്കുഴി, ആലവായൻ, അർദ്ധനാരി (നോവൽ), തിരുചെങ്കോടു, നീർവിളയാട്ട്, പീക്കതൈകൾ, വേപ്പെണ്ണെ കലയം (ചെറുകഥസമാഹാരം), നിഴൽ ഉറവ്, ഗോമുഖി നദിക്കരൈ സൂഴാങ്കൽ, നീർ മിതക്കും കൺകൾ (കവിത), Seasons of the Palm, Current Show, One Part Woman (വിവർത്തനം).

എഴുത്തുകാരന്റെ ആമുഖം

ഇതാണ് പരമസുഖം

മലയാളത്തിലേക്കു വിവർത്തനം ചെയ്തു പ്രസിദ്ധീകരിക്കുന്ന എന്റെ മൂന്നാമത്തെ ചെറുകഥാ സമാഹാരമാണ് 'മണിയറ'. ഇതിൽ പതിന്നാലു കഥകളുണ്ട്. ഇതിലുള്ള ഓരോ കഥയും വ്യത്യസ്തമായ സാഹചര്യങ്ങളിൽ എഴുതപ്പെട്ടവയാണ്. 'മാതൊരു ഭാഗൻ' (മലയാളത്തിൽ അർദ്ധനാരീശ്വരൻ) എന്ന നോവലിന്റെ മുന്നോടിയായി എഴുതിയ കഥയാണ് 'അത്തിമരച്ചുവട്ടിലെ ഒറ്റക്കല്ല്.' ആ കഥയെഴുതി ഏതാണ്ട് പത്തു കൊല്ലത്തിനു ശേഷമാണ് 'മാതൊരു ഭാഗൻ' എഴുതുന്നത്. രണ്ടും വ്യത്യസ്തങ്ങളായ മാനസികാവസ്ഥയിലാണ് എഴുതപ്പെട്ടത്. എങ്കിലും ഒരു ചെറു നീരുറവ ഒഴുകിയൊഴുകി ഒരു വലിയ അരുവിയായി മാറുന്നതുപോലെയായിരുന്നു അതിന്റെ പരിണാമം.

'വാഞ്ഛ' എന്ന കഥ ഞാൻ ചെന്നൈയിൽ താമസിക്കുന്ന കാലത്താണ് എഴുതിയത്. ഒരു കാരണവുമില്ലാതെ കണ്ണിൽക്കണ്ടവരോടെല്ലാം കലഹിക്കുന്ന ചിലരുണ്ട്. നമ്മുടെ ജീവിതത്തിൽ അഭിമുഖീകരിക്കേണ്ടി വരുന്ന കൊച്ചുകൊച്ചു കാര്യങ്ങളിൽപ്പോലും ഒരു കിടമത്സരം കാണാം. ബൈക്കിൽ പോകുന്ന ഒരുവന് തന്നെ മറികടന്ന് മറ്റൊരാൾ പോകുന്നത് സഹിക്കാൻ കഴിയില്ല. അന്യനായ അയാളോട് മത്സരിക്കണമെന്ന ഒരു 'വാഞ്ഛ'യുണ്ടാകുന്നു. എന്താണിങ്ങനെ സംഭവിക്കുന്നത്? ഈ മത്സരബുദ്ധിയാണോ ജീവിതം? ഈ ചോദ്യത്തിന്റെ ഉത്തരമാണ് ആ കഥ.

ഒരു ചെറുകഥയെഴുതുന്നത് ഒരു വെല്ലുവിളിയാണ്. എപ്പോഴും മുഷ്ടി ചുരുട്ടിപ്പിടിച്ച് എന്തിനെയും നേരിടാൻ സന്നദ്ധനായി നിൽക്കാൻ കഴിയില്ല. വെല്ലുവിളി നടത്താനും

അതിനെ നേരിടാനും ഒരു പ്രത്യേക മനോനിലതന്നെ വേണ്ടി വരും. ചിലപ്പോൾ ചെറുകഥ എന്ന സങ്കല്പത്തിൽനിന്നും നോവൽ എന്ന വിശാലമായ ലോകത്തേക്ക് മനസ്സ് അറിയാതെ സഞ്ചരിച്ചുപോകും. ഒരു വെല്ലുവിളി ഏറ്റെടുത്ത് എഴുതിയ പല കഥകളും ഈ സമാഹാരത്തിലുണ്ട്. 'നിന്നതുപോലെ കിടന്നതുപോലെ' എന്ന കഥ അങ്ങനെയൊരു വെല്ലുവിളി ഏറ്റെടുത്തെഴുതിയതാണ്. മന്ത്രം പഠിക്കുന്നവൻ മലം തിന്നണമെന്ന് ഒരു വിശ്വാസം നാട്ടിൻപുറങ്ങളിലുണ്ട്. എന്റെ നാട്ടിലെ ചില മന്ത്രവാദികൾ ഉണ്ടായിരുന്നു. അവരുടെ വീടുകളുമായി ഗ്രാമവാസികൾ അടുത്തിടപഴകാറില്ല. 'തീട്ടംതീനികളുടെ വീട്' എന്നാണ് അവയെ വിളിച്ചിരുന്നത്. കുട്ടികൾ ആ വീടുമായി ഇടപഴകാതിരിക്കാൻ രക്ഷിതാക്കൾ പ്രത്യേകം ശ്രദ്ധിക്കാറുണ്ട്. ഇക്കാര്യം സത്യമാണോ എന്നെനിക്കു നിശ്ചയമില്ല. അതു സത്യമാണെങ്കിലും ഇല്ലെങ്കിലും ഈ വിഷയത്തെ സംബന്ധിച്ച ഒരു കഥയെഴുതണമെന്ന് വളരെ നാൾ എന്റെയുള്ളിൽ ആഗ്രഹമുണ്ടായിരുന്നു. അത് അക്ഷരവടിവത്തിലാക്കിയെടുക്കാൻ എനിക്ക് വർഷങ്ങളോളം കാത്തിരിക്കേണ്ടി വന്നു.

'നിന്നതുപോലെ, കിടന്നതുപോലെ', 'വരാഹാവതാരം', 'കക്കൂസ്' എന്നിവ 'പീക്കഥൈകൾ' (പി = മലം) എന്ന പേരിൽ ഞാനെഴുതിയ കഥാസമാഹാരത്തിലുള്ളവയാണ്. അതു പ്രസിദ്ധീകരിക്കുമ്പോൾ തമിഴ്നാട്ടിലുണ്ടായ 'കോളിളക്കം' ഓർമ്മയിലുണ്ട്. മനുഷ്യന് ഭക്ഷണം എത്രമാത്രം അത്യന്താപേക്ഷിതമാണോ അതേ പ്രാധാന്യം വിസർജ്ജനത്തിനുമുണ്ട്. 'തെന്നാലിരാമൻ' കഥകളിൽ അധികം പ്രസിദ്ധമല്ലാത്ത ഒരു കഥ ഓർമ്മിപ്പിക്കാം. എന്റെ ചെറുപ്പത്തിൽ കേട്ടിട്ടുള്ളതാണ്. അന്നു മുതലാണ് ഭക്ഷണം കഴിക്കുന്നതിനേക്കാൾ കൂടുതൽ എന്റെ ചിന്തകളെ ഉണർത്തിയ വിഷയം വിസർജ്ജനമായി ത്തീർന്നത്. അതാണ് 'പീക്കഥൈകൾ' എഴുതാൻ എനിക്കു പ്രേരണയായത്.

കൃഷ്ണദേവരായരുടെ സദസ്സിൽ ഒരിക്കൽ രസകരമായ ഒരു ചർച്ച നടന്നുകൊണ്ടിരുന്നു. മഹാരാജാവ് ചോദിച്ചു, "ലോകത്ത് എറ്റവും സുഖകരമായ കാര്യം എന്താണ്?"

ഒരാൾ പറഞ്ഞു, "ദേവാമൃതം പോലെ രുചികരമായ ഭക്ഷണം കഴിക്കുന്നത്."

മറ്റൊരാൾ പറഞ്ഞു, "സമ്പൂർണ്ണമായ രതിസുഖം", "നല്ല പുസ്തകങ്ങൾ വായിക്കുന്നത്", "മധുരമായ സംഗീതം

കേൾക്കുന്നത്..." ഇങ്ങനെ ഓരോരുത്തരും വ്യത്യസ്തമായ അഭിപ്രായങ്ങൾ പറഞ്ഞുകൊണ്ടിരുന്നു. ഇതെല്ലാം കേട്ട് മൗന മായിരുന്ന തെന്നാലിരാമനോട് രാജാവ് ചോദിച്ചു,

"എന്താ രാമാ, നിങ്ങളൊന്നും മിണ്ടാതിരിക്കുന്നത്." "എന്റെ അഭിപ്രായം കേട്ടാൽ മഹാരാജാവിന് എന്തു തോന്നുമോ എന്ന ഭയം കാരണമാണ് മൗനമായിരിക്കുന്നത്." രാമൻ പറഞ്ഞു.

"ഇത് നമുക്കിടയിലുള്ള ഒരു സൗഹൃദ സംഭാഷണം മാത്ര മാണ്. തുറന്നു പറഞ്ഞോളൂ..." രാജാവ് പ്രോത്സാഹിപ്പിച്ചു.

"മലവിസർജ്ജനം നടത്തുമ്പോൾ കിട്ടുന്നതാണ് ലോക ത്തിലെ ഏറ്റവും മഹത്തായ സുഖം...!"

സഭയിൽ കൂട്ടച്ചിരിയുയർന്നു. ചിലർ മുഖം ചുളിച്ചു. ചിലർ അറപ്പോടെ രാമനെ നോക്കി. രാജാവിന് കോപമടക്കാൻ കഴി ഞ്ഞില്ല.

"ഈ ലോകത്ത് കോടിക്കണക്കിനു സുഖം തരുന്ന കാര്യ ങ്ങളുണ്ടായിരുന്നിട്ടും മലവിസർജ്ജനമാണ് പരമസുഖം നൽകുന്നതെന്നു പറയുന്ന നിങ്ങളെയാണല്ലോ ഞാനിതുവരെ അതിബുദ്ധിമാനാണെന്നു കരുതിയിരുന്നത്", ഇങ്ങനെ വിമർശിക്കാൻ തുടങ്ങി.

"മഹാരാജൻ, ഞാൻ പറഞ്ഞത് സത്യമാണെന്ന് അങ്ങയെ ക്കൊണ്ടുതന്നെ ഞാൻ പറയിക്കാം. രണ്ടു ദിവസത്തെ സമയം എനിക്കു തരണം." രാമൻ അഭ്യർത്ഥിച്ചു.

രാജാവ് സമ്മതം കൊടുത്തു.

രാജാവറിയാതെ കൊട്ടാരം പാചകക്കാരനെ കണ്ടു. അടുത്ത രണ്ടു ദിവസത്തേക്ക് തന്റെ നിർദ്ദേശപ്രകാരം മാത്രമേ രാജാവിന് ഭക്ഷണമുണ്ടാക്കാവൂ എന്ന് ഏർപ്പാട് ചെയ്തു. ആദ്യ ദിവസം രാജാവിന് ഇഷ്ടപ്പെട്ട കിഴങ്ങുവർഗ്ഗങ്ങളും മറ്റും ധാരാളം ചേർത്ത് മലബന്ധമുണ്ടാക്കുന്ന വിഭവങ്ങൾ തയ്യാ റാക്കി. രണ്ടാം ദിവസം വയറിളകാൻ സഹായിക്കുന്ന ജലാംശം അധികമുള്ള പച്ചക്കറികൾ, എണ്ണയും കൊഴുപ്പും ധാരാളമട ങ്ങിയ ഭക്ഷണം ഇവ കൊടുക്കാൻ ഏർപ്പാടു ചെയ്തു.

മൂന്നാംദിവസം അതിരാവിലെ കൊട്ടാരത്തിലെത്തിയ രാമൻ, രാജാവിന്റെ മുറി പുറത്തുനിന്നും പൂട്ടി, താൻ പറ യാതെ തുറക്കരുതെന്ന് കാവൽക്കാരനെ ചുമതലപ്പെടുത്തി. രാവിലെ രാജാവ് ഉണർന്ന് കക്കൂസിൽ പോകാൻ തിടുക്കം കൂട്ടി.

ഇന്നത്തെപ്പോലെ കിടപ്പുമുറിയോടു ചേർന്ന് ശുചിമുറികൾ അന്നുണ്ടായിരുന്നില്ല. രാജാവ് വാതിൽ തുറക്കാൻ ശ്രമിച്ചു.

നടന്നില്ല. അദ്ദേഹത്തിന് കോപമടക്കാൻ കഴിയാതെ അട്ടഹസിച്ചു. അല്പസമയം കാത്തുനിന്നശേഷം രാമൻ വാതിൽ തുറന്നു. ഉടൻ, ആരാണ് വാതിൽ തുറന്നതെന്നു പോലും നോക്കാതെ നേരെ കക്കൂസിലേക്കോടി. കക്കൂസിന്റെ മുന്നിൽ രാമൻ നിന്നിരുന്നു. അല്പസമയത്തിനുശേഷം കക്കൂസിന്റെ ഉള്ളിൽനിന്നും "ആഹാ... എന്തുസുഖം, എന്തു സുഖം" എന്ന് പാരവശ്യത്തോടെ മഹാരാജാവ് പറയുന്നത് രാമൻ കേട്ടു.

"അതേ രാജൻ, ഇതാണ് പരമസുഖം..." രാമൻ പറഞ്ഞു.

വിവർത്തനം നിർവ്വഹിച്ചിരിക്കുന്നത് ഇടമൺ രാജനാണ്. ദീർഘകാലമായി കോയമ്പത്തൂരിൽ താമസിച്ചുവരുന്നതിനാൽ തമിഴ് വായ്മൊഴി നന്നായി സ്വായത്തമാക്കിയിട്ടുണ്ട്. കോയമ്പത്തൂരിലെയും എന്റെ ജന്മസ്ഥലമായ നാമക്കലിലെയും പ്രാദേശികഭാഷകൾക്ക് നല്ല സാമ്യമുള്ളവയായതിനാൽ വിവർത്തനം ലളിതമാക്കാൻ കഴിഞ്ഞിട്ടുണ്ട്. 'ആളണ്ടാപ്പക്ഷി' എന്ന എന്റെ നോവലിന്റെ വിവർത്തനവും അദ്ദേഹം നിർവ്വഹിച്ചിട്ടുണ്ട്.

തുടർച്ചയായി എന്റെ പുസ്തകങ്ങൾ മലയാളത്തിലേക്ക് വിവർത്തനം ചെയ്യപ്പെടുന്നതിൽ ഞാൻ അത്യധികം സന്തോഷിക്കുന്നു. നേരത്തെ വിവർത്തനം ചെയ്യപ്പെട്ട നോവലുകളെപ്പോലെതന്നെ ഈ ചെറുകഥാസമാഹാരത്തേയും മലയാളി വായനക്കാർ നെഞ്ചേറ്റുമെന്ന് ഞാൻ പ്രതീക്ഷിക്കുന്നു. വായനക്കാരുടെ അനുഭവങ്ങൾ നേരിട്ടു കേൾക്കുന്നതാണ് എനിക്ക് പരമസുഖം!

ഇടമൺ രാജൻ അവർകൾക്കും പ്രസാധകരായ ഗ്രീൻ ബുക്സിനും ഇതു വിവർത്തനം ചെയ്ത് പ്രസിദ്ധീകരിക്കുന്നതിന് മുൻകൈയെടുത്ത എന്റെ സുഹൃത്തും എന്റെ എല്ലാ തമിഴ് പുസ്തകങ്ങളുടെയും പ്രസാധകനുമായ 'കാലച്ചുവട്' കണ്ണൻ അവർകൾക്കും എന്റെ ഹൃദയപൂർവ്വമായ നന്ദി രേഖപ്പെടുത്തിക്കൊള്ളുന്നു.

പെരുമാൾ മുരുകൻ

കഥകൾ

മണിയറ

ഷൺമുഖം വെളിയിൽ വാടകവീട്ടിലാണ് താമസം. സർക്കാർ ബസ്സിൽ സൗജന്യയാത്ര അനുവദിച്ചിട്ടുള്ള ദൂരപരിധിയിലാണ് സ്വന്തം വീടുള്ള തെങ്കിലും കൂട്ടുകാരോടൊപ്പം ഉല്ലസിച്ചുകഴിയാനാണ് പുറത്തു താമസം തുടങ്ങിയത്. ഇംഗ്ലീഷ് പരീക്ഷയ്ക്കു ജയിക്കണമെങ്കിൽ കൂട്ടുകാരോ ടൊപ്പം 'ഗ്രൂപ്പ് സ്റ്റഡി' നടത്തിയാലേ കഴിയൂ എന്ന് പലരും പറഞ്ഞു കേട്ടിട്ടുണ്ട്. ഇംഗ്ലീഷ് പാഠങ്ങൾ ഉറക്കമിളച്ചിരുന്ന് കാണാപ്പാഠം പഠിച്ച് പരീക്ഷയെഴുതി. കിട്ടിയത് ഇരുപത്തിയെട്ടു മാർക്ക്! സ്വന്തമായി ധാരാളം പേജുകൾ എഴുതിനിറച്ചെങ്കിലേ ജയിക്കാൻ കഴിയൂ എന്ന് മറ്റു ചില സുഹൃത്തുക്കൾ. തനിക്ക് ആകെ അറിയാവുന്ന അമ്പതോ അറുപതോ വാക്കുകൾ തിരിച്ചും മറിച്ചുമെഴുതി കുറെയധികം പേജുകൾ നിറച്ചു വെച്ചു. അപ്പോഴും കിട്ടിയത് ഇരുപത്തിയെട്ടു മാർക്കു മാത്രം! പഠിച്ചെഴു തിയാൽ വിജയം ഉറപ്പാണെന്ന് മറ്റു ചിലർ അഭിപ്രായപ്പെട്ടു. എങ്ങനെ യൊക്കെ എഴുതിയാലും ഭാഗ്യം തുണച്ചേ പറ്റൂ എന്ന് മറ്റൊരു കൂട്ടർ. അവനും അക്കൂട്ടത്തിൽച്ചേർന്നു. എങ്കിലും അല്പം പരിശ്രമം കൂടി വേണ്ട തല്ലേ? അങ്ങനെയാണ് വെളിയിൽ മുറിയെടുത്തു താമസിക്കാൻ ഷൺമുഖം തീരുമാനിച്ചത്.

വീട്ടിലുള്ള ഏതെങ്കിലുമൊരാളുടെ കണ്ണ് എപ്പോഴും അവന്റെ മേലു ണ്ടായിരിക്കും. ആരുടെയും കണ്ണെത്താത്ത ഒരിടത്ത് സ്വതന്ത്രമായി താമസിക്കുന്നതിന്റെ ഒരു സുഖം അവൻ ആവോളം ആസ്വദിക്കാൻ തുടങ്ങി. ആ മുറിയിൽ വേറെ മൂന്നു പേർ കൂടിയുണ്ടായിരുന്നു - രാമു, മണി, സെന്തിൽ. അതിനെ ഒരു 'മുറി' എന്നു വിളിക്കാൻ കഴിയില്ല. ആ ചെറിയ കുടുംബത്തിനു താമസിക്കാൻ സൗകര്യങ്ങളുള്ള ഒരു ചെറു വീട്. അടുക്കള. അതിനോടു ചേർന്ന് കുളിമുറിയും കക്കൂസും. അതു കൂടാതെ വിശാലമായ ഒരു ഹാളും. കൃത്യമായ വാടകയൊന്നും നിശ്ച യിച്ചിട്ടില്ല. താമസിക്കുന്ന ആളുകളുടെ എണ്ണത്തിനനുസരിച്ച് അത് മാറി ക്കൊണ്ടിരിക്കും. ഒരാളിന് ഇരുന്നൂറു രൂപ. പത്തുപേർ താമസിച്ചാലും ഉടമസ്ഥനു സന്തോഷം. കുളിയും തുണിയലക്കുമൊന്നും നിർബന്ധമു ള്ളവരല്ലാത്തതിനാൽ വെള്ളത്തിന്റെ കാര്യത്തിൽ ഒരു പ്രശ്നവുമില്ലാ യിരുന്നു. കുറഞ്ഞത് ഒരു നാലു പേരെങ്കിലും എപ്പോഴുമുണ്ടാകും.

വീട്ടുടമസ്ഥന്റെ പേര് ആർക്കുമറിഞ്ഞുകൂടാ. ‘കുള്ളൻ’ എന്ന ഇരട്ട പ്പേരിലാണ് അയാൾ അറിയപ്പെടുന്നത്. ആകെയുണ്ടായിരുന്ന ഭൂമി വീടു കെട്ടുന്നതിന് പിരിച്ചു കൊടുത്ത് ആദ്യഭാര്യയിലെ മക്കളെ ഒരുവിധത്തിൽ ഒഴിവാക്കി. ഒരു ഭാഗത്ത് സ്വന്തമായി ഒരു വീടു കെട്ടി രണ്ടാം ഭാര്യയോടൊപ്പമാണ് ഇപ്പോൾ കഴിയുന്നത്. ആ വഴിയിൽ രണ്ടാൺമക്കൾ. കുറെ പണം ബാങ്കിൽ നിക്ഷേപിച്ച് അതിന്റെ പലിശ കൃത്യമായി വാങ്ങിക്കൊണ്ടിരിക്കുന്നു. അതുകൂടാതെ വീട്ടുവാടക വേറെയും. ഒന്നുരണ്ട് എരുമകളെയും വളർത്തുന്നുണ്ട്. വീടു കെട്ടാനായി പ്ലോട്ടു തിരിച്ചിട്ടിരിക്കുന്ന സ്ഥലത്താണ് പുതിയ വീട്. അതുകൊണ്ട് അതിനടുത്ത് ഒഴിഞ്ഞു കിടക്കുന്ന ധാരാളം സ്ഥലമുണ്ട്. എരുമകൾ എപ്പോഴും അവിടെ മേഞ്ഞു നടക്കും. കുള്ളന് വീട്ടുവാടകയിലാണ് കണ്ണ്. അത് കൃത്യമായി കിട്ടുന്നുമുണ്ട്.

ആരെങ്കിലും വാടകവീടു തേടി വന്നാൽ മതി താമസിച്ചുകൊണ്ടിരിക്കുന്ന വീടിന്റെ ഏതെങ്കിലുമൊരു ഭാഗം ഒഴിഞ്ഞുകൊടുത്ത് അവരെ താമസിപ്പിക്കാൻ ശ്രമിക്കും. വരുന്നത് കോളേജ് വിദ്യാർത്ഥികളാണെങ്കിൽ വളരെ സന്തോഷം. എത്ര പേരുണ്ടെങ്കിലും ഒറ്റമുറിയിൽ ചുരുണ്ടു കിടന്നോളും. മുകൾനിലയുടെ പകുതി ഭാഗം വിദ്യാർത്ഥികൾക്കായി നീക്കിവെച്ചിരിക്കുകയാണ്. അതിന്റെ ഒരു ഭാഗത്ത് മറ്റൊരു കുടുംബം താമസമുണ്ട്. ആരെങ്കിലും അമ്പതോ നൂറോ കൊടുക്കാമെന്നു പറഞ്ഞാൽ തങ്ങളെ കുടിയിറക്കിയേക്കുമോ എന്ന ഭയത്തിലാണ് അവരെപ്പോഴും. താഴെയുള്ള ഒരു ഭാഗത്ത് കുള്ളനും കുടുംബവും. മറുഭാഗത്ത് മറ്റൊരു താമസക്കാരുമുണ്ട്. അവരും അതേ ഭീതിയിലാണ് എപ്പോഴും.

ചെന്നൈയിൽ നിന്നും പ്രമോഷൻ കിട്ടി വന്നതാണ് സൂപ്രണ്ട് ശങ്കരൻ. തനിക്ക് ഹോട്ടൽഭക്ഷണം ഇഷ്ടമല്ലാത്തതുകൊണ്ട്, പാചകം ചെയ്യാനുള്ള സൗകര്യം വേണമെന്ന് ശങ്കരൻ നിർബന്ധം പിടിച്ചു. കുള്ളന് മറ്റൊന്നും ആലോചിക്കാനില്ലായിരുന്നു. വീടിന്റെ പിന്നിലുള്ള മുറി കാട്ടിക്കൊടുത്തു. അത് അവരുടെ അടുക്കളയായിരുന്നു. ഉള്ളിലേക്കുള്ള വാതിൽ അടച്ചുകഴിഞ്ഞാൽ പിൻവാതിലിൽക്കൂടി വരുന്നവർക്ക് അതൊരു സ്വകാര്യമുറിയായി ഉപയോഗിക്കാം. ശങ്കരനും സന്തോഷമായി.

കുള്ളന്റെ ഭാര്യ റോഡിൽ കുത്തിയിരുന്നു നിലവിളിച്ചു. ദൂരെനിന്നും കുള്ളൻ വരുന്നതുകണ്ട് അവൾ വേഗം വീടിനുള്ളിൽക്കടന്നു. ഒറ്റ ദിവസംകൊണ്ട് ശങ്കരന് താമസസൗകര്യം തരപ്പെട്ടു. കുള്ളന്റെ ഭാര്യ വീട്ടുമുറ്റത്തേക്കു പാചകം മാറ്റി.

‘കുരുവിക്കാരന്റെ പെഴപ്പു’ പോലെയായി തന്റെ ജീവിതമെന്ന് അവൾ വിചാരിച്ചു. വരട്ടെ. എന്റെ മക്കളൊന്നു വളർന്നോട്ടെ! ഓരോന്നിനും എണ്ണിയെണ്ണി ഈ കിഴവനെക്കൊണ്ട് സമാധാനം പറയിക്കും. അവൾ പിറുപിറുത്തു.

ശങ്കരൻ ഒരു നിശ്ശബ്ദ ജീവിയായിരുന്നു. അതിരാവിലെ കോളേജിലേക്കു പോകും. തിരികെ വരുമ്പോൾ നേരമിരുട്ടിയിരിക്കും. സർക്കാര് ഉത്തരവുകളും നടപടിക്രമങ്ങളുമെല്ലാം മനഃപാഠമാണ്. ഔദ്യോഗിക

ഭാഷയിലാണ് എപ്പോഴും സംഭാഷണം. സർക്കാരുത്തരവുകൾ അണുവിട വ്യത്യാസമില്ലാതെ നടപ്പാക്കുന്നതിനാൽ എല്ലാവരും 'റൂൾ ശങ്കരൻ' എന്നാണ് വിളിക്കുക. ഒടിയുന്നതല്ലാതെ ഒരിക്കലും വളയാറില്ല. അതുകൊണ്ടാണ് ചെന്നെയിൽനിന്നും നേരേ ഇങ്ങോട്ട് ഓടിച്ചുവിട്ടത്.

കുള്ളന്റെ ഭാര്യ വീട്ടുമുറ്റത്തോ പെരുവഴിയിലോ പാചകം ചെയ്താലെന്താ? അയാൾക്കു മുറി കിട്ടിയല്ലോ! അക്കാ ദിവസവും എന്താണു പാചകം ചെയ്യുന്നതെന്ന് എല്ലാവർക്കും മനസ്സിലായി. എന്നും രാവിലെ ചോറും രസവും. എരുമയെ കറക്കുന്നതുകൊണ്ട് കുള്ളൻ രാവിലെ അളന്നുകൊടുക്കുന്ന നാഴൂരിപ്പാലുകാച്ചി ഉറയൊഴിച്ചുണ്ടാക്കുന്ന മോര്! അതുതന്നെയാണ് രാവിലെയും ഉച്ചയ്ക്കുമുള്ള ഭക്ഷണം. രാത്രിയിൽ അല്പം പരിപ്പുകറി വെയ്ക്കും. നാലു കഷണം ചുവന്നുള്ളി കുള്ളൻ എടുത്തു കൊടുക്കും. ചുവന്നുള്ളി എണ്ണിയെടുത്ത് കണക്കു സൂക്ഷിക്കുന്നത് എങ്ങനെയെന്ന് എല്ലാവരും അത്ഭുതപ്പെട്ടു. പച്ചക്കറിയെന്ന ഒരു വാക്കുപോലും അയാൾക്ക് അറിയില്ല. ഇതുമാത്രം കഴിച്ച് എങ്ങനെ ജീവിക്കും? ഇതൊക്കെയാണെങ്കിലും കുള്ളനും മക്കളും നല്ല ദൃഢഗാത്രരായിരുന്നു. ഈ പാചകം കണ്ട് എല്ലാവരും ചിരിക്കും. വാടകക്കാർ ഒരഭിപ്രായവും പറയാതെ വീടിനുള്ളിലിരുന്നാണ് ചിരിക്കുന്നത്. ഈ അപമാനം താങ്ങാനാവാതെ അവൾ അതിരാവിലെ തന്നെ പാചകം ചെയ്തുതീർക്കും. ഇരുട്ടിയ ശേഷമേ രാത്രിഭക്ഷണമുണ്ടാക്കുകയുള്ളൂ. എന്നാൽ ഷൺമുഖവും സംഘവും അവരെ വെറുതെ വിടുമോ? അവർ അതിരാവിലെ ഉണരുന്ന പതിവില്ല. എന്നാൽ രാത്രിയിൽ കുള്ളന്റെ ഭാര്യ പാചകം ചെയ്യുമ്പോൾ എല്ലാവരും ബാൽക്കണിയിൽ വന്നു നിൽക്കും. നാലു പേർക്കു കഷ്ടിച്ചു നിൽക്കാനുള്ള സ്ഥലം മാത്രമേ അവിടെയുള്ളൂ. കൈപ്പിടിയുണ്ടായിരുന്നില്ല. കൈപ്പിടിപോലെ കോൺക്രീറ്റിൽ നിർമ്മിച്ചിട്ടുള്ള റെഡിമെയ്ഡ് ജനലുകൾ ചേർത്തൊട്ടിച്ചിരിക്കുകയാണ്. അതിൽ പിടിച്ചുനിൽക്കാൻ പാടില്ല. കുള്ളൻ കണ്ടാൽ ബഹളമുണ്ടാക്കും. അവിടെ നിന്നുകൊണ്ട് “അക്കാ, ചോറു വെയ്ക്കുകയാണോ...?” എന്നു വിളിച്ചു ചോദിക്കും. “നല്ല മണമടിക്കുന്നല്ലോ, കോഴിക്കറിയാണോ?” “രാത്രിയിൽ തോരനുണ്ടോ?” എന്നിങ്ങനെ അവരെ കളിയാക്കിക്കൊണ്ടിരിക്കും.

ഇക്കാര്യങ്ങൾ എങ്ങനെയോ കുള്ളന്റെ കാതിലെത്തിയിരിക്കണം. അടുത്ത ദിവസം രാവിലെ തന്നെ കെട്ടിടപ്പണിക്കാരെ കൂട്ടിക്കൊണ്ടു വന്നു. 'കുറഞ്ഞ മുടക്കിൽ വലിയ വരുമാനം', ഇതായിരുന്നു കുള്ളന്റെ മുദ്രാവാക്യം. മുന്നിലുള്ള പത്തടി സ്ഥലത്ത് വാതിലിന് ഇരുവശത്തുമായി രണ്ടു മുറികൾ ഒരേസമയം ഉണ്ടാക്കാനുള്ള പണി തുടങ്ങി. പേരിനു മാത്രം ഒരു അസ്തിവാരം. ആസ്ബസ്റ്റോസ് ഷീറ്റു കൊണ്ടുള്ള ചുവരുകൾ. അതുകൊണ്ടുതന്നെ മേൽക്കൂര. ഒരാഴ്ചകൊണ്ട് പണി കഴിഞ്ഞു. അവസാനം കണക്കുതീർക്കുമ്പോൾ മേസ്തിരിയുമായി കശപിശയുണ്ടാക്കിയാണ് പിരിഞ്ഞത്. പുതിയ മുറികളിലൊന്ന് അടുക്കളയാക്കി. നടുമുറ്റത്തു തയ്യാറാക്കിയിരുന്ന അതേ കറികൾ അവർ വീടിനുള്ളിലും ഉണ്ടാക്കിത്തുടങ്ങി. ഇനിയുള്ള ഒരു മുറി എന്തു ചെയ്യാൻ പോകുന്നു എന്നതിനെ

സംബന്ധിച്ച് ആർക്കും ഒരു നിശ്ചയവുമില്ല. താഴെയുള്ള വാടകക്കാരുടെ വീടിനു മുന്നിലായിരുന്നു ആ മുറികൾ. വാതിലിനു മുന്നിൽ സമചതുരത്തിൽ ഏതാനും അടി സ്ഥലം മാത്രമേ ബാക്കിയുണ്ടായിരുന്നുള്ളൂ. അത്രയും സ്ഥലം വെറുതെ കിടക്കുന്നതുതന്നെ കുള്ളനു സങ്കടകരമായിരുന്നു.

ഇനി ആരെങ്കിലും വാടകവീടു തേടി വന്നാൽ അയാളെന്തു ചെയ്യും? ഒന്നാം നിലയ്ക്കു മുകളിൽ പുതിയതായി പണിയേണ്ടി വരും. പുതിയ മുറിയിലും സ്ലാബുകൊണ്ടുള്ള ചുവരലമാര, പൈപ്പു കണക്ഷൻ, വാഷ് ബേസിൻ എന്നിവയെല്ലാമുണ്ടായിരുന്നു. ഏറ്റവും വില കുറവുള്ള സാധനങ്ങളാണ് വീടുപണിക്ക് ഉപയോഗിച്ചിട്ടുള്ളത്. എങ്കിലും രണ്ടാമതൊരു അടുക്കള എന്തിനായിരിക്കും കുള്ളൻ പണി കഴിപ്പിച്ചിട്ടുള്ളത്? ഭാര്യയ്ക്കു പോലും ഒന്നുമറിയില്ലായിരുന്നു. ആ കരിങ്കല്ലുമനസ്സില് എന്താണുള്ളതെന്ന് ഉടച്ചുനോക്കിയാലേ പറയാൻ കഴിയൂ...! അതിനുള്ള കല്ല് എപ്പോഴാണ് എടുക്കാൻ കഴിയുക? പുതിയ അടുക്കളയിൽ പാചകം തുടങ്ങിയിട്ട് ഒരാഴ്ച ആയതേയുള്ളൂ. ഒരു നട്ടുച്ചയ്ക്ക് ഒരു ബൈക്കു വന്ന് ആ ഇത്തിരിച്ചതുരത്തിനുള്ളിൽ നിന്നു. ഒരു പുരുഷനും സ്ത്രീയും ഇറങ്ങി. കാഴ്ചയിൽ ഭാര്യാഭർത്താക്കന്മാരാണെന്നു തോന്നും.

വന്നയാൾ വലതുവശത്തെ മുറി തുറന്നു. കൈയിലെ സഞ്ചിയിൽ ഭക്ഷണപ്പൊതിയുണ്ട്. എല്ലാ വീടുകളിലുമുള്ളവർ എത്തിനോക്കി. ഷൺമുഖവും കൂട്ടരും ബാൽക്കണിയിൽ ഇതെല്ലാം കണ്ടുകൊണ്ടു നിന്നിരുന്നു. വന്നവർ ആരെയും കണ്ടതായിപ്പോലും ഭാവിച്ചില്ല. മുറി തുറന്ന് ഉള്ളിൽക്കടന്നവർ പെട്ടെന്ന് വാതിലടച്ച് കുറ്റിയിട്ടു. മുറിയിൽ മുകളിലായി റോഡിലേക്കു തുറക്കുന്ന ഒരു ചെറിയ ജനലുണ്ടായിരുന്നു. ഒറ്റക്കതകുള്ള ആ ജനൽ തുറന്നാൽ അൽപ്പം വെളിച്ചം ഉള്ളിൽക്കടക്കും. അതല്ലാതെ വെളിച്ചം കിട്ടാൻ വൈദ്യുതി കണക്ഷൻ ഉണ്ടായിരുന്നില്ല. അകത്തു കടന്നവർ വളരെ നേരമായിട്ടും പുറത്തുവന്നില്ല. പുതിയതായി താമസത്തിനു വരുന്നവർ അയൽപക്കക്കാരെയെല്ലാം വിളിച്ചുകൂട്ടി പാലു കാച്ചൽ നടത്തേണ്ടതല്ലേ? അവരെക്കണ്ടാൽ സ്ഥിരതാമസത്തിനു വന്നവരാണെന്നു തോന്നുന്നില്ല. മണി പറഞ്ഞു, “പാലു കാച്ചു നടന്നില്ല. അകത്ത് പാല് കറന്നുകൊണ്ടിരിക്കുകയായിരിക്കും.”

ഒന്നര മണിക്കൂർ കഴിഞ്ഞിട്ടുണ്ടാകും. ആർക്കും ഒരു ജോലിയും ചെയ്യാൻ കഴിഞ്ഞില്ല. എല്ലാവരും ആ അടഞ്ഞ വാതിലിൽ നിർന്നിമേഷരായി നോക്കിനിൽക്കുകയായിരുന്നു. കുള്ളന്റെ ഭാര്യ നിലവിളിച്ചുകൊണ്ട് അവരുടെ മുറിയുടെ പടിക്കെട്ടിൽ കുത്തിയിരുന്നു. മുറി തുറക്കാനുള്ള താക്കോൽ കുള്ളൻ തന്നെ കൊടുത്തതായിരിക്കും. ആര്, ഏത് എന്നെല്ലാം എങ്ങനെ ചോദിക്കും? അതറിഞ്ഞാൽ കുള്ളൻ വക്കാണത്തിനു വരും. പോയി കതകിനു മുട്ടി ചോദിച്ചാലോ എന്നവർ പലവട്ടം ആലോചിച്ചതാണ്. എന്തൊക്കെപ്പറഞ്ഞാലും അവരാണല്ലോ വീട്ടുടമസ്ഥ! അകലെ എരുമയെ വിരട്ടിയടിക്കുന്ന കുള്ളന്റെ ശബ്ദം അവളുടെ കാതുകളിൽ പതിച്ചു. ഒന്നും മിണ്ടാതെ അടുക്കളയിൽക്കടന്ന് പുറത്തേക്കു നോക്കി നിന്നു.

വാതിൽ തുറക്കുന്നതു കാണാൻ കാത്തുനിന്നു മടുത്തവർ നിരാശ യോടെ അവരവരുടെ ജോലികൾക്കു പോകാൻ തുടങ്ങുമ്പോഴാണ് പെട്ടെന്ന് വാതിൽ തുറക്കുന്ന ശബ്ദം കേട്ടത്. തകരംകൊണ്ടുള്ള വാതി ലാണ്. തുറക്കുമ്പോഴുണ്ടാകുന്ന ശബ്ദം വഴിപോക്കർ പോലും കേട്ട് എന്താണ് നടക്കുന്നതെന്നറിയാൻ തിരിഞ്ഞുനോക്കും. അല്പം ശ്രദ്ധ യോടെ തുറന്നാൽ ശബ്ദം അല്പം കുറഞ്ഞിരിക്കും. ഭക്ഷണം കഴിച്ച തിന്റെ അവശിഷ്ടങ്ങൾ പോളിത്തീൻ കവറിൽ കൊണ്ടുവന്ന് അയാൾ അടുത്തുള്ള തുറന്ന സ്ഥലത്തേക്ക് വലിച്ചെറിഞ്ഞു. ഇതിനിടയിൽ കൂടെ യുള്ള സ്ത്രീ മുറി പൂട്ടി. രണ്ടുപേരും ബൈക്കിൽക്കയറി സ്ഥലം വിട്ടു. മുകളിലും താഴെയുമായി നിന്നിരുന്ന ഒരാളെയും അവൾ ശ്രദ്ധിച്ചതേയില്ല.

അവരുടെ മുഖങ്ങളിൽ തളർച്ചയും ശരീരം മുഴുവൻ വിയർപ്പുമുണ്ടാ യിരുന്നെന്ന വിധത്തിൽ ഷൺമുഖത്തിന്റെ മുറിയിൽ ചർച്ചകൾ നടന്നു. അത് അടുക്കളയല്ലെന്ന് ഇപ്പോൾ തെളിഞ്ഞു.

“അതു ബെഡ്റൂമാടാ,” മണി പറഞ്ഞു.

“അതെത്ര സുന്ദരമായ പദമാണെടാ... ഈ മാളത്തിന് ആ പേരി ടാൻ കൊള്ളാമോടാ...?” മറ്റൊരുവൻ ചോദിച്ചു. ആ മുറിക്ക് എന്തു പേരി ടണമെന്നുള്ള ചർച്ച അന്നു രാത്രി മുഴുവൻ അവിടെ അരങ്ങേറി. ലോഡ്ജ്, ക്യാബിൻ, ആഡംബരമുറി എന്നീ പേരുകൾ പരിഗണിക്കപ്പെട്ടു. പതി വായി ‘തുണ്ടുപടം’ പ്രദർശിപ്പിക്കുന്ന ‘ജ്യോതി’ തിയേറ്ററിന്റെ പേരിട്ടാലോ എന്നു വരെ അഭിപ്രായങ്ങൾ ഉയർന്നു വന്നു.

ഷൺമുഖം സാഹിത്യ വിദ്യാർത്ഥിയാണ്. അതുകൊണ്ട് യോജിച്ച ഒരു പേരു കണ്ടുപിടിക്കാൻ എല്ലാവരും അവനെ ചുമതലപ്പെടുത്തി. “മണ വറ, മണിയറ’ എന്നൊക്കെപ്പറയാമെന്ന് ഷൺമുഖം അഭിപ്രായപ്പെട്ടു.

“ഈ സാഹിത്യകാരന്മാരൊക്കെ എപ്പഴാടാ നമ്മുടെ നിലവാരത്തി ലേക്ക് വരുന്നത്. എന്താടാ മണവറയും മണിയറുമൊക്കെ...? പച്ചമലയാള ത്തിൽ പറയെടാ...” എന്നു മണി പറഞ്ഞതിൽ കാര്യമുണ്ടെന്ന് എല്ലാ വർക്കും തോന്നി! “ഇടിമുറി!” അതാണു ശരിയായ പേര്! നമ്മൾ തമ്മിൽ പറയുമ്പോൾ ഇനി ഈ പേരു മതി. പൊതുസ്ഥലങ്ങളിൽ പറയുമ്പോൾ വേണമെങ്കിൽ വിശ്രമമുറി എന്നോ മറ്റോ പറഞ്ഞോട്ടെ! അങ്ങനെ ‘ഇടി മുറി’ എല്ലാവർക്കും സ്വീകാര്യമായ വാക്കായിത്തീർന്നു.

വന്നുപോയവരെപ്പറ്റി കുള്ളനോട് പ്രത്യക്ഷമായും പരോക്ഷമായും പല പ്രാവശ്യം ചോദിച്ചുനോക്കി. ഒറ്റ വാക്കുപോലും അയാൾ മറുപടി പറഞ്ഞില്ല. സത്യം അങ്ങനെ മൂടിവെയ്ക്കപ്പെട്ടു. ഷൺമുഖത്തിന്റെ സഹമുറിയന്മാരിൽ കുള്ളനോട് ഏറ്റവും നന്നായി സംസാരിക്കുന്നത് രാമുവാണ്. അയാൾ എരുമയെ മേയ്ച്ചുകൊണ്ടിരുന്ന സ്ഥലത്ത് മറ്റെന്തോ ആവശ്യത്തിനു വന്നവനെപ്പോലെ ഭാവിച്ച് അടുത്തുകൂടി വർത്തമാനം തുടങ്ങി. കുള്ളന്റെ ഭാര്യയോട് രാമു സംസാരിക്കുന്നത് അയാൾ ഇതുവരെ കണ്ടിട്ടില്ല. അതുകൊണ്ട് അവൻ നല്ലവനാണെന്ന് അയാൾ

വിശ്വസിച്ചിരുന്നു. വളരെ കഷ്ടപ്പെട്ടാണെങ്കിലും ആ വിശ്വാസം കാത്തു സൂക്ഷിക്കാൻ രാമുവും ശ്രമിച്ചിരുന്നു. തന്റെ ഒരു സുഹൃത്തു കൂടി അവരോടൊപ്പം താമസത്തിനു വരുന്നുണ്ടെന്നും അതിനുള്ള അനുവാദം വാങ്ങാനാണ് വന്നതെന്നും അയാളെ ധരിപ്പിച്ചു. ഇരുന്നൂറു രൂപ അധിക വരുമാനം കിട്ടാൻ പോകുന്നുവെന്നറിഞ്ഞാൽ സന്തോഷിക്കാതിരിക്കുമോ? അയാൾ സന്തോഷവാനായിരിക്കുമ്പോൾ സാവധാനം കാര്യങ്ങൾ ചോദിച്ചറിയാമെന്നായിരുന്നു രാമുവിന്റെ പദ്ധതി.

അയാളറിയാതെ കൂട്ടുകാരെ മുറിയിൽക്കൊണ്ടുവന്ന് രഹസ്യമായി താമസിപ്പിക്കാൻ വിരുതനായിരുന്നു രാമു. ആരെങ്കിലുമൊരാൾ എപ്പോഴും അവരുടെ മുറിയിൽ കുള്ളനറിയാതെ താമസിക്കാറുണ്ട്. ഒരു ദിവസത്തിൽക്കൂടുതൽ ആരെയും താമസിപ്പിക്കരുതെന്ന് കുള്ളൻ ഉത്തരവിട്ടിരുന്നു. എന്നാൽ ചിലരെ പത്തു ദിവസം വരെ രാമു കൊണ്ടുവന്ന് താമസിപ്പിച്ചിട്ടുണ്ട്, അയാൾ എരുമയെ മേയ്ക്കാൻ പോകുമ്പോൾ മാത്രമേ പുറത്തിറങ്ങാൻ പാടുള്ളൂ; അതുപോലെ മുറിയിലേക്കു വരേണ്ടതും അങ്ങനെതന്നെ; അഥവാ എന്തെങ്കിലും സംശയം തോന്നി പരിശോധനയ്ക്കു വന്നാൽ അയാൾ പോകുന്നതുവരെ വിരുന്നുകാരെ കുളിമുറിയിൽ ഒളിപ്പിച്ചുവെയ്ക്കും. ആരുമില്ലെന്ന് രാമു പറഞ്ഞാലുടൻ അയാൾ തിരികെപ്പോകും. അത്രയ്ക്കു വിശ്വാസമായിരുന്നു കുള്ളന് അവനോട്.

അതുകൊണ്ട് പുതിയ ഒരാളെ താമസിപ്പിക്കാൻ അയാൾ അനുവാദം കൊടുത്തു. രാമു സാവധാനം വിഷയത്തിലേക്കു കടന്നു. "ആ പുതിയ മുറിയിലേക്ക് രണ്ടു പുതിയ കൂട്ടുകാർ താമസത്തിനു വരാമെന്നു പറഞ്ഞിട്ടുണ്ട്; അതിപ്പോൾ ഒഴിഞ്ഞു കിടക്കുകയാണല്ലോ, അവർ വരാൻ പറയട്ടെ?" ഇതു കേട്ടയുടൻ അയാളുടെ മുഖത്ത് കഠിനമായ ദേഷ്യം പ്രകടമായി. ഇതേ ചോദ്യം മറ്റു പലരും അയാളോടു ചോദിച്ചിട്ടുണ്ടായിരുന്നു. അതാണ് ഈ കോപത്തിന്റെ കാരണം.

"അതെല്ലാം കൊടുത്തു പോയി." അലക്ഷ്യമായി മറുപടി പറഞ്ഞ് അയാൾ എരുമയുടെ പിന്നാലെ പോയി. അയാൾക്ക് കല്ലുമനസ്സാണെന്ന് ഭാര്യ പറയുന്നത് എത്ര വാസ്തവമാണെന്ന് അവന് ഇപ്പോഴാണ് ബോധ്യമായത്. ഇളിഭ്യനായ രാമു നമ്രശിരസ്കനായി മുറിയിലെത്തി.

അടുത്ത രണ്ടു ദിവസത്തിനുള്ളിൽ ആ മുറിയിൽ വൈദ്യുതി കണക്ഷൻ വന്നെത്തി. ഒരു ഗുണ്ടുബൾബിട്ട് എരിച്ചു നോക്കി. എന്നാലും മുറിയിൽ ഫാനിടാൻ കഴിയില്ലായിരുന്നു. ആറടി ഉയരമുള്ള ഒരാളിന്റെ തല മേൽക്കൂരയിൽ മുട്ടും. പിന്നെങ്ങനെയാണ് ഫാൻ വെയ്ക്കുന്നത്? സ്വിച്ച് ബോർഡിൽ ഒരു പ്ലഗ് വെച്ചിരുന്നു. ഇതെല്ലാം തിടുക്കത്തിൽ ചെയ്തുതീർത്തതുകൊണ്ട് നേരത്തേ വന്നുപോയവർ വീണ്ടും വന്നേക്കുമെന്ന് എല്ലാവരും പ്രതീക്ഷിച്ചു. എന്നാൽ വന്നില്ല.

ഒരാഴ്ച കഴിഞ്ഞു കാണും. ഒരു നട്ടുച്ചയ്ക്ക് രണ്ടുപേരും പഴയതുപോലെ ബൈക്കിൽ വന്നിറങ്ങി. ഷൺമുഖത്തിനും രാവിലത്തെ ഷിഫ്റ്റിലാണ് ക്ലാസ്സുള്ളത്. ക്ലാസ്സെടുത്തു തളർന്നുപോയ അധ്യാപകൻ അന്ന്

നേരത്തേ പൊയ്ക്കൊള്ളാൻ അനുവാദം കൊടുത്തിരുന്നു. കോളേജ് ഗ്രാമത്തിലായതുകൊണ്ടും ബസ്സിറങ്ങി ഒരു മൈൽ നടന്നുപോകേണ്ടതുകൊണ്ടും അധ്യാപകർ പൊതുവേ കുറവായിരിക്കും. പട്ടണങ്ങളിലുള്ള കോളേജുകളിൽ ജോലി ചെയ്യാനാണ് അവർക്കു താത്പര്യം.

വിദ്യാർത്ഥി യൂണിയൻ നേതാവ് ഒരാളുണ്ടായിരുന്നു. അയാൾക്കിഷ്ടപ്പെട്ട സിനിമാനടന്റെയോ നടിയുടെയോ പിറന്നാളുകളോ മറ്റോ വന്നാൽ എന്തെങ്കിലുമൊരു കാരണം പറഞ്ഞ് സമരം ചെയ്ത് കോളേജടപ്പിക്കും. എന്നെങ്കിലുമൊരിക്കൽ അവൻ കോളേജിൽ വന്നാൽ അന്നു പഠിപ്പുമുടക്ക് ഉറപ്പാണ്. വിദ്യാർത്ഥികൾക്കു മാത്രമല്ല അധ്യാപകർക്കും നല്ലൊരു സഹായിയായിരുന്നു നേതാവ്. അതിനാൽ ഷൺമുഖവും കൂട്ടരും മിക്ക ദിവസങ്ങളിലും ഉച്ചയ്ക്കു ശേഷവും, മറ്റു ചിലപ്പോൾ മുഴുനേരവും മുറിയിൽത്തന്നെ അടച്ചുമൂടി ഇരിക്കേണ്ടി വരും. അതുകൊണ്ട് ആ 'ജോടി'യെ കാണാൻ കഴിഞ്ഞില്ലല്ലോ എന്ന് ദുഃഖിക്കേണ്ടി വന്നിട്ടില്ല.

തുടർന്ന് എല്ലാ ആഴ്ചകളിലും 'ജോടി' മുടങ്ങാതെ വരാൻ തുടങ്ങി. പൊതുവേ സംഭാഷണത്തിൽ പിശുക്കനായ സെന്തിൽ, അവർ വരാൻ സാദ്ധ്യതയുള്ള ദിവസം കൃത്യമായി ഗണിച്ചു പറഞ്ഞു. ആദ്യം വന്നത് ഒരു വെള്ളിയാഴ്ച. പിന്നെ ഒരു വ്യാഴാഴ്ച. പിന്നീട് ബുധൻ. അതിനാൽ ഇനി വരുന്നത് ചൊവ്വാഴ്ചയായിരിക്കുമെന്ന് അവൻ ഉറപ്പിച്ചു പറഞ്ഞു. അവന്റെ കണക്കുകൂട്ടൽ പിഴച്ചില്ല. അന്ന് അവരുടെ മുറി നിറയെ ആളുകൾ കൂട്ടം കൂടി നിന്നു. പലയിടങ്ങളിൽ താമസിച്ചിരുന്ന അവരുടെ സുഹൃത്തുക്കളും വന്നുചേർന്നിരുന്നു. എന്നാൽ ജോടിക്ക് യാതൊരു കൂസലുമുണ്ടായിരുന്നില്ല.

ബൈക്ക് വേഗത്തിൽ വന്ന് ചതുരക്കള്ളിയിൽ നിൽക്കും. ഭക്ഷണസഞ്ചിയും തൂക്കിപ്പിടിച്ച് നേരേ മുറിയിൽക്കടന്ന് വാതിലടച്ചു കുറ്റിയിടും. ഒരിക്കൽ ഒരു ടേബിൾഫാൻ കൊണ്ടുവന്നതു മാത്രമാണ് ഒരു വ്യത്യാസം. അലാറം വച്ചിരുന്നതുപോലെ കൃത്യം ഒന്നര മണിക്കൂർ കഴിയുമ്പോൾ പുറത്തുവരും. ഈ സമയം ആ മുറിക്കുള്ളിൽ നടക്കാൻ സാദ്ധ്യതയുള്ള കാര്യങ്ങളെപ്പറ്റി ഷൺമുഖവും കൂട്ടരും രസകരമായ ചർച്ചകളിൽ ഏർപ്പെടും.

രാമുവിന് ഒരു സംശയം, "ഇത്രയും നേരം വേണോടാ...?"

"അത് ഓരോരുത്തർക്കും ഓരോ തരത്തിലായിരിക്കുമെടാ. ചിലപ്പോൾ അത്രയുമൊക്കെ സമയമാകും." ഷൺമുഖം പറഞ്ഞു.

"എല്ലാം കഴിഞ്ഞ് റെസ്റ്റെടുത്തിട്ടു വരുവായിരിക്കും..." എന്ന് മണിയുടെ കമന്റ്. ഇത് എല്ലാവരും അംഗീകരിച്ചു. അവർ ഭാര്യാഭർത്താക്കന്മാരാണെന്നും അതല്ല കാമുകീകാമുകന്മാരാണെന്നുമുള്ള പല അഭിപ്രായങ്ങളും ചർച്ച ചെയ്യപ്പെട്ടു. ഭാര്യാഭർത്താക്കന്മാരാണെങ്കിൽ വീടുവിട്ട് ഇവിടെ എന്തിനു വരണം?"

"വീട്ടിൽ ധാരാളം അംഗങ്ങൾ കാണും. അവിടെ സൗകര്യമില്ലാത്തതു കൊണ്ടായിരിക്കും ഇവിടെ വരുന്നത്..."

കള്ളക്കാമുകരാണെങ്കിൽ രാത്രിയിൽ പാത്തും പതുങ്ങിയും മാത്രമേ വരികയുള്ളൂ... അല്ലാതെ പട്ടാപ്പകൽ നാട്ടുകാർ കൂടിനിൽക്കുമ്പോൾ ഇങ്ങനെ വരുമോ...? ഇങ്ങനെ പലവിധത്തിൽ അവർക്ക് അനുകൂലമായും പ്രതികൂലമായും ചർച്ചകൾ നടന്നു. ഏതായാലും യോജിച്ച ഒരു തീരുമാനത്തിലെത്താൻ അവർക്കു കഴിഞ്ഞില്ല.

ഇതിനിടെ മീറ്റർ റീഡിംഗിനു വന്ന വൈദ്യുതി വകുപ്പു ജീവനക്കാരൻ പുതിയ മുറി ചൂണ്ടിക്കാട്ടി "ഇതാണോ ഇവിടത്തെ അരമന?" എന്നു ചോദിച്ചു. ഇടിമുറിക്ക് അരമന എന്ന പേര് എവിടെയൊക്കെയോ ഉപയോഗിക്കുന്നതായി അറിയാൻ കഴിഞ്ഞു. അതല്ലാതെ മറ്റാർക്കും യാതൊന്നും അറിയില്ലായിരുന്നു. എങ്കിലും ആ ചോദ്യത്തിൽ എന്തോ നിഗൂഢത ഒളിഞ്ഞിരിക്കുന്നതുപോലെ എല്ലാവർക്കും തോന്നി. മീറ്റർ റീഡിംഗ് എടുക്കുന്ന ദിവസങ്ങളിൽ കുള്ളൻ അവിടെത്തന്നെ ചുറ്റിപ്പറ്റി നിൽക്കും. തുക എത്രയെന്നറിഞ്ഞാലുടൻ ഓരോ വീടിനുമുള്ള തുക വീതിച്ച് അപ്പോൾത്തന്നെ പണം വസൂലാക്കും. വീതം വെയ്ക്കുമ്പോൾ അയാളുടെ വീടിന് ഒരു രൂപ പോലും കൊടുക്കേണ്ടി വരാത്ത വിധമാണ് കണക്കുക്കൂട്ടുന്നത്.

"വന്ന ജോലി കഴിഞ്ഞില്ലേ, ഇനി പൊയ്ക്കൂടേ?"

കുള്ളൻ ഉദ്യോഗസ്ഥനെ വിരട്ടി വിടാൻ ശ്രമിച്ചു. നിഗൂഢമായ ഒരു പുഞ്ചിരിയോടെ അയാൾ പോയി. അടുത്തുള്ള വീടുകളിൽ നിന്നും കുള്ളന് അയാളെ വിരട്ടിയോടിക്കാൻ കഴിയാതിരുന്നതിനാൽ രഹസ്യം അങ്ങാടിപ്പാട്ടായിത്തീർന്നു.

വന്നവർ രണ്ടുപേരും വൈദ്യുതി വകുപ്പ് ജീവനക്കാരാണ്. അയാൾ വിവാഹിതനാണ്. മക്കളുമുണ്ട്. ആ സ്ത്രീക്കും ഭർത്താവും കുട്ടികളുമുണ്ട്. ഒരേ സ്ഥലത്തു ജോലി ചെയ്യുന്നതിനിടയിൽ അവർ പ്രണയബദ്ധരായി. രണ്ടു കുടുംബങ്ങളിൽ നിന്നും എതിർപ്പുണ്ടായപ്പോൾ രണ്ടുപേരും ഒളിച്ചോടി. കുറെ നാളത്തെ അന്വേഷണത്തിനൊടുവിൽ ഇരുവരെയും പിടികൂടി കൂട്ടിക്കൊണ്ടുവന്നു. രണ്ടുപേരും ഒരേസ്ഥലത്ത് ജോലി ചെയ്യുമ്പോഴാണല്ലോ പ്രശ്നം. അതുകൊണ്ടു രണ്ടുപേരെയും രണ്ടിടത്തേക്ക് സ്ഥലം മാറ്റിച്ചു. എന്നിട്ടും അവരുടെ രഹസ്യബന്ധം നിർത്താൻ ആർക്കും കഴിഞ്ഞില്ല. ഒരുപാടു നിർബ്ബന്ധിച്ചാൽ വീണ്ടും അവർ ഒളിച്ചോടിയെങ്കിലോ എന്ന് രണ്ടു വീട്ടുകാരും ഭയപ്പെട്ടു. ഇരുവീട്ടുകാർക്കും അവരെ തള്ളിപ്പറയാനും കഴിഞ്ഞില്ല; കാരണം അവരുടെ ശമ്പളം എല്ലാവർക്കും ആവശ്യമായിരുന്നു.

"അവരുടെ ഇഷ്ടംപോലെ നടന്നോട്ടെ... വീട്ടുകാര്യങ്ങളൊന്നും മുടങ്ങാതിരുന്നാൽ മതി" എന്ന അവസ്ഥയിൽ ഇരുകുടുംബങ്ങളും എത്തിച്ചേർന്നു. ഇപ്പോഴും രണ്ടുപേരും രണ്ടു സ്ഥലത്താണ് ജോലി ചെയ്യുന്നത്. അരദിവസത്തെ അവധി കിട്ടുന്ന ദിവസങ്ങളിൽ അവർ എവിടെയെങ്കിലും

സന്ധിക്കുന്നതു പതിവാക്കി. ആ ഉദ്യോഗസ്ഥൻ കഥ അവസാനിപ്പിച്ചത് ഇങ്ങനെയായിരുന്നു.

"ആട്ടുകല്ലും കുഴവിയും നല്ലതുപോലെ പൊരുത്തപ്പെട്ടു പോയി. ഇനി വേർപിരിക്കാൻ കഴിയില്ല."

രണ്ടുപേരുടെയും പേരുകളും മറ്റു വിവരങ്ങളും അയാൾ കൃത്യമായി പറഞ്ഞിരുന്നു. അന്നേദിവസം നാലഞ്ചു വീടുകളിലെ കണക്കെടുക്കാനേ അയാൾക്കു കഴിഞ്ഞുള്ളൂ. ചോദിച്ചവരോടെല്ലാം അയാൾ കഥ വിസ്തരിച്ചുകൊടുത്തു. ഭക്ഷണവും മറ്റു ചില സൗജന്യങ്ങളും അയാൾക്ക് വേണ്ടുവോളം ലഭിക്കുകയും ചെയ്തു.

വിവരങ്ങളറിഞ്ഞതോടെ ഒളിച്ചുനോട്ടക്കാരുടെ ആവേശം കെട്ടടങ്ങുകയും അവരെക്കാണാൻ കൂട്ടം കൂടുന്നവരുടെ എണ്ണം കുറയുകയും ചെയ്തു. എന്നാൽ കോളേജ് വിദ്യാർത്ഥികളുടെ ഉത്സാഹം ഒട്ടും കുറഞ്ഞില്ല എന്നു മാത്രമല്ല, പൂർവ്വാധികം വർദ്ധിക്കുകയും ചെയ്തു. ഷൺമുഖത്തിനും കൂട്ടർക്കും കോളേജിൽ വമ്പിച്ച സ്വീകരണമാണ് ലഭിച്ചത്.

"കുള്ളന്റെ വീട്ടിലല്ലേ താമസം? നിങ്ങൾക്കെന്താ ജ്യോതി തിയേറ്ററിൽപ്പോയി 'തുണ്ടുപടം' കാണേണ്ട ഗതികേടില്ലല്ലോ. ലൈവായി കാണാനുള്ള കോളല്ലേ അടിച്ചിരിക്കുന്നത്? ഒന്നു തട്ടാനോ തടവാനോ ഉള്ള വല്ല ചാൻസും കിട്ടുമോന്ന് നോക്കെടേ..."

ഇങ്ങനെ അശ്ലീലച്ചുവയുള്ള സംഭാഷണങ്ങൾ പലയിടത്തും കേട്ടു. തങ്ങൾ കോളേജ് മുഴുവൻ അറിയപ്പെടുന്ന താരങ്ങളായി മാറിയതിൽ ഷൺമുഖവും കൂട്ടരും സന്തോഷിച്ചു. നാട്ടുകാരെല്ലാം കുള്ളനെ ആക്ഷേപിച്ചു സംസാരിക്കാൻ തുടങ്ങി.

"ആഴ്ചയിൽ ഒരു ദിവസത്തേക്കു മാത്രമായി വാടകയ്ക്കു കൊടുക്കാതെ ദിവസവും കൊടുക്ക്. അപ്പോൾ കൈനിറയെ പണം കിട്ടുമല്ലോ! ആളുകൾ കുടുംബസമേതം കഴിയുന്നിടത്ത് ആഭാസം നടത്താൻ സൗകര്യം ചെയ്തുകൊടുക്കുന്നത് ശരിയാണോ?"

ആരൊക്കെ എന്തൊക്കെപ്പറഞ്ഞിട്ടും കുള്ളന് ഒരു കുലുക്കവുമുണ്ടായില്ല. ചോദിച്ച വാടക ചില്ലിക്കാശ് കുറയാതെ കിട്ടുന്നുണ്ട്. സ്ഥിരമായി ആളുകൾ താമസിച്ചാൽ കറണ്ടും വെള്ളവുമെല്ലാം കുടുതൽ ചെലവാകും. ഇപ്പോഴാണെങ്കിൽ ഒന്നുമറിയാതെ മുടങ്ങാതെ വാടക കിട്ടിക്കൊണ്ടിരിക്കുന്നു. അവരുടെ രണ്ടു വീട്ടുകാരുടെയും സമ്മതത്തോടെയാണ് ഇതെല്ലാം നടക്കുന്നത്. പിന്നെ നമുക്കെന്തു കാര്യം? കുള്ളന്റെ ഈ ചോദ്യത്തിന് മറുപടി കൊടുക്കാൻ ആർക്കും കഴിഞ്ഞില്ല.

ബാൽക്കണിയിലെ കൈപ്പിടിച്ചുമരിൽ തൊടാതെ നോക്കിനിന്ന ഒരു ദിവസം, ആ സ്ത്രീ സാവധാനം തലയുയർത്തി കോളേജ് കുമാരന്മാരെ നോക്കി ഒരു പൂപ്പുഞ്ചിരി സമ്മാനിച്ചതുപോലെ അവർക്കു തോന്നി.

"ആരെ നോക്കിയാണ് അവർ ചിരിച്ചത്" എന്നതിനെപ്പറ്റി കടുത്ത വാഗ്വാദങ്ങൾ അരങ്ങേറി. അവരിൽ സുന്ദരനായ ഷൺമുഖത്തെ

നോക്കിയായിരിക്കും ചിരിച്ചതെന്ന് ചിലർ വാദിച്ചു. കൂടെയുള്ള പുരുഷൻ ഇരുനിറക്കാരനായതുകൊണ്ട് രാമുവിനെ നോക്കിയായിരിക്കും ചിരിച്ച തെന്ന് മറ്റു ചിലർ. കറുത്തവനാണെങ്കിലും കൂട്ടത്തിൽ സ്മാർട്ടാണ് മണി. അവന്റെ ഇരട്ടപ്പേരുതന്നെ മന്മഥൻ എന്നാണ്. അതുകൊണ്ട് അവനായി രിക്കും ആ പുഞ്ചിരിയെന്ന് മറ്റൊരു വാദം!

സെന്തിലിനെ ആരും ഗൗനിച്ചതായിപ്പോലും തോന്നുന്നില്ല.

"എന്നെ നോക്കി ആരും ചിരിച്ചിട്ടില്ലെടേ..." അവൻ സമ്മതിച്ചു.

"ഊമയെപ്പോലെ നടന്നിട്ട് ആരും കാണാതെ എന്തോ കൈക്രിയ കാണിച്ചിട്ടുണ്ടാകും. അതുകൊണ്ട് സെന്തിലിനെത്തന്നെ നോക്കിയായി രിക്കും ആ സ്ത്രീ ചിരിച്ചത്." ആ ചർച്ച ഒരാഴ്ച നീണ്ടു നിന്നു.

അടുത്തയാഴ്ച അവർ വന്നുപോകുന്ന ദിവസം കണക്കുകൂട്ടി സെന്തിലും കൂട്ടുകാരും ഒരു പാർട്ടി ഏർപ്പാടു ചെയ്തിരുന്നു. ആണ്ടവ സാനമാകുമ്പോൾ ഇങ്ങനെ തുടർച്ചയായി നാലഞ്ചു പാർട്ടികൾ നടത്തുക പതിവാണ്. അവർക്കെല്ലാം സ്കോളർഷിപ്പുകൾ കിട്ടുന്ന കാലമാണത്. പണം കിട്ടിയാലുടൻ ഓരോരുത്തരുടെയും ചെലവിൽ പാർട്ടി നടത്തണ മെന്നതാണ് കീഴ്വഴക്കം. ഓരോരുത്തർക്കും അവരവരുടെ സുഹൃത്തു ക്കളേയും പങ്കെടുപ്പിക്കാം. ആ വാർഷിക പാർട്ടിയിലെ പ്രധാന ചർച്ചാ വിഷയം 'ആ ഉല്ലാസപ്പറവകൾ' തന്നെയായിരുന്നു. കല്യാണം കഴിച്ച് കുട്ടി കളുമായശേഷം അന്യപുരുഷനോടൊപ്പം ചുറ്റിക്കറങ്ങുന്നവൾ എന്തൊരു അഹങ്കാരിയായിരിക്കും? സ്വന്തം കുടുംബത്തെപ്പറ്റി ഒരു വിചാരവുമില്ലാ ത്തവൾ ഒരു സ്ത്രീയാണോ? ഒരു അഭിസാരികയ്ക്കും ഇവർക്കും തമ്മിൽ എന്തു വ്യത്യാസമാണുള്ളത്? എന്നിങ്ങനെയുള്ള ചർച്ചകൾ നടന്നു കൊണ്ടിരുന്നു. അയാളും തെറ്റുകാരനാണല്ലോ. അയാൾക്കുമില്ലേ കുടും ബവും കുട്ടികളും? ആയിരം കുറ്റം ചെയ്താലും അയാൾ പുരുഷനല്ലേ? ഒരു പെണ്ണ് ഇങ്ങനെയൊക്കെ പെരുമാറാമോ? വിവാദം ചൂടു പിടിച്ചു.

ഷൺമുഖം സാവധാനം ചോദിച്ചു, "കല്യാണവും കഴിഞ്ഞ് കുട്ടികളു ണ്ടായ ശേഷവും ശരീരം ഇങ്ങനെ ചെയ്യാൻ അനുവദിക്കുമോ? സ്വന്തം ശരീരത്തെ നിയന്ത്രിക്കാൻ കഴിഞ്ഞില്ലെങ്കിൽ പിന്നെന്തൊരു ജീവിത മാണ്?"

"പിന്നെ പിന്നെ, നീ അധികം പറയേണ്ട. രാത്രി നിന്റടുത്ത് ആർക്കെ ങ്കിലും കിടന്നുറങ്ങാൻ പറ്റുമോ? ശരീരത്തെ നിയന്ത്രിച്ചു നിർത്തുന്ന ഒരാ ളല്ലേ നീ?"

മണി ഇങ്ങനെ പറഞ്ഞയുടൻ അവിടെ കൂട്ടച്ചിരി മുഴങ്ങി. കതകും ജനലുകളും ചേർത്തടച്ചു കഴിഞ്ഞാൽ അധികം ശബ്ദമൊന്നും പുറത്തു കേൾക്കില്ല.

"അവർ വന്നുപോയാൽപ്പിന്നെ മനസ്സാകെ കെട്ടുപോകുന്നെടാ... കൈകൾ വെറുതെയിരിക്കില്ല... പഠിപ്പിൽ ശ്രദ്ധിക്കാൻ കഴിയുന്നില്ല. എങ്ങ നെയെങ്കിലും ഡിഗ്രിയെടുക്കാമെന്ന സന്തോഷത്തിലായിരുന്നു. ഇംഗ്ലീഷ്

എങ്ങനെയൊന്നു കടന്നുകൂടാൻ കഴിയും? ഒത്തിരി അരിയറുകളുമായി എങ്ങനെ നാട്ടിൽ തിരിച്ചു ചെല്ലും? അവിടെച്ചെന്ന് വല്ല സെന്ററിംഗ് പണിക്കും പോകേണ്ടി വരും." രാമു സങ്കടത്തോടെ പറഞ്ഞു.

"പഠിപ്പിനെപ്പറ്റി അത്ര വേവലാതിപ്പെടേണ്ട കാര്യമില്ലെടാ..." എന്നു പറഞ്ഞ് എല്ലാവരും രാമുവിനെ കളിയാക്കിയെങ്കിലും അവനെ സമാധാനിപ്പിക്കാൻ ആർക്കും കഴിഞ്ഞില്ല. അവൻ നിർത്താതെ കരച്ചിൽ തുടർന്നു.

"ഓരോ ബിയറടിച്ചിട്ട് ആഘോഷം തുടങ്ങാമേടാ...'

രാമു പറഞ്ഞതിൽ ന്യായമുണ്ടെന്നു തോന്നിയ ഷൺമുഖം പറഞ്ഞു. "ഇംഗ്ലീഷ് പാസ്സാകണം. അതുതന്നെയാണ് എന്റെയും പ്രശ്നം. നീ പറയുന്നതു ശരിയാടാ... അവനും അവളും എങ്ങനെയോ പോയിത്തുലയട്ടെ. അതിനു നമ്മളെന്തിനാ ഇടയിൽക്കിടന്ന് ഇങ്ങനെ കഷ്ടപ്പെടുന്നത്? ഇപ്പോഴെന്തു വേണം? ആ ഇടിമുറി ഒഴിപ്പിച്ചെടുക്കണം. അത്രയല്ലേയുള്ളൂ... പറ... ഞാനൊഴിപ്പിച്ചു തരാം...!"

"അതാരെക്കൊണ്ടും നടക്കാത്ത കാര്യമാണ്. കുള്ളന്റടുത്ത് ഒരു വേലയും നടക്കാൻ പോകുന്നില്ല" എന്ന് മണി.

"ആരാടാ മഹാനായ ഈ കുള്ളൻ? ഞാനൊഴിപ്പിച്ചു തരാം... പന്തയം വെയ്ക്കുന്നോ?"

ഷൺമുഖം തറപ്പിച്ചു പറഞ്ഞതോടെ സംഗതി ഗൗരവമുള്ളതായി ത്തീർന്നു. വിരുന്നിനു വന്നിരുന്ന ഷൺമുഖത്തിന്റെ കൂട്ടുകാരെല്ലാം അത്യുത്സാഹത്തോടെ പന്തയവിഷയത്തിലേർപ്പെട്ടു. പതിനഞ്ചു ദിവസത്തെ സാവകാശം നൽകും. അതിനുള്ളിൽ ഒഴിപ്പിച്ചിരിക്കണം. ഒഴിപ്പിച്ചാൽ അടുത്ത ഒരു വർഷം ഷൺമുഖത്തിന്റെ എല്ലാ ചെലവുകളും സുഹൃത്തുക്കൾ ഏറ്റെടുത്തു നടത്തും. അതു നടന്നില്ലെങ്കിൽ ചെലവുകൾ ഷൺമുഖം തന്നെ നടത്തിക്കൊള്ളണം. ഈ പന്തയത്തോടെയാണ് അന്നത്തെ ആഘോഷങ്ങൾ അവസാനിച്ചത്. പതിവിൽക്കൂടുതൽ കുടിച്ചിരുന്നതിനാൽ പിറ്റേദിവസം എല്ലാവരും നട്ടുച്ച വരെ കിടന്നുറങ്ങി. കുടിച്ചു ലക്കില്ലാതെ പറഞ്ഞതാണെന്നു കരുതി ഷൺമുഖം പന്തയവിഷയം കൈവിട്ടില്ല. അന്നുതന്നെ അവൻ അതിനുള്ള ശ്രമങ്ങൾ തുടർന്നു.

അവിടെ കൂടിയിരിക്കുന്ന സ്ത്രീകളെയെല്ലാം കണ്ടു സംസാരിച്ചു. എന്താണ് പറഞ്ഞതെന്ന് ആർക്കും നിശ്ചയമുണ്ടായിരുന്നില്ല. കുള്ളന്റെ ഭാര്യയോട് തനിയെ സംസാരിക്കേണ്ടി വന്നില്ല. എരുമയെ മേയ്ക്കുന്നയിടത്തു പോയി കുള്ളനെ കണ്ടു. അയാൾക്ക് ഷൺമുഖത്തെ അത്ര ഇഷ്ടമായിരുന്നില്ല.

'കട്ടക്കലപ്പ വേഗത്തിൽ വഴുതിപ്പോകും.' ഇതായിരുന്നു ഷൺമുഖത്തിന്റെ അഭിപ്രായം. അവൻ അയാളോട് ഭവ്യമായി വിഷയം അവതരിപ്പിച്ചു. ആ സ്ത്രീയുടെ ഭർത്താവ് വളരെ ദേഷ്യത്തിലാണെന്നും രണ്ടു പേരെയും ഒരുമിച്ചു കണ്ടാൽ വെട്ടിക്കൊല്ലാൻ വേണ്ടി ചുറ്റിത്തിരിയുകയാണെന്നും ഷൺമുഖം പറഞ്ഞു. കൈയോടെ പിടികൂടാൻ അയാൾ

ഈയാഴ്ച കുള്ളന്റെ വീട്ടിലേക്കു വരാനിരിക്കുകയാണെന്നും കരുതലോടെയിരിക്കണമെന്നും മുന്നറിയിപ്പു നൽകി. കുള്ളൻ അതു വിശ്വസിച്ചില്ല. വരട്ടെ! അപ്പോൾക്കാണാം; എന്നായി അയാൾ. 'ഇതിലെല്ലാം വീഴുന്നയാളാണോ കുള്ളൻ' എന്നു പറഞ്ഞ് മണി ചിരിച്ചു. മദ്യലഹരിയിൽ എന്തോ പറഞ്ഞത് ഷൺമുഖം ഇത്ര ഗൗരവത്തിലെടുക്കുമെന്ന് രാമു വിചാരിച്ചിരുന്നില്ല. ഇക്കാര്യമോർത്ത് അവൻ അത്ഭുതപ്പെട്ടു.

"കുള്ളന്റടുത്ത് വേലയൊന്നും നടക്കില്ല; വിട്ടുകളഞ്ഞേക്ക്," എന്നവൻ പറഞ്ഞുനോക്കി. സെന്തിൽ അവനെ കളിയാക്കിച്ചിരിച്ചു. എല്ലാവരും പറഞ്ഞുപറഞ്ഞ് ഷൺമുഖത്തിന്റെ ആവേശം പതിന്മടങ്ങായി. അവൻ പല വഴികളും ആലോചിച്ചു.

അവിഹിതബന്ധങ്ങൾ എപ്പോഴും കൊലപാതകത്തിലേ കലാശിക്കൂ എന്നും നമ്മളെല്ലാം സാക്ഷി പറയാൻ കയറിയിറങ്ങി നടക്കേണ്ടി വരുമെന്നും അവൻ പ്രചരണം നടത്തി. മണിയറ കൊലയറയാവുമെന്നുള്ള ഭയം എല്ലാവരിലും വളർത്തിയെടുക്കാൻ അവൻ കഴിഞ്ഞു. ആ സംഭാഷണം കേട്ട നാട്ടുകാരെല്ലാം കുള്ളനെ കാണുമ്പോൾ 'കൊഴുക്കട്ട തിന്നാനുള്ള സമയമായി' എന്നു മുന്നറിയിപ്പു നൽകാൻ തുടങ്ങി. ഈ പ്രചരണം മൂർദ്ധന്യദിശയിലെത്തിയപ്പോൾ ഷൺമുഖം വീണ്ടും കുള്ളനെ കാണാൻ പോയി. അയാൾ എരുമയെ കയറിൽ പിടിച്ചു നിർത്തി തീറ്റുകയായിരുന്നു. ഷൺമുഖത്തിന്റെ കൈവശം പത്തു ദിവസത്തെ ദിനപ്പത്രവുമുണ്ടായിരുന്നു. അതിൽ അവിഹിതബന്ധങ്ങൾ മൂലം ഉണ്ടായിട്ടുള്ള കൊലപാതകങ്ങളുടെ കഥകൾ അയാളെ വായിച്ചു കേൾപ്പിച്ചു. കുള്ളൻ കൈരേഖയിൽ വിശ്വാസമുള്ളയാളായിരുന്നു. ചില വാർത്തകൾ കോളേജ് വിദ്യാർത്ഥികൾ പ്രസംഗമത്സരങ്ങളിൽ പങ്കെടുക്കുമ്പോൾ കാണിക്കുന്ന ഭാവഹാവാദികളോടെ വായിച്ചു. കുള്ളന്റെ മുഖത്ത് യാതൊരു ഭാവവ്യത്യാസവും പ്രകടമായില്ല. അയാളുടെ മനസ്സു മാത്രമല്ല ശരീരവും മുഖവുമെല്ലാം കല്ലിൽത്തീർന്നതാണെന്നു തിരിച്ചറിഞ്ഞ ഷൺമുഖത്തിന് അയാളോടുള്ള ദ്വേഷ്യം ഇരട്ടിയായി. എന്നാലും തോറ്റു പിന്മാറാൻ അവൻ തയ്യാറായിരുന്നില്ല.

വാടകക്കാരോടു നേരത്തേ പറഞ്ഞുറപ്പിച്ചിരുന്നതനുസരിച്ച് അവസാനത്തെ ആയുധമെടുത്തു പ്രയോഗിക്കുവാൻ ഷൺമുഖം തീരുമാനിച്ചു. കുള്ളൻ എരുമയെ തീറ്റിക്കൊണ്ടിരിക്കുന്ന സ്ഥലത്തു ചെന്ന് അയാളുടെ നേരെ ചീറിയടുത്തു.

"കൂട്ടിക്കൊടുപ്പു നടക്കുന്ന ഈ വീട്ടിൽ ഇനി ഞങ്ങളാരും ഒരു നിമിഷം താമസിക്കാനുദ്ദേശിക്കുന്നില്ല. പഠിക്കാൻ വേണ്ടിയാണ് ഞങ്ങളുടെ മാതാപിതാക്കൾ കഷ്ടപ്പെട്ട് ഞങ്ങളെ ഇങ്ങോട്ടയച്ചിരിക്കുന്നത്. അല്ലാതെ വിളക്കു പിടിച്ചുകൊടുക്കാനല്ല." ഈ മാസത്തിൽ അവിടത്തെ എല്ലാ താമസക്കാരും ഒന്നിച്ചു കുടിയൊഴിഞ്ഞു പോകുകയാണെന്നും അതുകൊണ്ട് ഒരു മാസത്തെ വാടക കഴിഞ്ഞ് ബാക്കിയുള്ള അഡ്വാൻസ്

തുക മുഴുവൻ ശരിയാക്കി വെയ്ക്കണമെന്നും മുന്നറിയിപ്പു കൊടുത്തു. ഇതേ കാര്യം ഷൺമുഖം പറയുന്നതിനു മുമ്പുതന്നെ മറ്റു രണ്ടു വീട്ടുകാർ അയാളോടു പറഞ്ഞിരുന്നു. "ഇത്തിരി കാശ് കൂടിയാലും സാരമില്ല, ഞാൻ പട്ടണത്തിൽത്തന്നെ ഒരു വീടെടുക്കാൻ പോവുകയാണെന്നും കൊല ക്കേസിനു സാക്ഷി പറയാനൊന്നും എന്നെ കിട്ടുകയില്ലെന്നും ആരെല്ലാം കോടതി കയറേണ്ടി വരുമെന്നും", ചട്ടങ്ങളും വിധികളും ഉദ്ധരിച്ച് ശങ്ക രൻ ഞങ്ങളെ ബോദ്ധ്യപ്പെടുത്തി. അപ്പോഴാണ് അയാൾ എൻ.ഒ.സി. വാങ്ങി പാർട്ട് ടൈം നിയമപഠനം നടത്തിക്കൊണ്ടിരിക്കുന്ന വിവരം ഞങ്ങളറിയുന്നത്. ശങ്കരൻ പറഞ്ഞപ്പോഴാണ് സംഗതിയുടെ ഗൗരവം കുള്ളനു ബോദ്ധ്യമായത്.

വാടകക്കാർ എല്ലാവരും ഒരേ സമയം വീടൊഴിഞ്ഞുപോയാൽ പുതി യതായി വരുന്നവർ ഭയപ്പെടും. ഈയാഴ്ച ബൈക്കു വന്നയുടൻ ചതുര ക്കളത്തിനു പുറത്തുവെച്ച് കുള്ളൻ അവരെ തടഞ്ഞു നിർത്തി. അയാൾ കുള്ളനോട് എന്തൊക്കെയോ ഉച്ചത്തിൽ ദേഷ്യപ്പെട്ടു പറയുന്നതു കേട്ടു. വർത്തമാനത്തിനിടയിൽ കുള്ളൻ വാങ്ങിയ അഡ്വാൻസ് തുക കേട്ട് എല്ലാവരും ഞെട്ടി. കുള്ളൻ വീടിനുള്ളിൽപ്പോയി പണമെടുത്തു കൊണ്ടു വന്ന് അയാളുടെ നേർക്ക് വലിച്ചെറിഞ്ഞു കൊടുത്തു. ഇത്രയും പണം ഒരുമിച്ച് അയാൾ കൊടുക്കുന്നത് ഇതാദ്യമാണ്. അവർ തമ്മിൽ വാക്കു തർക്കം നടക്കുമ്പോൾ ആ സ്ത്രീ ഒന്നും മിണ്ടാതെ നിന്നു. കനലിൽ ച്ചവിട്ടി നിൽക്കുന്ന ഭാവമായിരുന്നു അവർക്ക്. എങ്ങനെയെങ്കിലും അവിടെ നിന്നും ഒന്നു രക്ഷപ്പെട്ടാൽ മതിയായിരുന്നു എന്നു തോന്നും അവരെ ക്കണ്ടാൽ. താക്കോൽ തിരികെ വാങ്ങി അവരെ പറഞ്ഞയച്ചു. അടുത്ത ദിവസം തന്നെ സിമന്റുചാക്കുകൾ അടുക്കിവെയ്ക്കാൻ ആ മുറി ഒരു മേസ്തിരിക്ക് വാടകയ്ക്കു കൊടുത്തു.

ഷൺമുഖം തന്റെ വിജയം വലിയൊരു വിരുന്നൊരുക്കി കേമമായി ആഘോഷിച്ചു. ഇനി സ്വസ്ഥമായിരുന്നു പഠിച്ച് ബിരുദം നേടാൻ കഴിയു മെന്ന് രാമു അഭിപ്രായപ്പെട്ടു. ഷൺമുഖത്തിന്റെ സന്തോഷം പറഞ്ഞറി യിക്കാൻ കഴിയില്ലായിരുന്നു.

അവന് അടുത്ത വർഷം ഒരു ചെലവും ചെയ്യേണ്ടി വരില്ല. വാടക, ഭക്ഷണം, കോളേജ് ഫീസ് എല്ലാം കൂട്ടുകാർ കൊടുക്കും. തിരികെ പോകു മ്പോൾ ആ സ്ത്രീയുടെ മുഖം വിളറിയിരുന്നെന്നും സങ്കടമായിരുന്നെന്നും തല കുനിച്ചാണ് ബൈക്കിൽ കയറിയതെന്നും പല പല അഭിപ്രായങ്ങൾ ഉയർന്നു കേട്ടു. അവിടെ താമസിച്ചിരുന്നവർക്കെല്ലാം സന്തോഷം.

"തേവിടിച്ചികൾക്കു നാണവും മാനവുമുണ്ടാകുമോ? എല്ലാം വെറും അഭിനയമാണ്," എന്ന് കുള്ളന്റെ ഭാര്യ അഭിപ്രായപ്പെട്ടു. തങ്ങളുടെ അഭി മാനം വീണ്ടെടുത്ത ഷൺമുഖത്തിന്റെ കവിളിൽ നുള്ളി ചുംബിക്കുന്ന പോലെ ചുണ്ടു നീട്ടി, ദൃഷ്ടിദോഷം ഉണ്ടാകാതിരിക്കാനുള്ള മുദ്രകൾ കാട്ടി അവർ അഭിനന്ദനം അറിയിച്ചു. ശങ്കരൻ അന്ന് ശർക്കരപ്പൊങ്കൽ വെച്ച് എല്ലാവർക്കും കൊടുത്തു. ആരെന്തു കൊടുത്താലും കൈനീട്ടി

വാങ്ങുന്ന ശീലം അയാൾക്കില്ല. അതേസമയം എന്തെങ്കിലും മിച്ചം വന്നാൽ അയാൾ മറ്റുള്ളവർക്ക് കൊണ്ടുവന്നു കൊടുക്കും. ക്ഷേത്ര ത്തിലെ പ്രസാദം വാങ്ങുമ്പോഴുള്ള ഭയഭക്തി ബഹുമാനത്തോടെയാണ് എല്ലാവരും പൊങ്കൽ വാങ്ങിക്കഴിച്ചത്. അന്നത്തെ പൊങ്കൽ നല്ല രുചി കരമായി എല്ലാവർക്കും തോന്നി.

അക്കൊല്ലം പരീക്ഷ കഴിഞ്ഞ്, അവധിക്ക് നാട്ടിൽ പോയി സന്തോ ഷത്തോടെ എല്ലാവരും കോളേജിൽ തിരിച്ചെത്തി. കുറെ പഠിച്ചും, കുറെ സ്വന്തമായും അതിനെല്ലാമുപരി ഭാഗ്യത്തിൽ വിശ്വാസമർപ്പിച്ചുകൊണ്ടു മാണ് ഷൺമുഖം ഇംഗ്ലീഷ് പരീക്ഷ എഴുതിയിരുന്നത്. എങ്കിലും അവന്റെ മുഖത്ത് അത്ര വലിയ സന്തോഷം കാണാനുണ്ടായിരുന്നില്ല.

ഷൺമുഖം സ്വതസിദ്ധമായ പുഞ്ചിരിയും ഉത്സാഹവും മറന്നുപോയ വനെപ്പോലെ കാണപ്പെട്ടു. ചിരിക്കുന്നതുതന്നെ പേരിനു മാത്രം! എന്തെ ങ്കിലും ചോദിച്ചാൽ ഒറ്റവാക്കിൽ മറുപടി പറയും. എല്ലായ്പ്പോഴും വീടിന്റെ മേൽക്കൂരയിൽ നോക്കിക്കിടക്കും. നാലഞ്ചുവട്ടം വിളിച്ചാലേ ഭക്ഷണം കഴിക്കാൻ പോലും വന്നിരുന്നുള്ളൂ. ഏതോ തീവ്രചിന്തകളിൽ മുഴുകി യിരിക്കുന്നവനെപ്പോലെ തോന്നും. തുടർച്ചയായി ക്ലാസ്സിൽ പോകാതെ മുറിക്കുള്ളിൽത്തന്നെ ചുരുണ്ടുകൂടിക്കിടക്കും. എപ്പോഴും കണ്ണു തുറന്നു പിടിച്ച് കട്ടിലിൽ മലർന്നുകിടക്കും. എന്തെല്ലാം പറഞ്ഞു കളിയാക്കിയാലും ഒരു ഭാവമാറ്റവും പ്രകടമായിരുന്നില്ല.

ഒരു ദിവസം വൈകീട്ട് തെരുവിലേക്കു നോക്കിക്കൊണ്ട് ബാൽക്ക ണിയിൽ നിൽക്കുമ്പോൾ "മണിയറ ഗോഡൗണായിപ്പോയല്ലോ... ഒരു പെണ്ണു കിടന്നിരുന്ന സ്ഥലത്ത് സിമന്റ് ചാക്ക്. അടുക്കിവെച്ചിരിക്കുന്നു, അശ്രീകരം!" എന്ന് മണി അഭിപ്രായപ്പെട്ടു. "അവർ വരുമ്പോൾ നമ്മ ളൊക്കെ എത്ര ചുറുചുറുക്കോടെയാണ് കഴിഞ്ഞിരുന്നത്?"

"പണച്ചെലവില്ലാതെ ആസ്വദിക്കാനുള്ള നല്ല ഒരേർപ്പാടാണ് കുള്ളൻ ചെയ്തിരുന്നത്. നമ്മളെല്ലാവരുംകൂടി അതു പാഴാക്കിക്കളഞ്ഞു." രാമു പരിതപിച്ചു. ഒരു വാക്കുപോലും പറയാൻ കഴിഞ്ഞില്ലെങ്കിലും രാമു ആ സ്ത്രീയെ മനസ്സിൽ ആരാധിക്കുകയും ആസ്വദിക്കുകയും ചെയ്തിരുന്നു. അതിനാൽ അവനും അതീവ ദുഃഖിതനായിത്തീർന്നു. ഒന്നും മറുപടി പറയാതെ ഷൺമുഖം ഉള്ളിലേക്കു പോയി. അവന് ആ മണിയറയിലേക്കു നോക്കിനിൽക്കാനുള്ള ശേഷിയുണ്ടായിരുന്നില്ല. ഉള്ളിൽനിന്നും ഒരു വിതു മ്പൽ വിങ്ങിപ്പൊട്ടിക്കരയുന്നത് അവർ കണ്ടു.

"എന്താടാ?" എല്ലാവരും മാറിമാറി ചോദിച്ചിട്ടും ഒരു മറുപടിയുമില്ല. നിലവിളി ഉച്ചത്തിലായി. മൂന്നുപേരും ചേർന്നു നിന്ന് "എന്താടാ... എന്താ കാര്യം...?" ഇങ്ങനെ നിർബ്ബന്ധിച്ച് ചോദിച്ചുകൊണ്ടിരുന്നു. അവസാനം കരച്ചിലടക്കാതെതന്നെ അവൻ പറഞ്ഞു.

"കഷ്ടമായിപ്പോയി. ഞാൻ പാപം ചെയ്തെടാ. ഈ പാപത്തിന്, ഞാനെന്തു പരിഹാരമാടാ ചെയ്യേണ്ടത്?" ■

മന്നാസമുദ്രം

പെരുമഴത്തുള്ളികൾ മുത്താന്റെ നെറ്റിയിൽ ആലിപ്പഴം പോലെ പെയ്തിറങ്ങി. ആകാശത്തേക്ക് തലയുയർത്തി നോക്കി. കറുത്തു തുടുത്തിരുന്നു. നൂലു പിടിച്ചപോലെ വളരെ നേരം പെയ്ത പെരുമഴ ഇപ്പോൾ തുള്ളികളായി പൊഴിഞ്ഞുകൊണ്ടിരിക്കുന്നു. ഇങ്ങനെ സാവധാനം മഴയൊന്നു തോർന്നിരുന്നെങ്കിൽ നന്നായേനേ. മൂന്നു ദിവസങ്ങളായി ഇഴമുറിയാതെ പെയ്തതാണ്. എല്ലായിടത്തും ഈർപ്പവും ചളിയും കെട്ടിക്കിടക്കുന്നു. ഒരു നിമിഷം പോലും കിടക്കാൻ കഴിയാതെ ആടുകൾ ഒരേ നിൽപ്പാണ്. ഒരു കാര്യവും ചെയ്യാൻ കഴിയുന്നില്ല. പുല്ലുകൾ അഴുകാൻ തുടങ്ങിയിരിക്കുന്നു. കടലച്ചെടിയിലകൾ ഉണക്കി തുറുവിട്ടു വെച്ചിരുന്നതുകൊണ്ട് അവയ്ക്ക് അരവയറെങ്കിലും നിറയ്ക്കാൻ കഴിയുന്നുണ്ട്.

ആകാശത്തേക്കു നോക്കിയ മുത്താന്റെ മുഖത്ത് മഴമുള്ളുകൾ വീണ്ടും പതിച്ചു തുടങ്ങി. കുടിലിനുള്ളിൽക്കടന്ന് കട്ടിലിലിരുന്നു. മഴയുടെ കാഠിന്യം കൂടുന്നതിനനുസരിച്ച് ആടുകളുടെ കൂട്ടനിലവിളിയും ഉച്ചത്തിലായിക്കൊണ്ടിരുന്നു. ഇനി എന്തൊക്കെയായിത്തീരുമോ എന്തോ! തടാകം നിറഞ്ഞു തുളുമ്പിയിട്ട് അഞ്ചാറു കൊല്ലമായിക്കാണും. അന്നും ഇങ്ങനെ തന്നെയായിരുന്നു. ഒന്നു മൂത്രമൊഴിക്കാൻ പോലും പുറത്തിറങ്ങാൻ കഴിയാത്ത അവസ്ഥ. തടാകക്കരയിലുള്ള അയാളുടെ പുരയിടത്തിൽ കടല കൃഷി ചെയ്തിരുന്നു. തടാകം നിറഞ്ഞുതുളുമ്പി പുതിയിടമാകെ വെള്ളത്തിനടിയിലായി. ഷട്ടർ നിറഞ്ഞു കവിഞ്ഞൊഴുകിക്കൊണ്ടിരുന്നെങ്കിലും പുരയിടത്തിൽ നിറഞ്ഞിരുന്ന വെള്ളം ഒഴിഞ്ഞുപോയിരുന്നില്ല.

വെള്ളത്തിൽ മുങ്ങിപ്പോയ കടലച്ചെടികൾ അഴുകാൻ തുടങ്ങി. ഒരേക്കറിലെ കൃഷി മുഴുവൻ സ്വാഹ. ആടുകൾക്ക് തീറ്റ പറിച്ചുകൊടുക്കാൻ പോലും കഴിയുന്നില്ല. ഇക്കൊല്ലത്തെ കാര്യങ്ങളൊക്കെ ഇനി എന്തായിത്തീരും? തൊഴുത്തിൽനിന്നും ഒരോലക്കുട ചൂടി ഭക്ഷണം കഴിക്കാൻ വീട്ടിലേക്കു നടന്നു. വഴി തിരിച്ചറിയാൻ കഴിയാത്ത ഇരുട്ട്. നടന്നു പഴകിയ വഴിയായിരുന്നെങ്കിലും വെള്ളമൊഴുകി അതിന്റെ ഗതി തന്നെ മാറിപ്പോയിരുന്നു. ഓരോ ചുവടും എടുത്തുവെയ്ക്കാൻ ബുദ്ധിമുട്ടേണ്ടി വന്നു.

“നശിച്ച മഴ”, മഴയെ ശപിച്ചുകൊണ്ട് ചെല്ലായി ചോറു വിളമ്പി. ഒന്നും മിണ്ടാതെ അയാൾ ഭക്ഷണം കഴിച്ചുകൊണ്ടിരുന്നു.

എന്തിനായിങ്ങനെ ശ്വാസം പിടിച്ചിരിക്കുന്നത്? ഈ ഭൂലോകത്ത് കോടാനുകോടി ജീവികളുണ്ട്. വീടുകെട്ടി സുമുഖമായിക്കഴിയുന്ന മനുഷ്യർക്ക് ഇത്രയും കഷ്ടപ്പാടാണെങ്കിൽ, അതിന്റെയൊക്കെ ഗതി എന്തായിരിക്കും? ഒരു പത്തു നാൾ കഷ്ടപ്പെട്ടാൽ ആണ്ടു മുഴുവൻ ഭൂമി നല്ല വളമായിട്ടിരിക്കും. 'ദൊരസാമി' ഒന്നു മനസ്സു വെച്ചാൽ ഇക്കൊല്ലം എങ്ങനെ പോയാലും തടാകം നിറയും. നാട്ടുകാർക്ക് ഇനി നല്ലരിച്ചോറു തിന്നാം. മറ്റൊന്നും വിചാരിക്കാതെ നിങ്ങള് പോയിക്കിടന്ന് ഉറങ്ങിക്കോ...”

അവളെപ്പിടിച്ച് രണ്ടു പൊട്ടിക്കാനാണ് അയാൾക്കു തോന്നിയത്. പെരുവെള്ളത്തിൽ മുങ്ങി അഴുകിപ്പോകുന്ന കൃഷിയെപ്പറ്റി ഒരു വാക്കു പോലും അവളുടെ വായിൽനിന്ന് വീണില്ലല്ലോ.

ഒന്നും മിണ്ടാതെ ഊണു കഴിഞ്ഞു പുറപ്പെടുമ്പോൾ അവളൊരു റാന്തൽവിളക്ക് അയാൾക്കു കൊടുത്തു. റാന്തലിന്റെ വെളിച്ചം കാൽച്ചുവടുകളിൽ വീണുകൊണ്ടിരുന്നു. കടലച്ചെടികളെ എങ്ങനെയെങ്കിലും രക്ഷപ്പെടുത്തണമെന്ന ഒറ്റവിചാരമേ അയാൾക്കുണ്ടായിരുന്നുള്ളൂ. തടാകം നിർമ്മിക്കാൻ സർക്കാർ ഭൂമി ഏറ്റെടുക്കുമ്പോൾ, അതു നിറഞ്ഞിരുന്നാൽ കൃഷിക്ക് ആവശ്യത്തിനു വെള്ളം കിട്ടുമെന്ന് പറഞ്ഞുകേട്ടിരുന്നു. അതുകൊണ്ട് എപ്പോഴെങ്കിലും ഒരുനാൾ വരുന്ന വെള്ളത്തിനുവേണ്ടി ഭൂമി വിട്ടുകൊടുക്കാൻ കഴിയുമോ? ഈ ഭൂമിയിൽ നമുക്കു കഴിയുന്നതുപോലെ എന്തെങ്കിലും ചെറുകൃഷികൾ ചെയ്ത് എങ്ങനെയെങ്കിലും കഴിഞ്ഞുകൂടാമെന്ന് അച്ഛൻ പറഞ്ഞിരുന്നത് അയാളോർത്തു.

അച്ഛനുള്ള കാലത്ത് ചോളം മാത്രമേ വിതച്ചിരുന്നുള്ളൂ. ചോളം ഒരാൾ പൊക്കം വരെ വളരും. തടാകം നിറഞ്ഞിരുന്നാലും കണങ്കാൽ മുങ്ങുന്നതുവരെയുള്ള വെള്ളത്തിൽപ്പോയി ചോളം കൊയ്തെടുക്കാം. എന്നാൽ കടലയാണ് മുത്തു എപ്പോഴും കൃഷി ചെയ്യുന്നത്. ചെമ്മൺ ഭൂമിയിൽ കുറ്റിക്കടല നന്നായി തഴച്ചുവളർന്ന് കുലകുലയായി കായ് പിടിക്കും. അതിനോട് അയാൾക്കൊരു പ്രത്യേക താത്പര്യമുണ്ടായിരുന്നു. മഴ ഇങ്ങനെ തുടർന്നാൽ ഇക്കൊല്ലം തടാകം നിറഞ്ഞു തുളുമ്പും. മൊത്തം കൃഷിയും നശിക്കും. ഇത്തരം സന്ദർഭങ്ങളിൽ ചോളം വിതച്ചിരുന്നെങ്കിൽ നന്നായിരുന്നേനേ എന്നു തോന്നും. എങ്കിലും പ്രതീക്ഷ കൈവിട്ടിരുന്നില്ല. എങ്ങനെയെങ്കിലും കടലക്കൃഷിയെ സംരക്ഷിക്കണം. അടുത്ത വർഷം ചോളം വിതച്ചാൽ മതിയെന്ന് അയാൾ തീരുമാനിച്ചു. പക്ഷേ, ഇപ്പോഴുള്ളതിനെ എങ്ങനെ രക്ഷപ്പെടുത്തും?

ഉറക്കം വരാതെ തൊഴുത്തിൽ അയാൾ തിരിഞ്ഞും മറിഞ്ഞും കിടന്നു. കൂര മേഞ്ഞിരുന്ന ഓലയിൽ മഴ ശക്തിയായി പെയ്യുന്നതിന്റെയും അതു കുറഞ്ഞുകുറഞ്ഞ് തുള്ളിതുള്ളിയായി വീഴുന്നതിന്റെയും ശബ്ദത്തിനു

കാതോർത്ത് അയാൾ കിടന്നു. കൃഷിസ്ഥലം മുങ്ങിപ്പോകാതിരിക്കുന്നുണ്ടെങ്കിൽ തടാകഭിത്തികളുടെ ഉയരം അൽപ്പം കുറഞ്ഞിരിക്കണം. തോളുയരത്തിലുള്ള ഭിത്തിയുടെ ഒരു വശത്തും നെഞ്ചുയരത്തിൽ ഭിത്തിയുടെ ഒരു വശത്തും നെഞ്ചുയരത്തിൽ ഒരു മടയുണ്ടാക്കിയാൽപ്പിന്നെ കൃഷിസ്ഥലത്ത് ഒരു തുള്ളിവെള്ളം പോലും തങ്ങിനിൽക്കില്ല. മതിൽ പൊളിക്കുന്നത് ആരെങ്കിലും കണ്ടാലോ? അയാളുടേതു മാത്രമല്ല, അടുത്തുള്ള മറ്റു പലരുടെയും കൃഷിയും രക്ഷപ്പെടും. അതുകൊണ്ട് ആളെക്കണ്ടുപിടിക്കാൻ ബുദ്ധിമുട്ടും! തടാകം കവിഞ്ഞൊഴുകുന്ന സന്ദർഭങ്ങളിലെല്ലാം ഈ ചിന്ത അയാൾക്ക് ഉണ്ടായിട്ടുണ്ട്. അതു നടപ്പാക്കുന്നതിന് കാലതാമസം വന്നുപോയി. എന്തുവന്നാലും ഇക്കുറി അങ്ങനെ ഉപേക്ഷിക്കാൻ പറ്റില്ല.

തടാകത്തിന്റെ അടിവാരത്ത് കുറെപ്പേർ കുടിലുകൾ കെട്ടിത്താമസിക്കുന്നുണ്ട്. അവരിപ്പോൾ വീടൊഴിഞ്ഞ് മല കയറിയിട്ടുണ്ടാകും. അവർക്കും തടാകഭിത്തികൾ ഉടച്ചെങ്കിൽ നന്നായിരുന്നേനേ എന്ന് തോന്നിക്കാണും. അങ്ങനെ എത്രയധികം പേരുടെ മേൽ സംശയിക്കാനുള്ള സാഹചര്യങ്ങളുണ്ട്? ചുവരിടിച്ചു മാറ്റിയേ കഴിയൂ എന്ന ഉറച്ച തീരുമാനത്തിൽ അയാൾ എത്തിച്ചേർന്നു. ചാക്കുപുതപ്പിനുള്ളിൽ ചിന്താവിഷ്ടനായി അയാൾ കിടന്നു. മഴ വീണ്ടും ശക്തി പ്രാപിച്ചു. അയാൾ എഴുന്നേറ്റ് ചാക്കു പുതച്ച് ഓലക്കുടയുമായി പുറത്തിറങ്ങി. റാന്തൽവിളക്കു വേണ്ട. കുടിലിന്റെ അരികിലൂടെ ഒഴുകുന്ന വെള്ളത്തിൽ നെടുകെ കിടന്നിരുന്ന കമ്പിപ്പാര കയ്യിലെടുത്തു, നനഞ്ഞു കുതിർന്നിരുന്ന കൈപ്പത്തികൾ, കമ്പിപ്പാരയിൽ പിടിമുറുക്കിയപ്പോൾ ചൂടുപിടിച്ചതായി അയാൾക്കു തോന്നി. മഴ വകവെയ്ക്കാതെ അയാൾ നടന്നു.

ഇത്ര കുറ്റിരുട്ട് ജീവിതത്തിൽ ഇതുവരെ കണ്ടിട്ടില്ല. പരിചിതമായ വഴിയാണ്. മനഃപൂർവ്വം കാലുകൾ നിലത്ത് അമർത്തിച്ചവിട്ടി നടന്നു. മുകളിലേക്ക് തെറിച്ച ചെളിവെള്ളം കാൽമുട്ടുകൾ വരെ എത്തി. കാൽപ്പാതങ്ങൾ ശക്തിയായി നിലത്തൂന്നി നടന്നാൽ വഴിയിൽ കണ്ടേക്കാനിടയുള്ള ക്ഷുദ്രജീവികൾ ഓടിയൊളിക്കുമെന്ന് അയാൾ കരുതി. സമയം എത്രയായിക്കാണുമെന്നു ഊഹിക്കാൻ പോലും കഴിയുന്നില്ല. പൊരി വാരി വിതറിയതുപോലെ കാണപ്പെട്ട ആകാശം ഇപ്പോൾ എവിടെയാണെന്നു പോലും അറിയാൻ കഴിയുന്നില്ല. ഈ കമ്പിപ്പാരകൊണ്ട് ചുവരിടിക്കാൻ പറ്റുമോ? വളരെ പഴക്കം ചെന്ന തടാകമാണ്. മുത്തുവിന്റെ അച്ഛൻ ചെറുപ്പമായിരുന്ന കാലത്ത് നിർമ്മിച്ചതാണ്.

ഈ പ്രദേശത്തുള്ള കിണറുകളെല്ലാം മകര മാസമാകുമ്പോഴേക്കും വറ്റി വരണ്ടുപോകും. അഞ്ചാറു മാസത്തേക്ക് വെള്ളക്ഷാമം രൂക്ഷമായിരിക്കും. കന്നുകാലികളെയെല്ലാം വിറ്റൊഴിച്ച്, മഴക്കാലമാകുമ്പോൾ വീണ്ടും വാങ്ങുകയാണ് പതിവ്. വെള്ളമില്ലെങ്കിൽപ്പിന്നെ എന്തുണ്ടായാലെന്താ? പ്രാർത്ഥിക്കാത്ത ദൈവങ്ങളില്ല. നടത്താത്ത പൂജകളില്ല.

പണ്ടൊരിക്കൽ ഇതുവഴി കുതിരപ്പുറത്ത് വന്ന ഒരു സായിപ്പിന് കടുത്ത ദാഹം. തൊണ്ടയുണങ്ങി; ഉമിനീർ വറ്റി. എവിടെ നിന്നെങ്കിലും ഒരു കൈക്കുമ്പിൾ വെള്ളം കിട്ടിയില്ലെങ്കിൽ ജീവൻ നിലനിർത്താൻ കഴിയാത്ത അവസ്ഥ. പാതയോരത്തുള്ള കിണറുകളെല്ലാം വറ്റിവരണ്ടു കിടന്നു. ഗ്രാമവാസികൾ കുടിക്കുന്ന ചെളി കലർന്ന വെള്ളം സായിപ്പിനു കുടിക്കാൻ കൊടുക്കാൻ അവർക്ക് പൂർണ്ണമനസ്സുണ്ടായിരുന്നില്ല. എങ്കിലും ജീവൽപ്രശ്നമാണല്ലോ! എത്ര പരവേശത്തോടെ വെള്ളം വാങ്ങി ക്കുടിച്ചോ, അതേ വേഗത്തിൽ ഓക്കാനിക്കുകയും ഛർദ്ദിക്കുകയും ചെയ്തു. ആ സായിപ്പാണ് ഈ തടാകം നിർമ്മിക്കാനുള്ള കാരണക്കാരൻ. തടാകമെന്നാൽ അത്ര ചെറുതൊന്നുമല്ല. വിസ്തൃതമായ ഒരു സമുദ്രം തന്നെ! അതോടെ ആ നാട് പ്രസിദ്ധമായിത്തീർന്നു. ആ സായിപ്പിന്റെ പേര് 'മൺറോ' അതിനെ 'മൺറോ സമുദ്രം' എന്ന പേരു വന്നു. അതാണ് പിൽക്കാലത്ത് 'മന്നാസമുദ്രം' എന്ന പേരിൽ അറിയപ്പെടാൻ തുടങ്ങി യത്.

എവിടെ നിന്നൊക്കെയോ ആളുകൾ കൂട്ടം കൂട്ടമായി ജോലിക്കെത്തി. മണ്ണു കോരി കുട്ടകളിലാക്കി തലച്ചുമടായി ദൂരേക്കു കൊണ്ടുപോയി നിക്ഷേപിക്കുന്ന ജോലി വർഷങ്ങളോളം നീണ്ടു നിന്നു. തടാകത്തിന്റെ കരയിൽ കൂട്ടിയിട്ട മണ്ണ് അവിടൊരു കുന്നിനുതന്നെ കാരണമായി. അക്കാലത്തൊന്നും ആ നാട്ടുകാർ അവരുടെ കൃഷിസ്ഥലങ്ങളിലേക്ക് എത്തിനോക്കുകപോലും ചെയ്തിരുന്നില്ല. എല്ലാവരും തടാകനിർമ്മാണ ത്തിൽ വ്യാപൃതരായിരുന്നു. തടാകത്തിന്റെ പണി പൂർത്തിയായിക്കഴി ഞ്ഞാൽ മുപ്പൂ കൃഷി ചെയ്യാമെന്ന് എല്ലാവരും സ്വപ്നം കണ്ടിരുന്നു. ഒരു വർഷമുണ്ടായ പെരുമഴയിൽ കൂട്ടിയിട്ടിരുന്ന മണ്ണ് ഇടിഞ്ഞിറങ്ങി തടാക ത്തിന്റെ ഒരു ഭാഗം മൂടിപ്പോയി. എന്നിട്ടും സായിപ്പിന് ഒരു കുലുക്കവുമു ണ്ടായിരുന്നില്ല. അടുത്ത മഴയ്ക്കു മുമ്പ് തടാകത്തിനു ചുറ്റും ഭിത്തി നിർമ്മാണം തുടങ്ങി. ചുണ്ണാമ്പും മുട്ടയും ചേർത്ത് ചുറ്റുമതിൽ കെട്ടി ത്തീർക്കാൻ ആറുമാസമെടുത്തു.

പണി പൂർത്തിയായ അക്കൊല്ലത്തെ പെരുമഴയിൽ തടാകം നിറഞ്ഞു കവിഞ്ഞു. ചുറ്റുമുള്ള ഗ്രാമങ്ങളിലെ കിണറുകളിലെല്ലാം വെള്ളം നിറഞ്ഞു. ആ നാടിന്റെ ജലക്ഷാമത്തിന് ഒരു ശാശ്വത പരിഹാരമായി എന്നോർത്ത് സായിപ്പിന്റെ കണ്ണുകളിൽ നിന്നും ആനന്ദബാഷ്പം പൊഴിഞ്ഞു. സായിപ്പിന്റെ കാലിൽ വീണു നമസ്കരിക്കാൻ ആളുകൾ തിടുക്കം കാട്ടി. അദ്ദേഹം ദൈവത്തിന്റെ അവതാരമാണെന്നുവരെ ചിലർ വിശ്വസിച്ചു.

ഈ കഥ പറഞ്ഞശേഷം മുത്തുവിന്റെ അച്ഛൻ ഇടയ്ക്കിടെ പറയു മായിരുന്നു, "ആണ്ടോടാണ്ട് തടാകം നിറഞ്ഞുകവിഞ്ഞില്ലെങ്കിൽ പോലും അവരുടെ കിണറുകളിൽ ഒരു കുരുവിക്കു കുടിക്കാനുള്ള വെള്ള മെങ്കിലും കാണും. അതിനുള്ള കാരണക്കാരൻ ആ ദൊരസാമിയാണ്.

തടാകക്കരയിൽ സ്ഥാപിച്ച മുനിയപ്പൻ കോവിലിന്റെ ഒരു ഭാഗത്ത് ഒരു കാവൽക്കാരനെപ്പോലെ മുഴുക്കാലുറയും ചട്ടയും ധരിച്ച്, കൈയിൽ തോക്കു ചൂണ്ടി നിൽക്കുന്ന സായിപ്പിന്റെ ഒരു പ്രതിമയും അവർ സ്ഥാപിച്ചു. മുനിയപ്പ സ്വാമിക്കുള്ളതുപോലെയുള്ള പൂജകളെല്ലാം അവർ ദൊരസാമിക്കും നടത്തി.

തടാകത്തിലെ ജലസംഭരണിയിൽ നിന്നും വെള്ളം ഉപയോഗിച്ചു കൊണ്ടിരുന്ന ഓരോ കുടുംബത്തിൽനിന്നും ഓരോ തലമുറയിലും ഒരാൾക്ക് ദൊരസാമി എന്നു പേരുവെയ്ക്കുന്നത് ഒരു ആചാരമായി മാറി.

മുത്തു തടാകക്കരയിലെത്തുമ്പോൾ എവിടെ നിന്നോ വെള്ളമൊഴുകി വന്ന് തടാകത്തിലേക്ക് ഇരച്ചുവീഴുന്ന ശബ്ദം കേട്ടു. ഇരുട്ടിൽ ഒന്നും വ്യക്തമായി കാണാൻ കഴിഞ്ഞില്ല. പെട്ടെന്നുണ്ടായ ഇടിമിന്നലിന്റെ വെളിച്ചത്തിൽ അയാൾ സൂക്ഷിച്ചു നോക്കി. തടാകം ഇതുവരെ നിറഞ്ഞി ട്ടില്ല. ഒരാൾ പൊക്കത്തിൽ വെള്ളമുള്ളപോലെ അയാൾക്കു തോന്നി. എങ്കിലും ഈ ഒരൊറ്റ രാത്രികൊണ്ട് തടാകം നിറഞ്ഞു കവിയുമെന്ന്, അതിലേക്ക് ഒഴുകിയിറങ്ങുന്ന വെള്ളം കണ്ട് അയാൾ കണക്കു കൂട്ടി.

തടാകത്തിനുള്ളിലും ചുറ്റിലുമുള്ള മരങ്ങളും മുള്ളുകളുമെല്ലാം വെട്ടി മാറ്റി വെടിപ്പാക്കിയിരുന്നതിനാൽ എല്ലാം നന്നായിക്കാണാൻ കഴിഞ്ഞി രുന്നു. എല്ലാക്കൊല്ലവും ഇതുപോലെ വൃത്തിയാക്കി വെയ്ക്കുമെങ്കിലും പലപ്പോഴും ഇഴ പെയ്യുകയോ, തടാകം നിറയുകയോ ചെയ്യാതെ ജന ങ്ങൾ കബളിപ്പിക്കപ്പെടും. മഴക്കാലത്ത് തടാകത്തിന്റെ കാവലിനായി ഒരാ ളെയും ചുമതലപ്പെടുത്തി വെയ്ക്കാറുണ്ട്. മഴക്കാലം കഴിയുന്നതുവരെ മാത്രമേ കാവൽക്കാരന്റെ ആവശ്യമുണ്ടായിരുന്നുള്ളൂ...

തടാകക്കരയിൽ നിന്നു നോക്കിയാൽ മുത്തുവിന്റെ കൃഷിസ്ഥലം ഇരുൾ മൂടിക്കിടക്കുന്നതു കാണാം. അടുത്ത മിന്നൽപ്പിണരിന്റെ വെളിച്ച ത്തിനു വേണ്ടി കാത്തുനിന്നു. അടുത്തു വന്ന മിന്നലിനോടൊപ്പം ശക്തി യായ ഇടിമുഴക്കവുമുണ്ടായി. ആ വെള്ളിവെളിച്ചത്തിൽ തന്റെ പുരയിട ത്തിൽ വളർന്നു പടർന്നു കിടക്കുന്ന കടലച്ചെടികളുടെ സൗന്ദര്യം ഒരു നിമിഷം അയാൾ ആസ്വദിച്ചു. അതിനിടയിലേക്ക് വെള്ളം കയറാൻ തുടങ്ങിയിരുന്നു. നേരം പുലരുന്നതിനു മുമ്പ് എല്ലാം വെള്ളത്തിനടിയി ലാകും. ഒരു വർഷത്തെ അദ്ധ്വാനം മുഴുവൻ വെള്ളം കൊണ്ടുപോകും. എങ്ങനെയെങ്കിലും തന്റെ കൃഷി സംരക്ഷിച്ചേ പറ്റൂ... ഓലക്കുട അടു ത്തുള്ള ഒരു മരക്കൊമ്പിൽ തൂക്കിയിട്ട് കമ്പിപ്പാരയുമായി കീഴോട്ടിറങ്ങി. മഴ കടുത്തുകൊണ്ടിരുന്നു. അർദ്ധനഗ്നനായ അയാളുടെ ദേശത്ത് ചാട്ട വാറടിപോലെ മഴത്തുള്ളികൾ ആഞ്ഞുപതിച്ചുകൊണ്ടിരുന്നു. കമ്പിപ്പാ രയുമായി തടാകച്ചുവരിനടുത്തെത്തി.

ചുവരിനോടു ചേർന്നുള്ള പാറകളിൽ ഇനിയും പായൽ പിടിച്ചിരു ന്നില്ല. അതുകൊണ്ട് പാറയിൽപ്പിടിച്ച് സാവധാനം ചുവരിനു മുകളിലേക്കു

കയറിപ്പറ്റി. ചുവരിന്റെ മധ്യഭാഗം മുകളിലേക്ക് കൂമ്പിനിൽക്കുന്ന വിധത്തിലായിരുന്നു അതിന്റെ നിർമ്മാണം. ഇരുവശത്തേക്കും കാലുകൾ തൂക്കിയിട്ട് ഇരുന്നു. നീണ്ടു കിടന്ന ചുവരിന്റെ ഇരുവശങ്ങളിലേക്കും നോക്കി. നീണ്ടു നിവർന്നുകിടക്കുന്ന ഒരു പാമ്പിനെപ്പോലെ ചുവർ ഇരുവശങ്ങളിലായി കാണപ്പെട്ടു. ചുവരിന്റെ ഒത്ത മദ്ധ്യത്തിൽ, ഇരുവശവും തുല്യ അകലം വരത്തക്കവണ്ണം മുത്തു ഇരുപ്പു ക്രമപ്പെടുത്തി. ഒത്ത മദ്ധ്യത്തിൽ ഉടച്ചാൽ മാത്രമേ ഇരുവശത്തുനിന്നും വെള്ളം ഒരുപോലെ ഒഴുകിപ്പോവുകയുള്ളൂ. കുറച്ചു കൂടി മുന്നിലേക്ക് നിരങ്ങി നീങ്ങി വീണ്ടും ഇരുവശവും പരിശോധിച്ചു. തടാകത്തിനുള്ളിലേക്കു കിടന്ന കാലിന്റെ പകുതിവരെ വെള്ളത്തിൽ മുങ്ങിയിരുന്നു. ഇനി ഒരടികൂടി വെള്ളമുയർന്നാൽ ചുറ്റുചുവർ വെള്ളത്തിൽ മുങ്ങും.

സൗകര്യപ്രദമായ സ്ഥലം നോക്കി ആഞ്ഞു കുത്തി. 'ണങ്...' എന്ന ശബ്ദത്തിൽ കമ്പിപ്പാര കൈകളോടൊപ്പം മുകളിലേക്കു തെറിച്ചു. വീണ്ടും ആഞ്ഞു കുത്തി. കമ്പിപ്പാര മുകളിലോട്ടു തെറിച്ചതല്ലാതെ എവിടെയും ഒരു പോറൽ പോലുമേറ്റില്ല. ചുവരിനോട് ഒരു വെറുപ്പു തോന്നിയ അയാൾ രണ്ടിലൊന്ന് അറിഞ്ഞ ശേഷമേ പിന്മാറുകയുള്ളൂ എന്ന് ശഠിച്ചു. ചുവരിനു മുകളിലേക്കു കയറി നിന്ന് ഊക്കോടെ ഇടിക്കാൻ അയാൾ ശ്രമിച്ചു. ഒരു കാൽ വഴുതി വീഴാൻ തുടങ്ങുന്നതുപോലെ തോന്നി. അതിനാൽ ഇരുന്നുകൊണ്ട് ശ്രമം തുടങ്ങി. വെള്ളം ഉയർന്നുകൊണ്ടിരിക്കുന്നത് അറിഞ്ഞു. അതൊന്നും കണക്കിലെടുക്കാതെ തന്റെ ജോലി തുടർന്നു. ചുവർ ഇടിച്ചുതള്ളാനുള്ള ആവേശം അയാളിൽ പ്രകടമായി. കമ്പിപ്പാര കരിങ്കല്ലിൽ ആഞ്ഞുപതിക്കുമ്പോഴുള്ള 'ണങ്കാരം' വെള്ളം ഇരച്ചു വീഴുന്ന ശബ്ദത്തിൽ മുഴുകിപ്പോയി.

വീണ്ടും കമ്പിപ്പാര ഉയർത്തിയ ഉടൻ പുറത്തേക്കു തൂക്കിയിട്ടിരുന്ന കാലിൽ എന്തോ പിടിച്ചു വലിക്കുന്നതുപോലെ ഒരു തോന്നൽ. പെട്ടെന്ന് കാൽ ബലമായി മുകളിലേക്കു വലിച്ചു നോക്കിയിട്ടും ഫലം കണ്ടില്ല. മുകളിലേക്കുയർത്തിയ കൈകൾ താഴ്ത്താതെ തന്നെ കുനിഞ്ഞു നോക്കി.

മിന്നൽവെളിച്ചത്തിൽ വെള്ളം ഊർന്നിറങ്ങുന്ന മുഖത്തോടെ ചെല്ലായി! കാൽ കുടഞ്ഞു മാറ്റി കമ്പിപ്പാര വീണ്ടും ആഞ്ഞുകുത്തി. എന്തൊക്കെയോ പിറുപിറുത്തുകൊണ്ട് ഇരുകൈകളും കമ്പിപ്പാര വീഴുന്ന സ്ഥലത്തേക്ക് വിടർത്തി വെച്ച് ചുവരിലേക്കു ചാരി അവൾ നിന്നു. ഇത്രയും നേരം കമ്പിപ്പാര പതിച്ചതിന്റെ നേരിയ അടയാളങ്ങൾ മാത്രം കാണപ്പെട്ട സ്ഥലത്ത് അവളുടെ കൈകൾ! കാലുകൾകൊണ്ട് അവളുടെ കൈകൾ തള്ളിമാറ്റാനൊരു ശ്രമം നടത്തി. നിശ്ചലയായി നിന്നയിടത്തു തന്നെ അവൾ ഉറച്ചുനിന്നു.

അയാൾ മർദ്ദിക്കുമ്പോഴെല്ലാം അവൾ എന്തൊക്കെയോ പുലമ്പിക്കൊണ്ടിരുന്നു. അവൾ പറയുന്നതൊന്നും വ്യക്തമായിരുന്നില്ല.

ഈ നേരത്ത് അവളെന്തിനാണ് വന്നത്? ഉടുമ്പിനെപ്പോലെ ചുവരിൽ ഒട്ടിപ്പിടിച്ചുകിടന്ന അവളുടെ കൈകൾ പിടിച്ചു മാറ്റാൻ അയാൾ ശ്രമിച്ചു നോക്കി. ഫലം കണ്ടില്ല. കൈകളൂന്നി അയാൾ ചാടിയിറങ്ങി. അവളുടെ മുടിക്കെട്ടിൽ പിടിച്ചുവലിച്ച് ദൂരേക്ക് മാറ്റി നിർത്തി. മഴയുടെ ശക്തി കുറഞ്ഞു തുടങ്ങിയിരുന്നു.

"എവിടെയെങ്കിലും പോയിത്തൊലയ്... ശനി പിടിച്ചവളെ..."

ആക്രോശിച്ചുകൊണ്ട് അവളെ അയാൾ ദൂരേക്കു പിടിച്ചു തള്ളി. താഴേക്ക് ഊർന്നിറങ്ങിയ അവൾ അയാളുടെ കാലുകളിൽ കെട്ടിപ്പിടിച്ചു നിലത്തിരുന്നു.

"വിടില്ല. വേണ്ടാ, വേണ്ടാ..." അവൾ യാചിച്ചു. അനങ്ങാൻ പറ്റാത്ത വിധം അയാളുടെ കാലുകൾ അവൾ ബലമായി പിടിച്ചു നിർത്തി. അയാൾ ശക്തിയായി അവളുടെ മുടിക്കെട്ടിനു പിടിച്ച് പൊക്കി അകലേക്കു വലിച്ചെറിഞ്ഞു. ശരവേഗത്തിൽ വീണിടത്തുനിന്നും എഴുന്നേറ്റ് അവളോടി. അവളുടെ ഓട്ടത്തിന്റെ വേഗത കണ്ടു ഭയന്നുപോയ അയാൾ അവളെ പിന്തുടർന്നു. തുറസ്സായ സ്ഥലത്തുള്ള മുനിയപ്പൻ കോവിലിനുള്ളിലേക്ക് അവൾ ഓടിപ്പോകുന്നത് മിന്നൽവെളിച്ചത്തിൽ അയാൾ കണ്ടു. അയാളും കോവിലിനുള്ളിലേക്ക് ഓടിക്കയറി. അവളെ കാണാനില്ല. മിന്നൽ വെളിച്ചത്തിൽ ചുറ്റും നോക്കി. ആകാശത്തിൽ മിന്നിമറയുന്ന വെള്ളിവെളിച്ചത്തിൽ തങ്ങളെത്തന്നെ സൂക്ഷിച്ചു നോക്കിനിൽക്കുന്ന ദൊരസ്വാമിയുടെ പ്രതിമ കണ്ണിൽപ്പെട്ടു. അതിന്റെ കൈയിലുണ്ടായിരുന്ന തോക്ക് അയാളുടെ നേർക്ക് ഉന്നം പിടിച്ചിരുന്നു. ■

കക്കൂസ്

ഞാങ്ങളുടെ നാട്ടിൽ 'ബോംബേ കക്കൂസ്' എന്നറിയപ്പെടുന്ന യൂറോപ്യൻ ക്ലോസെറ്റ് ആദ്യമായി നിർമ്മിച്ചത് 'ഉണ്ടപ്പാട്ടി' എന്ന് എല്ലാവരും സ്നേഹ പൂർവ്വം വിളിക്കുന്ന പൊന്നായ അമ്മൂമ്മയാണ്. കൈകാലുകളെല്ലാം നല്ല ഉരുക്കുകട്ടപോലെ ഉരുണ്ടിരിക്കുന്നതുകൊണ്ടാണ് ആ പേരു കിട്ടിയത്. അവർക്ക് ആ ഗ്രാമത്തിൽ ആകെയുണ്ടായിരുന്നത് ഒരു വീടു മാത്രമാണ്. വളരെ ചെറുപ്പത്തിൽത്തന്നെ അവരുടെ ഭർത്താവ് കാലപുരി പ്രാപിച്ചി രുന്നു. ആ സമയത്ത് അവരുടെ കുഞ്ഞിന് ഒന്നര വയസ്സു മാത്രമേ ഉണ്ടാ യിരുന്നുള്ളുവെന്ന് കിഴവി കണക്കുകൂട്ടിപ്പറയും. വാദ്ധ്യാന്മാർക്ക് അച്ചിങ്ങ, അമരപ്പയർ മുതലായവ ദക്ഷിണയായിക്കൊടുത്ത് പ്രൈമറിക്ലാസ്സുവരെ, തട്ടിമുട്ടിപ്പഠിച്ച തന്റെ മകന് തുടർന്നു പഠിക്കാൻ കഴിയാതിരുന്നത് ഉയർന്ന ക്ലാസ്സിലെ വാദ്ധ്യാന്മാർക്കു ദക്ഷിണ കൊടുക്കാൻ ആവശ്യത്തിന് നാളി കേരം ഇല്ലാതിരുന്നതു കൊണ്ടാണ്. നമ്മുടെ അവസ്ഥയ്ക്ക് അതു കൊടു ക്കാനുള്ള 'പാങ്ങ്' തനിക്കില്ലായിരുന്നുവെന്ന് അമ്മൂമ്മ പറയും.

കിഴവി പലരുടെയും കാലുപിടിച്ച് മകന് അടുത്തുള്ള ഒരു നൂൽക്കമ്പ നിയിൽ ദിവസക്കൂലിക്ക് ജോലി വാങ്ങിക്കൊടുത്തു. കൈയിൽ കാശു വന്നു തുടങ്ങിയപ്പോൾ അവന് നഗരജീവിതം തലയ്ക്കു പിടിക്കാൻ തുടങ്ങി. അതിനാൽ അവിടെത്തന്നെ ഒരു മുറിയെടുത്തു താമസം ആരം ഭിച്ചു. മകനെ "അവിടെവച്ചു കണ്ടു", "ഇവിടെ വച്ചു കണ്ടു", എന്നെല്ലാം ആളുകൾ ഓരോന്നു പറയുന്നതു കേട്ട് കിഴവിയുടെ നെഞ്ചിടിപ്പു കൂടി. രാത്രി മുഴുവൻ ഉറക്കം വരാതെ ഓരോന്ന് പുലമ്പിക്കൊണ്ട് മച്ചിൻ പുറത്ത് ഓടിനടക്കുന്ന എലികളെ നോക്കിക്കിടക്കും. ഇനി പിടിച്ചാൽ കിട്ടില്ല എന്നു തോന്നിയതിനാൽ അവനെ വഴിക്കു കൊണ്ടുവരാൻ ഒരു തന്ത്രം പ്രയോഗിച്ചു. അവനെ ഒരു കുരുക്കിൽപ്പെടുത്തി 'സംസാര സാഗ രത്തിൽ' തള്ളിയിട്ടു. അവിടെക്കിടന്ന് കൈകാലിട്ടടിച്ച് കരകയറാൻ ശ്രമി ച്ചിട്ടും ഫലം കണ്ടില്ല. കരകയറുക എന്നത് അവന് ഒരു വെറും കന വായി മാറി. കിഴവിക്കാണെങ്കിൽ പരമാനന്ദം!

കിഴവി സന്തോഷത്തിലാറാടി ഊരു ചുറ്റിപ്പറന്നു നടന്നു. തോന്നു മ്പോൾ എന്തെങ്കിലും ജോലിക്കു പോകും. അല്ലാത്തപ്പോൾ വേപ്പുമര ത്തണലിൽ കട്ടിലിട്ട് നീണ്ടുനിവർന്നു കിടക്കും.

"ഒരു വയറു ചോറിനാണോ പഞ്ഞം?" കാക്കയും കുരുവിയും കൊത്തിക്കൊണ്ടിടുന്ന അരിമണികൾ പെറുക്കിയെടുത്താൽത്തന്നെ ഒരു ദിവസം തള്ളി നീക്കാം. വല്ലപ്പോഴും മുറുക്കോ മറ്റെന്തെങ്കിലും പലഹാരമോ ഉണ്ടാക്കി മകനെ കാണാൻ പോകും. തലയിൽ കുളുകുളുർക്കെ എണ്ണ തേച്ച് വലിയ സഞ്ചിയിൽ പലഹാരവും തൂക്കിയാണ് പോക്ക്. പോകുന്ന വഴിക്കെല്ലാം "മോനേക്കാണാൻ പോവാണ്," എന്ന് നാലാൾ കേൾക്കേ വിളിച്ചു പറഞ്ഞാണ് നടപ്പ്. അതിരാവിലെ പുറപ്പെട്ട് നേരമിരുട്ടുന്നതിനു മുമ്പ് സ്വന്തം വീട്ടിൽ തിരിച്ചെത്തും. വീടുവിട്ട് ഒറ്റരാത്രി പോലും കഴിഞ്ഞുകൂടാൻ അവർ ഇഷ്ടപ്പെട്ടില്ല. ലോകം മുഴുവൻ ചുറ്റാൻ പോയാലും നേരം വൈകുമ്പോൾ സ്വന്തം കൂരയിൽ വന്നു ചേരണം എന്നതാണ് കിഴവിയുടെ അടിയുറച്ച അഭിപ്രായം.

അന്ന് മകന്റെ വീട്ടിൽപ്പോയ കിഴവിക്ക് തന്റെ അഭിപ്രായത്തിൽ ഉറച്ചു നിൽക്കാൻ കഴിഞ്ഞില്ല. പേരക്കുട്ടികൾക്ക് സ്കൂളവധി. കഥ പറഞ്ഞു കൊടുക്കാൻ അവർ അമ്മൂമ്മയെ നിർബന്ധിച്ചുകൊണ്ടിരുന്നു. അമ്മൂമ്മയുടെ ചെറുപ്പത്തിൽ അവരുടെ അമ്മൂമ്മ പറഞ്ഞുകൊടുത്തിരുന്ന ഒരു കഥയുടെ കെട്ട് ഇവിടെ അഴിച്ചു. അത് ഇത്ര വലിയ ഒരു കെണിയിൽ തന്നെ വീഴ്ത്തിക്കളയുമെന്ന് കിഴവി സ്വപ്നത്തിൽ പോലും കരുതിയിരുന്നില്ല. സ്കൂൾ അവധി തീരുന്നതുവരെ അമ്മൂമ്മ അവിടെ നിന്ന് പോകാൻ പാടില്ല എന്ന് ചെറുമകൻ നിർബന്ധം പിടിച്ചു:

"വീട്ടിൽച്ചെന്നിട്ടെന്താ...? അവിടെ ആടു പെറ്റു കിടക്കുന്നോ ഓടിപ്പോകാൻ? ഒരാഴ്ച കൂടി നിന്നിട്ടു പോയാൽ മതി." മകൻ അനുവാദം കൊടുത്തു.

അമ്മൂമ്മ കുട്ടികളോടൊപ്പം പല്ലാങ്കുഴിയും കൊത്തങ്കല്ലും കളിച്ച് കൂട്ടത്തിൽ മരുമകൾക്ക് അല്ലറ ചില്ലറ സഹായങ്ങളും ചെയ്തു കൊടുക്കും. കെട്ടിയവനും കെട്ടിയവളും കൂടി സിനിമയ്ക്കു പോകുമ്പോൾ കുട്ടികളെ നോക്കുന്ന ജോലി! കുന്നും മലയും ചെടികൊടികളുമൊന്നും കാണാൻ കഴിയുന്നില്ലല്ലോ എന്ന് സങ്കടം തോന്നിയെങ്കിലും തന്റെ നിർബ്ബന്ധം തൽക്കാലത്തേക്കു മറക്കാൻ അവർ നിർബ്ബന്ധിതയായി.

"ആകെ വേണ്ടത് ഒരു പിടിച്ചോറ്. അതെവിടെക്കിട്ടുന്നോ അവിടെ കിടക്കുന്നതുതന്നെ നല്ലത്."

മകന്റെ വീട്ടിൽ ഒരു കാര്യത്തിലാണ് കിഴവിക്കു ബുദ്ധിമുട്ടു തോന്നിയത്. അടുക്കളയോടു ചേർന്നാണ് കുളിമുറിയും കക്കൂസും!

"തിന്നുന്നതും ഉള്ളിൽ, തൂറുന്നതും ഉള്ളിൽത്തന്നെ! ഛെ...!" കിഴവി മുഖം ചുളിച്ചു. അവർക്കു മേലാസകലം പുല്ലരിക്കുന്നതുപോലെ തോന്നി. അടച്ചമുറിയിൽ കുത്തിയിരുന്നിട്ട് അവർക്ക് വയറൊഴിയുന്നില്ല. മൂക്കിയും മൂളിയും വളരെ ബദ്ധപ്പെട്ടാണ് കാര്യം കഴിക്കുന്നത്. 'കിറീച്ച്' എന്ന ശബ്ദത്തോടെ കതകു തുറന്നു പുറത്തുവരുന്ന കിഴവിയുടെ മുഖത്ത് ലോകം കീഴടക്കിയതിന്റെ വിജയീഭാവവും തളർച്ചയും പ്രത്യക്ഷപ്പെടും.

പതുക്കെപ്പതുക്കെ കിഴവി അതുമായി പൊരുത്തപ്പെടാൻ തുടങ്ങി. ഉള്ളിൽ പോകുമ്പോഴും തിരികെ വരുമ്പോഴും എന്തൊക്കെ ചെയ്യണം, ചെയ്യാൻ പാടില്ല എന്നതെല്ലാം ശ്രദ്ധാപൂർവ്വം മനസ്സിലാക്കി. കിഴവിയെ പഠിപ്പിക്കാൻ പേരക്കുട്ടികൾ മത്സരിച്ചു ശ്രമം തുടങ്ങി. ഒന്നാം സ്ഥാനത്തെത്താൻ കഴിഞ്ഞില്ലെങ്കിലും പാസ്സ്മാർക്കു വാങ്ങാൻ കിഴവിക്കു കഴിഞ്ഞു. ബേസിനിൽ നിറഞ്ഞിരിക്കുന്ന മലം ഒരു ബക്കറ്റ് വെള്ളമൊഴിക്കുമ്പോൾ അപ്രത്യക്ഷമായി. അവശിഷ്ടങ്ങളെല്ലാം മറഞ്ഞ് ബേസിനിന്റെ കുരവള വരെ വെള്ളം നിറഞ്ഞുകിടന്നു. ഇത് കിഴവിയെ അത്ഭുതപ്പെടുത്തി. ഇതു കണ്ടുപിടിച്ച പുണ്യവാളനെ നേരിൽക്കണ്ട് അഭിനന്ദിക്കണമെന്ന് അവർക്കു തോന്നി. എന്നാൽ ആരോടാണ് ചോദിക്കേണ്ടതെന്ന് നിശ്ചയമില്ലായിരുന്നു. എന്തു ചോദിച്ചാലും മരുമകളും പേരക്കുട്ടികളും അവരെ പരിഹസിച്ചു ചിരിക്കും. ഒന്നുമറിയാത്ത ഒരു അപ്പാവിയായി തന്റെ ജീവിതം തുലഞ്ഞു പോകുമല്ലോ എന്ന് കിഴവിക്ക് തന്നോടു തന്നെ പുച്ഛം തോന്നി. ബേസിനിൽ വീഴുന്നതെല്ലാം എങ്ങോട്ടാണ് പോകുന്നതെന്ന് ഒരിക്കൽ ചെറുമകളോടു ചോദിച്ചു. അവൾ ചിരിച്ചുകൊണ്ട് അപ്പോൾ കിഴവിയിരുന്നിരുന്ന സ്ഥലം ചൂണ്ടിക്കാട്ടി. സെപ്റ്റിക് ടാങ്കിന്റെ പുറത്തായിരുന്നു അവരപ്പോൾ! ഇതുകേട്ട കിഴവി ചാടിയെഴുന്നേറ്റു. തീട്ടക്കുഴിക്കുമേൽ ഇരുന്നതുപോലെ ദേഹമാസകലം നാറുന്നതായി അവർക്കു തോന്നി. ഇതുകണ്ട്, മറ്റുള്ളവർ ആർത്തു ചിരിച്ചു. അതൊന്നടങ്ങാൻ കുറെ നേരമെടുത്തു.

ഇതെല്ലാം നൈമിഷികമായ വെറും തോന്നലുകൾ മാത്രമാണ്. കാലക്രമത്തിൽ എല്ലാം ശരിയായിക്കൊള്ളും. അതിനുശേഷം എത്രയോ പ്രാവശ്യം അതേ സെപ്റ്റിക് ടാങ്കിനുമേലിരുന്ന് ഉള്ളി പൊളിച്ചിട്ടുണ്ട്; കായ്കറികൾ നുറുക്കിയിട്ടുണ്ട്! എന്തെങ്കിലും വ്യത്യാസമുള്ളതായി തോന്നിയതേയില്ല.

കിഴവി കക്കൂസിൽപ്പോയി തിരികെ വന്നാലുടൻ ആരെങ്കിലും ഉള്ളിൽപ്പോയി അവർ എന്തെല്ലാം തെറ്റുകൾ ചെയ്തിട്ടുണ്ടെന്ന് കണ്ടുപിടിക്കുന്നത് അവസാനിപ്പിച്ചതുപോലെ തോന്നി. ഇതു സംബന്ധിച്ച് മറ്റുള്ളവരെ ഉപദേശിക്കാനുള്ള വൈഭവം വരെ കിഴവി നേടിയെടുത്തു. എല്ലാം പരിചയിച്ച് സാധാരണ നിലയിലായിക്കഴിഞ്ഞശേഷം കിഴവിക്ക് വെറുതെ സമയം കളയാൻ ഇഷ്ടമില്ലായിരുന്നു. മരുമകൾ എന്തൊക്കെ സാധനങ്ങളാണ് പാഴാക്കിക്കളയുന്നത്? വീട്ടുജോലികൾ അടുക്കും ചിട്ടയുമില്ലാതെ വാരിവലിച്ചു ചെയ്ത് വീട് അലങ്കോലമാക്കുന്നു. തന്റെ മകൻ രാപകൽ കഷ്ടപ്പെട്ട് കൊണ്ടുവരുന്ന പണം അനാവശ്യച്ചെലവുകൾക്കായി ഉപയോഗിക്കുന്നത് കിഴവി കണ്ടുപിടിച്ചു. ഇതെല്ലാമൊന്നു ശരിയാക്കിയെടുക്കാനുള്ള ശ്രമം തുടങ്ങി. മരുമകളുടെ ഓരോ കുറ്റങ്ങൾ കണ്ടുപിടിച്ച് ചൂണ്ടിക്കാട്ടി സ്വയം വലിയവളാകാൻ ശ്രമം തുടങ്ങി.

മരുമകളുടെ പിറുപിറുപ്പും കടുപ്പത്തിലായിത്തുടങ്ങി. തന്റെ സാമ്രാജ്യത്തിന്റെ പകുതി ഭാഗം അവർ കൈവശപ്പെടുത്തിക്കളയുമോ എന്ന് മരുമകൾ ഭയപ്പെട്ടു. മകനെ വളർത്തി ആളാക്കാൻ താൻ ഒറ്റയ്ക്കു

ചെയ്ത വീരകൃത്യങ്ങൾ ഒട്ടും വിടാതെ മരുമകളെ പറഞ്ഞു കേൾപ്പിച്ചു കൊണ്ടിരുന്നു. മകന്റെ മേൽ തനിക്കുള്ള അവകാശം സ്ഥിരപ്പെടുത്തി യെടുത്തപ്പോഴേക്കും കുട്ടികളുടെ സ്കൂൾ തുറക്കാനുള്ള സമയമായി. ഇനി കഥ കേൾക്കാനോ കിഴവിയോടൊപ്പം കളിക്കാനോ നേരമില്ലാതെ യായി. വീടിനുള്ളിലിരുന്നുകൊണ്ടുതന്നെ കിഴവി മരുമകളോട് യുദ്ധം തുടർന്നു. കിഴവിയോട് നേരിട്ട് ഏറ്റുമുട്ടാതെ മരുമകൾ തന്ത്രപൂർവ്വം അവരെ ഒഴിവാക്കാനുള്ള പരിശ്രമം തുടങ്ങി.

"നമ്മുടെ സ്വന്തം വീട് നോക്കാനാളില്ലാതെ അവിടെക്കിടന്ന് നശി ക്കുകയാണല്ലോ." അവൾ ഉപായത്തിൽ പറഞ്ഞുവെച്ചു. തുടർന്ന് മകന്റെ വകയായും ചില കരുനീക്കങ്ങൾ നടന്നു.

"നമ്മുടെ വീടു മേഞ്ഞിരുന്ന ഓലകൾ കാറ്റടിച്ച് ഇളകിക്കിടക്കുന്ന തായി നാട്ടിൽനിന്നും വന്ന മൊട്ടയൻ പറഞ്ഞു. അതൊന്നു പോയി നോക്കിയിട്ടു വരൂ..." എന്നു പറഞ്ഞ് കിഴവിയെ ബസ്സിൽ കയറ്റി വിട്ടു. വീടു വിട്ടു വന്ന് ഒരു മാസം കഴിഞ്ഞിരുന്നു. തനിക്ക് ഒരു പരിചയവുമി ല്ലാത്ത പുതിയ ഒരു സ്ഥലത്തേക്കു പോകുന്നതുപോലെയാണ് അവർക്കു തോന്നിയത്. ബസ്സിന്റെ ജനലിൽക്കൂടി ശക്തിയായി കാറ്റ് അവരുടെ മുഖ ത്തേക്ക് അടിച്ചുകൊണ്ടിരുന്നു. ഈ നാട്ടിൽ ആദ്യമായി വരുന്നവളെ പ്പോലെ ചുറ്റും നോക്കി നടന്നു. എതിരെ വരുന്നവരുടെ മുഖങ്ങളും പേരു മൊക്കെ ഓർമ്മയിൽ കൊണ്ടുവരാൻ ശ്രമിച്ചു. അവർ നല്ലതുപോലെ കനത്തുകൊഴുത്തിരുന്നതായി കണ്ടവർ കിഴവിയെ അഭിനന്ദിച്ചു. ചിരിച്ചും വെയിൽ മങ്ങുന്നതിനു മുമ്പുതന്നെ അവർ സ്വന്തം വീട്ടിൽ തിരിച്ചെത്തി. വീടിനു ചുറ്റും നടന്നു നോക്കി. എവിടെയും ഓലകൾ ഇളകിക്കിടക്കു ന്നതു കാണാൻ കഴിഞ്ഞില്ല.

വീട്ടിൽ തിരിച്ചെത്തി രണ്ടുമൂന്നു ദിവസങ്ങൾക്കുള്ളിൽ കക്കൂസില്ലാ ത്തതിന്റെ ബുദ്ധിമുട്ട് കിഴവിക്ക് ബോദ്ധ്യമായി. ഗ്രാമത്തിൽ കാടുപിടിച്ചു കിടക്കുന്ന വെളിമ്പറമ്പ് ധാരാളമുണ്ട്. പറമ്പിന്റെ കിഴക്കു ഭാഗം പുരുഷ ന്മാർക്കും പടിഞ്ഞാറ് സ്ത്രീകൾക്കുമായി വേർതിരിച്ചിരുന്നു. അവിടെ മുഴുവൻ മുള്ളുകളുള്ള ശീമക്കരുവേലമരങ്ങൾ പടർന്നു പന്തലിച്ചു നിന്നി രുന്നു. അതിനുള്ളിലാണ് ഗ്രാമവാസികൾ വെളിക്കിരിക്കാൻ പോവുക. നോക്കുന്നിടത്തെല്ലാം പച്ചയും കറുപ്പും നിറത്തിൽ മലം നിറഞ്ഞു കിടക്കും. അതിനുള്ളിൽക്കൂടി നടന്ന്, പറ്റിയ ഒരു സ്ഥലം കണ്ടുപിടിച്ച് കുത്തിയിരിക്കുന്നതു തന്നെ ശ്രമകരമായ ഒരു ജോലിയാണ്. അവിടെ പോകുമ്പോഴെല്ലാം കിഴവിക്ക് മകന്റെ വീട്ടിലെ കക്കൂസ് ഓർമ്മയിൽ വരും. തൂവെള്ളനിറത്തിൽ കളിമൺ ബേസിനും അതു വൃത്തിയാക്കാൻ വെച്ചിരിക്കുന്ന വസ്തുക്കളുമെല്ലാം ഓർക്കുമ്പോൾ അവരുടെയുള്ളിൽ ഒരു സങ്കടം തോന്നും. അതുതന്നെ ഓർത്തോർത്ത് അവരുടെ ശരീരം ശോഷിക്കാൻ തുടങ്ങി. പൊന്തക്കാട്ടിലെ ദുർഗന്ധം ശ്വസിച്ചാൽപ്പിന്നെ ശരീരം എങ്ങനെ നന്നാവുമെന്ന് കിഴവി സ്വയം ചോദിച്ചു. മരുമകൾക്ക് വലിയ സൗകര്യങ്ങളെല്ലാം ചെയ്തു കൊടുത്ത മകൻ, സ്വന്തം അമ്മയെ ഈ തീട്ടക്കുഴിയിലേക്ക് തള്ളിവിട്ടിരിക്കുകയാണ്. 'അവന്

ഗുണം പിടിക്കുമോ?' അവർ മകനെ ശപിക്കും. അടുത്ത നിമിഷം മകനെ ഇങ്ങനെ ശപിക്കേണ്ടി വന്നതിൽ പശ്ചാത്തപിക്കുകയും ചെയ്യും.

പൊന്തക്കാട്ടിലെ ദുർഗന്ധം സഹിക്കാൻ കഴിയാതെ, വളരെ ദൂരം നടന്ന് ഏതെങ്കിലും കൃഷിസ്ഥലത്ത് കിഴവി പോകാൻ തുടങ്ങി. പടർന്നു പന്തലിച്ചു നിൽക്കുന്ന ചെടികൾ വകഞ്ഞുമാറ്റി ഉള്ളിൽക്കടന്ന് ഇരിക്കാൻ പറ്റിയ സ്ഥലം കണ്ടുപിടിക്കുന്നത് ഒരു വെല്ലുവിളിയായിത്തീർന്നു. ചെടികളുടെ ശാഖകൾ സടകുടഞ്ഞെഴുന്നേറ്റ് കുത്തി നോവിച്ചു. മടുപ്പില്ലാതെ, ആശ്വാസത്തോടെ പോയ്‌വരാൻ കഴിഞ്ഞു. എന്നാൽ അതു അധികനാൾ നീണ്ടുനിന്നില്ല.

ഒരിക്കൽ കിഴവി സ്വസ്ഥമായി അവിടെ ഇരിക്കുമ്പോൾ സ്ഥലമുടമ കണ്ടുപിടിക്കുകയും അവരെ കൊല്ലാക്കൊല ചെയ്യുകയും ചെയ്തു. കിഴവിക്ക് പെട്ടെന്ന് ചാടിയെഴുന്നേൽക്കാൻ കഴിഞ്ഞില്ല. ഉടമ കണ്ടാലും കാണാതെ പൊയ്ക്കളയുമെന്നുള്ള പ്രതീക്ഷ അസ്ഥാനത്തായി. രോഷത്തോടെ അവർ വിളിച്ചുകൂവി.

"കിഴവിക്കു കുത്തിയിരിക്കാൻ ഞങ്ങളുടെ ഭൂമി മാത്രമേ കണ്ടുള്ളോ...? കൃഷി ചെയ്യുന്ന സ്ഥലത്തു വന്ന് ഇങ്ങനെ നാണമില്ലാതെ കുത്തിയിരിക്കാൻ നിങ്ങൾക്കെങ്ങനെ മനസ്സു വന്നു? നായ്ക്കൾക്കു വയസ്സാവുമ്പം ബുദ്ധി കെട്ടുപോകും."

ഈ കുത്തുവാക്കുകൾ തന്റെമേൽ കത്തി കുത്തിയിറക്കുന്നതു പോലെ കിഴവിക്കു തോന്നി. ആകെ നാണക്കേടായിപ്പോയി. എന്റെ ഭർത്താവ് എനിക്കുവേണ്ടി കുറെ ഭൂമിക്കൂടി തന്നിട്ടു പോയില്ലല്ലോ എന്ന് കിഴവി പരിതപിച്ചു. മുഖം പോലും ഓർത്തെടുക്കാൻ കഴിയാത്ത ഭർത്താവിനെയും തന്റെ കാര്യങ്ങൾ ശ്രദ്ധിക്കാൻ നേരമില്ലാത്ത മകനെയും അന്നു മുഴുവൻ അവർ ഭർത്സിച്ചുകൊണ്ടേയിരുന്നു.

തന്നെ അപമാനിച്ച അവളുടെ ഭൂമിയോടു തൊട്ടുകിടക്കുന്ന സ്ഥലം വാങ്ങി അവിടം വിസർജ്ജനത്തിനു മാത്രമായി ഉപയോഗിക്കുന്നതായി സ്വപ്നം കണ്ട് അന്നു രാത്രി മുഴുവൻ കിഴവി സന്തോഷിച്ചു.

അടുത്ത ദിവസം കടല പൊളിക്കുന്ന ജോലിക്ക് കിഴവി പോയി. അവർക്ക് ഏറ്റവും ഇഷ്ടപ്പെട്ട ജോലിയായിരുന്നു അത്. കൊച്ചുകുട്ടികൾ മുതൽ കിഴവികൾ വരെ കടല പൊളിക്കാൻ വരും. അവിടെ ജോലി നടന്നാലും ഇല്ലെങ്കിലും പരദൂഷണം പറച്ചിൽ നന്നായി നടക്കും. ഉച്ചത്തിലുള്ള സംഭാഷണങ്ങളും അട്ടഹാസങ്ങളും അവിടെ പതിവാണ്. ഉടമസ്ഥയ്ക്ക് അവരെ നിയന്ത്രിക്കാൻ കഴിയാറില്ല. ഓരോരുത്തർക്കും പൊളിച്ചെടുക്കുന്ന കടലയുടെ അളവനുസരിച്ച് കൂലി. അതുകൊണ്ട് ഓരോരുത്തർക്കും അവരവരുടെ ജോലിയിൽ സ്വാതന്ത്ര്യമുണ്ട്. വീടിന്റെ വരാന്തയിൽ മൂങ്ങയെപ്പോലെ ചുരുണ്ടുകിടക്കുന്നതിനെക്കാൾ എത്രയോ ഭേദമാണ് ഇതേപോലെ ഏതെങ്കിലും ജോലിക്കു പോയി കൈകാലുകൾക്ക് വ്യായാമം നൽകുന്നത്? ആ വീട്ടുടമസ്ഥയും കിഴവിയും തമ്മിൽ ചെറുപ്പം മുതലേ സുഹൃദ്ബന്ധമുള്ളവരാണ്. അന്നു പൊളിച്ചെടുത്ത കടല

അളന്ന് തിരികെപ്പോരുമ്പോൾ കിഴവിയുടെ സുഹൃത്തായ ഉടമ രണ്ടു കൈ നിറയെ അരപ്പയർ വാരി മടിയിലിട്ടു കൊടുത്തു.

"നന്നായിരിക്കട്ടെ" എന്ന് അവർ മനസ്സു നിറഞ്ഞ് ആശിർവദിച്ചു വിട്ടു. അവരുടെ കൈകൾ അന്തിവാനം പോലെ ചുവന്നു തുടുത്തിരുന്നു. പാകത്തിന് വിളഞ്ഞ പിഞ്ചമരക്കായ്... കണ്ടപ്പോഴേ കിഴവിയുടെ വായിൽ വെള്ളമൂറി. കടലപ്പരിപ്പ് വറുത്തിടിച്ച്, അമരക്കായുമായി ചേർത്തെടുത്താൽ എത്ര രുചികരമായിരിക്കും? കൊത്തമരയ്ക്കായ്ക്ക് അത്ര രുചിയാണ്.

ക്ഷമയോടെ ജോലി ചെയ്തു തീർത്തപ്പോഴേക്ക് പാതിരാത്രിയായി, അത് ചോറിൽ കുഴച്ച് തിന്നുകൊണ്ടിരുന്നു. എത്ര തിന്നിട്ടും മതിവരുന്നതുപോലെ തോന്നിയില്ല. കുറെ കറി രാവിലെ പഴങ്കഞ്ഞി കുടിക്കാനായി മാറ്റിവെയ്ക്കണമെന്നു വിചാരിച്ചിട്ടു നടന്നില്ല. കറിയുടെ രുചി കാരണം ചോറ് ധാരാളം കഴിച്ചു. വളരെ നാളുകൾക്കു ശേഷമാണ് ഇത്രയും തൃപ്തിയായി ഭക്ഷണം കഴിക്കുന്നത്. അമിതമായി വയറു നിറഞ്ഞത് ഉറക്കം കെടുത്താൻ കാരണമായി. നേരും പുലരാൻ തുടങ്ങി. കാക്കകൾ കൂട്ടത്തോടെ മരക്കൊമ്പിലിരുന്ന് ചിലച്ചുകൊണ്ടിരുന്നു. കൊത്തമരയ്ക്ക വയറ്റിൽക്കിടന്ന് അതിന്റെ പണി തുടങ്ങിക്കഴിഞ്ഞു. നേരേ പൊന്തക്കാട്ടിലേക്ക് ഓടി. കാലുകൾ തളരാൻ തുടങ്ങി. നടക്കാൻ കഴിയാതെ ഒരിടത്തു കുത്തിയിരുന്നു. കുടൽമാല പുറത്തുവരുന്നതുപോലെ തോന്നി. കണ്ണുകൾ ഉൾവലിഞ്ഞ് എഴുന്നേറ്റു നടക്കാൻ ബുദ്ധിമുട്ടു തോന്നി. അവിടെ നിന്നും ഓടി. ഒരിടത്തിരിക്കുന്നതിനു മുമ്പ് വയറിളക്കി കാൽവഴി ഒഴുകാൻ തുടങ്ങി. ഉടുത്തിരുന്ന വസ്ത്രങ്ങളെല്ലാം നാറാൻ തുടങ്ങി. മയക്കത്തിൽ കുറ്റിക്കാട്ടിൽ വീണുപോയ അവരെ ആരെല്ലാമോ ചേർന്ന് തൂക്കിയെടുത്ത് ആശുപത്രിയിൽ കൊണ്ടുപോയി ഗ്ലൂക്കോസ് കൊടുത്താണ് രക്ഷപ്പെടുത്തിയത്.

രണ്ടു ദിവസം കഴിഞ്ഞ് വിവരമറിഞ്ഞെത്തിയ മകൻ, "കണ്ണിൽക്കണ്ടതെല്ലാം വാരി വലിച്ചു തിന്നുന്നതെന്തിനാ?" ദേഷ്യപ്പെട്ട് അവരെ പുലഭ്യം പറഞ്ഞു.

"നിന്റെ പൊണ്ടാട്ടിക്കു കെട്ടിക്കൊടുത്തുള്ള പോലെ ഒരെണ്ണം എനിക്കും കെട്ടിത്തന്നിരുന്നെങ്കിൽ ഈ ഗതി വരുമായിരുന്നോ?" എന്നു ചോദിക്കണമെന്ന് കിഴവി വിചാരിച്ചെങ്കിലും കഴിയാതെ നിലവിളിച്ചു കൊണ്ടിരുന്നു. മകൻ ആകെ ധർമ്മസങ്കടത്തിലായി.

"നിങ്ങടെ ഇഷ്ടംപോലെ എന്തുവേണേലും ആയിക്കോളൂ" എന്നു പറഞ്ഞ് മകൻ പോയി.

വന്നയുടൻതന്നെ മകൻ തിരികെപ്പോയതും മരുമകളും ചെറുമക്കളും തന്നെക്കാണാൻ വരാത്തതും വീട്ടിൽ കക്കൂസില്ലാത്തതുകൊണ്ടായിരിക്കുമെന്ന് അവർക്കു തോന്നി. പട്ടണത്തിൽ ജീവിച്ചു ശീലിച്ചവരാണ്, അവർ വല്ലപ്പോഴും ഇവിടെ വന്നു താമസിക്കണമെങ്കിൽ ഒരു കക്കൂസ് അത്യാവശ്യമാണെന്ന് അവർ വിശ്വസിച്ചു. കക്കൂസുണ്ടെങ്കിൽ ഒരാഴ്ചയെങ്കിലും ഇവിടെ താമസിച്ചിട്ടു പോകാൻ ആവശ്യപ്പെടാം. അങ്ങനെ ഒരു കക്കൂസുണ്ടാക്കാനുള്ള തീരുമാനത്തിൽ അവർ എത്തിച്ചേർന്നു.

രാത്രിയിൽ കതകടച്ചിരുന്നു. നേരം പുലരുന്നതുവരെ ഓരോരോ ചിന്തകളിൽ മുഴുകി മണ്ണെണ്ണ വിളക്കിന്റെ വെട്ടത്തിൽ വീടു മേഞ്ഞിരുന്ന ഓലകൾക്കിടയിലും മറ്റുപല സ്ഥലങ്ങളിലുമായി ഒളിച്ചുവെച്ചിരുന്ന പണക്കിഴികൾ കണ്ടെടുത്തു. അടിയിൽ ഓല മേഞ്ഞ് അതിനു മുകളിൽ വൈക്കോലും ചോളക്കറ്റകളും വിരിച്ചതാണ് മേൽക്കൂര. അത് കെട്ടി മേഞ്ഞിട്ട് പത്തു പതിനഞ്ചു വർഷങ്ങളെങ്കിലും ആയിട്ടുണ്ടാകും. മകനിൽനിന്നും ഒരു സഹായവും പ്രതീക്ഷിക്കേണ്ടതില്ല എന്നു തീരുമാനിച്ച ശേഷമുള്ള ശീലമാണിത്. കൃഷിപ്പണിക്കും വീട്ടുവേലയ്ക്കും പോയിക്കിട്ടുന്ന പണത്തിൽ മിച്ചമുള്ളത് വീടിന്റെ മേൽക്കൂരയിലും വീട്ടുപാത്രങ്ങൾക്കുള്ളിലും സൂക്ഷിച്ചു വെയ്ക്കാൻ തുടങ്ങി. അതൊക്കെ ഇപ്പോൾ ഉപകാരപ്രദമായിത്തീർന്നു.

കൃത്യമായി ഓർമ്മയില്ലാതെ എവിടെയെങ്കിലുമൊക്കെ വെച്ചിരിക്കുമെന്നു കരുതി, ഓലപ്പഴുതുകൾക്കിടയിൽ സാദ്ധ്യതയുള്ള സ്ഥലങ്ങളിലെല്ലാം അരിച്ചുപെറുക്കി നോക്കി. പാതിരാത്രിയിലും ഉണർന്നിരിക്കുന്നത് അയൽപക്കക്കാരുടെ ശ്രദ്ധയിൽപ്പെടാതിരിക്കാൻ കിഴവി പ്രത്യേകം ശ്രദ്ധിച്ചു. എലികൾ മേൽക്കൂരയിലെ ഓല കടിച്ചു മുറിക്കുന്ന ശബ്ദമല്ലാതെ മറ്റൊന്നും കേൾക്കാനില്ലായിരുന്നു.

ഉച്ചത്തിൽ ശബ്ദമുണ്ടാക്കിക്കൊണ്ട് വലിയ ചുണ്ടെലികൾ അങ്ങോട്ടുമിങ്ങോട്ടും ഓടുന്നതു കണ്ട് കിഴവി തിരച്ചിൽ നിർത്തി. ആ ചുണ്ടെലികൾ തന്റെ പണക്കിഴികൾ കരണ്ടു തിന്നുകാണുമോയെന്ന് അവർ ഭയപ്പെട്ടു. എലികളുടെ പല്ലുകളെ പ്രതിരോധിക്കാനുള്ള മുൻകരുതലുകൾ കിഴവി സ്വീകരിച്ചിരുന്നു. ഒന്നു രണ്ടു പ്രാവശ്യം വിളക്കിൽ എണ്ണ ഒഴിവാക്കേണ്ടി വന്നു. വിളക്കു പിടിച്ചുകൊണ്ടിരുന്ന കൈകളുടെ വേദന മറക്കാൻ പോലും അവർ തയ്യാറായി.

ചെറിയ തുണിസഞ്ചികൾ, ചെറിയ പൊതിക്കെട്ടുകൾ, പ്ലാസ്റ്റിക് സഞ്ചികളിൽ വെച്ചിരുന്ന ചീട്ടുകെട്ടുകൾ തുടങ്ങിയവ പരിശോധനയിൽ കിട്ടിയിരുന്നു. മൺകലങ്ങളിൽ തുണികൾക്കിടയിൽ പൂഴ്ത്തി വെച്ചിരുന്ന ചീട്ടുകെട്ടുകൾ തുടങ്ങിയവ പരിശോധനയിൽ കിട്ടിയിരുന്നു. മൺകലങ്ങളിൽ തുണികൾക്കിടയിൽ പൂഴ്ത്തിവെച്ചിരുന്ന പൊതികളും കണ്ടെടുത്തു. അടുപ്പുകൾക്കടുത്ത് ചെറിയ കുഴികൾ കുഴിച്ച് വഞ്ചിപെട്ടി മാതിരി കാണപ്പെട്ട സ്ഥലങ്ങളും പരിശോധിച്ചു. ഇതുപോലെ ഇനിയും പല സ്ഥലങ്ങളിലും കാണുമെന്ന് കിഴവി വിശ്വസിക്കുകയും സംശയിക്കുകയും ചെയ്തു. അതൊക്കെ ഇനിയൊരാവശ്യം വരുമ്പോഴെടുക്കാം. അല്ലെങ്കിൽ ഇപ്പോഴത്തെ ജോലിക്ക് പണം തികയാതെ വന്നാൽ അപ്പോൾ നോക്കാമെന്നു സമാധാനിച്ചു. ഈ സമ്പാദ്യമൊന്നും തേടിയെടുക്കേണ്ട ആവശ്യങ്ങളൊന്നും ഇതുവരെ വന്നിരുന്നില്ല. പൊതിക്കെട്ടുകൾ അഴിച്ച് നോട്ടുകളും ചില്ലറനാണയങ്ങളും പ്രത്യേകം പ്രത്യേകമായി തരംതിരിച്ചു വെച്ചു.

പല തരത്തിൽ ചുരുട്ടിമടക്കി വെച്ചിരുന്ന രൂപാനോട്ടുകൾ നിവർത്തിയെടുക്കുന്നത്, വാതരോഗികളുടെ മടങ്ങിപ്പോയ കൈകാലുകൾ നിവർത്തിയെടുക്കുന്നതുപോലെ ശ്രമകരമായിരുന്നു. നിറം മങ്ങിപ്പോയ നോട്ടുകൾ

ഒരു ശബ്ദവും പുറപ്പെടുവിക്കുന്നുണ്ടായിരുന്നില്ല. നാണയങ്ങളുടെ കിലുക്കം നിയന്ത്രിക്കാൻ കഴിയാത്തവിധം ഉയർന്നു കേട്ടുകൊണ്ടിരുന്നു. എണ്ണിയ നോട്ടുകൾ വീണ്ടും വീണ്ടും എണ്ണി നോക്കി. മൊത്തം എത്ര രൂപയുണ്ടെന്ന് കൃത്യമായി കണക്കുകൂട്ടിയെടുക്കാൻ അവർക്കു കഴിഞ്ഞില്ല. നോട്ടുകൾ തമ്മിലുള്ള വ്യത്യാസം പോലും തിരിച്ചറിയാൻ അവർ ബുദ്ധിമുട്ടി. അഞ്ചു രൂപയുടെയും അമ്പതു രൂപയുടെയും നോട്ടുകൾ തമ്മിലുള്ള വ്യത്യാസം തിരിച്ചറിയാൻ വിളക്കിനോടു ചേർത്തു പിടിച്ച് തിരിച്ചും മറിച്ചും നോക്കേണ്ടി വന്നു. നാണയങ്ങളുടെ കാര്യത്തിലും പല ബുദ്ധിമുട്ടുകളുമുണ്ടായി. എല്ലാം പിരിച്ചെടുത്ത് ഒരു മൺകലത്തിലാക്കി വെച്ചപ്പോഴേക്കും കോഴി കൂകാൻ തുടങ്ങിയിരുന്നു. കക്കൂസുപണി കഴിഞ്ഞാലും കുറെ പണം മിച്ചം വരുമെന്ന് അവർ കണക്കുകൂട്ടി.

മിച്ചം വരുന്ന പണം മകനു കൊടുക്കണോ അതോ താൻ തന്നെ സൂക്ഷിച്ചു വെയ്ക്കണമോ എന്ന് ദീർഘനേരം ആലോചിച്ചുകൊണ്ടിരുന്നു. പണി തീർക്കാൻ കൂടുതൽ പണം വേണ്ടി വന്നാൽ മകനോടു ചോദിക്കാമെന്ന് ഉറപ്പിച്ചു. പണി തുടങ്ങുന്നതിനു മുമ്പേ പണം ചോദിച്ചാൽ കക്കൂസുപണിതന്നെ അവൻ നിർത്തിവെച്ചു കളയും. ഒരുത്തിക്ക് അടുത്തുള്ള കാട്ടിലേക്കു പോയാൽപ്പോരേ എന്നു ചോദിക്കും. എന്തെല്ലാം തടസ്സങ്ങളുണ്ടായാലും അതെല്ലാം നീക്കിയെടുക്കണം.

“പണം ചെലവാക്കുന്നതു നീയാണോ; എന്റെ കൈവശമുണ്ട്. കാണണോ?” എന്നൊരു കാച്ചുകാച്ചിയാൽ അവന്റെ വായടഞ്ഞു പോകും. മരുമകൾ തുള്ളിച്ചാടാൻ തുടങ്ങും. അവളധികം തിളച്ചു വന്നാൽ, ‘നിന്റപ്പന്റെ വീട്ടീന്നു കൊണ്ടുവന്നതാണോ?” എന്നു ചോദിക്കേണ്ടതാണ്. മകനെ ഇത്രയും കഷ്ടപ്പെട്ടു വളർത്തിയിട്ട് തനിക്കെന്തു പ്രയോജനമാണ് ഉണ്ടായിട്ടുള്ളത്? എല്ലാം അനുഭവിക്കുന്നത് അവളാണ്. കക്കൂസുനിർമ്മാണം ഒരു മഹായുദ്ധക്കളം പോലെയായിത്തീർന്നു. കിഴവി പല പല വ്യൂഹങ്ങൾ ചമച്ചു. ഏതെല്ലാം വഴികളിലൂടെ എന്തെല്ലാം എതിർപ്പുകൾ വരുമെന്നും അതിനെയൊക്കെ എങ്ങനെ നേരിടണമെന്നുമെല്ലാം കിഴവി ആലോചിച്ചുറപ്പിച്ചു. എങ്ങനെയായാലും വിജയം മാത്രമാണ് അവരുടെ ലക്ഷ്യം. അതിനു വേണ്ടിയുള്ള കരുക്കൾ നീക്കാൻ തുടങ്ങി. അന്ന് വെയിലേറുന്നതു വരെ അവർ ഉറങ്ങി.

കിഴവിയുടെ വീടിനു മുന്നിൽ നീണ്ട മുറ്റമുണ്ടായിരുന്നു. അതിന്റെ വലതു ഭാഗത്ത് പടർന്നു പന്തലിച്ചു നിൽക്കുന്ന ഒരു വേപ്പുമരം. ഇടതു ഭാഗം ഒഴിഞ്ഞു കിടക്കുകയാണ്. അവിടെ കക്കൂസ് നിർമ്മിക്കാൻ തീരുമാനിച്ചു. വീട്ടിൽനിന്നും ഒരു ഇരുപതടി ദൂരം കാണും. നല്ല ഒതുങ്ങിയ സ്ഥലം. അതുകൊണ്ട് റോഡിൽനിന്നും വീട്ടിലേക്ക് കടക്കുമ്പോൾ പെട്ടെന്ന് ആരുടെയും കണ്ണിൽപ്പെട്ടില്ല. നല്ല ഒതുക്കമുള്ള സ്ഥലം.

അക്കാലത്ത് ഇന്നത്തേപ്പോലെ വാസ്തുശാസ്ത്രമൊന്നും നോക്കുന്ന പതിവുണ്ടായിരുന്നില്ല. അതിനാൽ അക്കാര്യത്തിന് കിഴവിക്ക് അധികം പണം അനാവശ്യമായി ചെലവഴിക്കേണ്ടി വന്നില്ല. കിഴവിയുടെ മകനും

ആ സ്ഥലം അനുയോജ്യമായിത്തോന്നി. ഇക്കാര്യത്തിൽ മകനും സന്തോഷം. ഇതിന്റെ പേരിൽ കിഴവി അവിടെയുമിവിടെയുമൊക്കെയായി ഒളിപ്പിച്ചുവെച്ചിരിക്കുന്ന പണമെല്ലാം പുറത്തുവരുമെന്നു മാത്രമല്ല, വല്ല അവധിദിവസങ്ങളിലും വന്ന് രണ്ടു മൂന്നു നാൾ തങ്ങി നല്ല വേപ്പുമരക്കാറ്റ് ശ്വാസനാളത്തിലേക്കു വലിച്ചുകയറ്റിപ്പോകാമല്ലോ എന്നതു കൂടിയാണ്.

കക്കൂസ് നിർമ്മാണത്തിനായി മകൻ ഏർപ്പാടു ചെയ്ത രണ്ടു തൊഴിലാളികൾ പട്ടണത്തിൽനിന്നും ബസ്സിൽ അവരുടെ വീട്ടിലെത്തി. മുഴുക്കെ ഷർട്ടും പാന്റ്സും ധരിച്ച് കക്കൂസു പണിയാൻ വരുന്നവരെക്കണ്ട് കിഴവി മൂക്കത്തു വിരൽ വെച്ചു. ആധുനികരീതിയിലുള്ള കക്കൂസ് നിർമ്മിക്കാൻ ഇതുപോലെ ആധുനികരീതിയിലുള്ള വസ്ത്രം ധരിച്ചവർക്കു മാത്രമേ കഴിയുകയുള്ളൂ എന്ന് കിഴവി കരുതി. അവർ മിതമായി മാത്രമേ സംസാരിച്ചിരുന്നുള്ളൂ. അതും ഉറുമ്പിഴയുന്നതുപോലെ നേർത്ത ശബ്ദത്തിൽ. വേല നടന്നുകൊണ്ടിരിക്കുമ്പോൾ ആരെങ്കിലും എന്തെങ്കിലും ചോദിച്ചാൽ മറുപടി ഒരു നോട്ടത്തിൽ മാത്രം ഒതുക്കുന്നവർ. ഇതിന്റെ നിർമ്മാണവിദ്യ മറ്റാരും മനസ്സിലാക്കാതിരിക്കാൻ വേണ്ടിയാണ് ഈ മൗനം. ഒന്നോ രണ്ടോ വാക്കുകൾ പറഞ്ഞാൽപ്പോലും അതിൽനിന്നും രഹസ്യങ്ങൾ ചോർന്നുപോകുമോ എന്ന് ഭയപ്പെടുന്നുണ്ടാകും. നഗരത്തിൽ കിട്ടുന്ന കൂലി കൂടാതെ വണ്ടിക്കൂലിയും ചേർത്ത് ചോദിക്കുമ്പോൾ അതിനെതിരെ എന്തെങ്കിലും പറയാൻ കിഴവിക്കു കഴിഞ്ഞില്ല. ഇടയ്ക്കിടെ ചില ദിവസങ്ങളിൽ അവർ ജോലിക്കു വരാതെയുമിരിക്കും. അന്നൊക്കെ കിഴവി സങ്കടപ്പെടും. മകന്റെ വീട്ടിൽപ്പോയി അന്വേഷിച്ചു വന്നാലോ എന്നു തോന്നിയിട്ടുണ്ട്. കാവലിന് ആളില്ലാതെ വിട്ടിട്ടുപോയാൽ അസൂയക്കാർ പണിസ്ഥലത്തു വന്ന് എന്തെങ്കിലും അതിക്രമം കാണിച്ചാലോ എന്ന് അവർ ഭയപ്പെട്ടു. കല്യാണമുറപ്പിച്ചശേഷം ഉറക്കം വരാതെ തപിച്ചു കഴിയുന്ന ഒരു പെൺകുട്ടിയുടെ അവസ്ഥയിലായി കിഴവി.

ഇടയ്ക്കിടെ പണി കാണാൻ വരുന്ന മകനോട് ഇതുവരെ ചെലവായ പണത്തിന്റെ കണക്ക് പറഞ്ഞുകേൾപ്പിക്കും. നിർത്താതെ ഓരോന്ന് അവർ പറഞ്ഞുകൊണ്ടിരിക്കും. നിർമ്മാണച്ചെലവിന് തന്റെ വകയായി എന്തെങ്കിലും കൊടുത്തെങ്കിലേ നാളെ അവകാശവാദം ഉന്നയിക്കാൻ കഴിയൂ എന്നതുകൊണ്ട് ഒരു പത്തോ ഇരുപതോ വഴിപാടുപോലെ മകൻ കൊടുക്കും. മാത്രമല്ല പട്ടണത്തിൽനിന്നും ജോലിക്കാരെ കൂട്ടിക്കൊണ്ടു വരാൻ തനിക്കേറ്റ ബദ്ധപ്പാടുകളെപ്പറ്റിയും ഇടയ്ക്കിടെ അവൻ ഓർമ്മിപ്പിക്കും. താജ്മഹൽ നിർമ്മാണത്തിനു പോലും ഇത്രയും ബുദ്ധിമുട്ട് ഉണ്ടായിക്കാണില്ല.

നവീന കക്കൂസിന്റെ വാർത്ത നാടെങ്ങും ചർച്ചാവിഷയമായി. സർക്കസ് കൂടാരങ്ങളിൽ മനുഷ്യന്റെ തലയും മത്സ്യത്തിന്റെ ഉടലുമുള്ള മത്സ്യകന്യകയെ കാണാൻ എത്തുന്നതുപോലെ ഗ്രാമീണർ വന്നുപൊയ്ക്കൊണ്ടിരുന്നു. കാഴ്ചക്കാർ ഓരോ അഭിപ്രായങ്ങൾ തട്ടിവിട്ടു. കിഴവിയുടെ സമപ്രായക്കാരായ മറ്റു ചില കിഴവികൾ പല സംശയങ്ങളും ഉന്നയിച്ചു.

"വീടിനകത്തിരുന്ന് എങ്ങനാ പൊന്നാ തൂറുന്നത്?"

"നീയെന്താ തുള്ളിച്ചാടി നടക്കുന്ന ചെറുപ്പക്കാരിയാണോ? വെളിയിലോട്ടു പോയാലെന്താ...?"

"ചാവാൻ പോണ കാലത്ത് അവളുടെയൊരു ആശ കണ്ടോ?"

"പൊന്നിയുടെ കയ്യില് ഇഷ്ടംപോലെ കാശൊണ്ട്, വേണമെങ്കിൽ അതും അതിനപ്പുറവും ചെയ്യും..."

കിഴവിക്ക് തന്റെ അടുപ്പിനടിയിൽനിന്നും എന്തോ 'നിധി' കിട്ടിയിട്ടുണ്ടെന്നു വരെ ആളുകൾ പറഞ്ഞു പരത്തി. അവരുടെ മുത്തച്ഛന്മാരാരോ രണ്ട് തങ്കക്കാശുകളാക്കി കുഴിച്ചിട്ടിരുന്നതാണ്. യാദൃച്ഛികമായിട്ടാണ് കിഴവിക്ക് അതു കിട്ടിയത്. ഇങ്ങനെ പോയി നാട്ടിലെ ചർച്ചകൾ. അതുകൊണ്ടാണ് അവർ ആരെയും വീട്ടിനുള്ളിലേക്കു കടത്താത്തത്. ഏതു വിരുന്നുകാരു വന്നാലും വരാന്തയോടു ശരി!

കിഴവിയുടെ വീട് അളവറ്റ രഹസ്യങ്ങളുടെ ഒരു കലവറയാണെന്ന് നാട്ടിലെല്ലാം പ്രചരണം നടന്നു. സമയം കൊല്ലാൻ വെടി പറഞ്ഞിരിക്കുന്ന ചെറുപ്പക്കാരുടെയിടയിൽ മറ്റൊരു കഥയാണ് പ്രചാരത്തിലുള്ളത്. പട്ടാപ്പകൽ നടന്ന ഒരു സംഭവം. സ്ത്രീകൾ വെളിക്കിരിക്കാനുപയോഗിക്കുന്ന കാട്ടിലേക്ക്, പകൽ മറ്റാരും വരില്ല എന്ന വിശ്വാസത്തിൽ ഒരു ചെറുപ്പക്കാരൻ തന്റെ കാമുകിയെ ക്ഷണിച്ചിരുന്നു. അവൻ നേരത്തേ വന്ന് അവളെക്കാത്തിരുന്നു. വളരെ നേരമായിട്ടും അവൾ വരുന്ന ലക്ഷണമൊന്നും കണ്ടില്ല. ദുർഗന്ധം സഹിക്കാൻ വയ്യാതെ അവൻ വലഞ്ഞു. അവൾ വരുമെന്ന പ്രതീക്ഷയിൽ എത്രനേരമാണ് ഈ നാറ്റം സഹിച്ച് കാത്തിരിക്കുന്നത്? അങ്ങനെയിരിക്കേ, ആരോ വരുന്ന ശബ്ദം കേട്ടു. അത് അവൾ തന്നെയായിരിക്കുമെന്ന് ഉറപ്പുണ്ടായിരുന്നെങ്കിലും കൂട്ടത്തിൽ ഭയവും തോന്നിയിരുന്നു. അവൻ മറഞ്ഞു നിന്നു. അപ്പോഴവിടെ വന്നെത്തിയത് കിഴവി. അവനു പറ്റിയ അമളി! അതു മറയ്ക്കാനായി കണ്ണുകളടച്ചു നിന്നു. കുറെക്കഴിഞ്ഞു കണ്ണു തുറന്നു നോക്കുമ്പോൾ തന്റെ തൊട്ടുമുന്നിൽത്തന്നെ കിഴവി കുത്തിയിരിക്കുന്നു! വീണ്ടും കണ്ണുകൾ മൂടി. അധികസമയം അങ്ങനെ നിൽക്കാൻ അവനു കഴിഞ്ഞില്ല. ഇടയ്ക്കിടെ കണ്ണടയ്ക്കുകയും തുറക്കുകയും ചെയ്തുകൊണ്ടിരുന്നു. തുടർന്ന് കണ്ണടയ്ക്കാനേ അവനു കഴിഞ്ഞില്ല. തന്റെ കാമുകിയെപ്പറ്റിയുള്ള ചിന്തയിൽ മുഴുകി ശരീരമാസകലം വിജൃംഭിച്ചിരുന്ന അവന് തന്റെ മുന്നിലിരിക്കുന്നത് അവൾ തന്നെയെന്ന ഭ്രമം കലശലായി. നിയന്ത്രണം നഷ്ടപ്പെട്ടുപോയ അവൻ ഓടിച്ചെന്ന് കിഴവിയെ പൂണ്ടടക്കം പിടിച്ചു.

അപ്രതീക്ഷിതമായ ആക്രമണത്തിൽ ഭയന്നുപോയ കിഴവി, തന്നെ ആക്രമിച്ചത് പേയാണോ പിശാചാണോ എന്നറിയാതെ അവന്റെ പിടിവിടുവിച്ച് ഓടി. അവൻ കിഴവിയെ പിന്തുടർന്നു. മുള്ളിലും വിസർജ്ജ്യത്തിലും കൂടി ജീവനും കൊണ്ടോടി രക്ഷപ്പെട്ട കിഴവി, ആ സംഭവത്തിനു ശേഷമാണ് കക്കൂസുണ്ടാക്കാൻ തീരുമാനിച്ചതെന്ന് ഒരു കഥ പ്രചരിച്ചിരുന്നു.

"കെഴവിയോട് ഡ്യൂയറ്റ് പാടിയത് ഏതവനാടാ...?" എന്ന ചോദ്യം അവരുടെ കൂട്ടത്തിലുയരുമ്പോൾ, ആരെയെങ്കിലും ചൂണ്ടിക്കാട്ടി പരിഹസിച്ചു ചിരിക്കുന്നത് ചെറുപ്പക്കാരുടെ വിനോദമായി മാറിയിരുന്നു. ചൂണ്ടിക്കാണിക്കപ്പെട്ടവൻ, "ഞാനല്ല... ഞാനല്ല" എന്ന് എതിർത്തു പറഞ്ഞാലും അവനാണെന്നു വരുത്തിത്തീർക്കാൻ എല്ലാവരും കൂടി ശ്രമിക്കും. ഈ കഥ വെറുതെ ആരെയെങ്കിലും കളിയാക്കാൻ വേണ്ടി കെട്ടിച്ചമച്ചതാണോ എന്നറിയില്ല. എങ്കിലും ഇതിനോടു ചേർത്ത് ഏതെങ്കിലുമൊരു ചെറുപ്പക്കാരന്റെ പേരു പറഞ്ഞുകേൾക്കുമ്പോൾ അവർ ഭയപ്പെടും. കിഴവിയെ കയറിപ്പിടിച്ച ആ ചെറുപ്പക്കാരൻ അരൂപിയായി മാറിക്കഴിഞ്ഞതോടെ നാട്ടിലുള്ള പലരും സംശയത്തിന്റെ നിഴലിലായി. അങ്ങനെ നാട്ടിലുള്ള എല്ലാ യുവാക്കൾക്കും കിഴവിയോടൊപ്പം 'ഡ്യൂയറ്റ്' പാടാൻ അവസരം കിട്ടിയതു പോലെയായി.

ചായക്കടയിൽ കിഴവിയുടെ പുതുകക്കൂസിനെപ്പറ്റി ദിവസവും ചർച്ചകൾ നടക്കാറുണ്ട്. കക്കൂസിന്റെ സൗന്ദര്യത്തെ വർണ്ണിച്ചുകൊണ്ടിരുന്ന ഒരു കിഴവൻ പല്ലില്ലാത്ത മോണ കാട്ടിപ്പറഞ്ഞു.

"പൊന്നാളെ എനിക്കു കെട്ടിച്ചുതരാൻ തീരുമാനിച്ചതാ... അന്ന് അവരെ കെട്ടിയിരുന്നെങ്കി ഈ വയസ്സുകാലത്ത് അങ്ങോട്ടുമിങ്ങോട്ടും ഓടാതെ ഇരിക്കുന്നിടത്തുതന്നെ 'വെളിക്കിരിക്കാൻ' കഴിഞ്ഞേനേ..."

അയാളുടെ നഷ്ടസ്വപ്നങ്ങൾ ആ വാക്കുകളിൽ നിറഞ്ഞു നിന്നിരുന്നു. പൊന്നായുടെ ചെറുപ്പത്തിലെ അഴകിനെപ്പറ്റിയും ചുറുചുറുപ്പിനെപ്പറ്റിയും അയാൾ വാചാലനായി വർണ്ണിക്കുമ്പോൾ മറ്റു കിഴവന്മാർ ആമോദത്തോടെ കേട്ടിരുന്നു.

"ഇനി വേണേലും കെട്ടാമല്ലോ..." എന്ന് ഒരാൾ അഭിപ്രായപ്പെട്ടതോടുകൂടി അടുത്ത ഒരാഴ്ചക്കാലം ചായക്കടയിലെ പ്രധാന ചർച്ചാവിഷയം അതു തന്നെയായിരുന്നു. ഇതേപ്പറ്റി സ്ത്രീകൾക്കിടയിൽ എന്തു തരം ചർച്ചകളാണ് നടന്നിരുന്നത് എന്നു വ്യക്തമല്ല. ആ മായാലോകത്ത് ആർക്കും കടന്നു ചെല്ലാൻ കഴിഞ്ഞില്ല. എന്നാൽ ഇതുപോലെയുള്ള ചില വാർത്തകളൊക്കെ കിഴവിയുടെ കാതിലും വീഴാനിടയായി.

"ഉണ്ടക്കിഴവിയോട് ഒരു കാര്യം ചോദിക്കണം, അതിനുള്ളിൽപ്പോയിരുന്നാലേ പുറത്തേക്കു പോകത്തൊള്ളോന്ന്?"

"കെഴവി മാളിക കെട്ടിവച്ചിരിക്കയാ... അതിന്റകത്ത് പോയിക്കെടന്നോട്ടെ..."

കിഴവി ഇതൊന്നും കേട്ടഭാവം നടിച്ചില്ല. ഒരു ശുഭമുഹൂർത്തത്തിൽ പണി പൂർത്തിയായി. അതിനോടു ചേർന്നു സ്ഥാപിച്ചിരുന്ന എയർപൈപ്പ് ഗംഭീരമായി തലയുയർത്തി നിന്നു.

കക്കൂസിന്റെ ഗൃഹപ്രവേശമെല്ലാം കഴിഞ്ഞ് ഒരാഴ്ചയായിട്ടുണ്ടാകും. അവരുടെ വീടിനു മുന്നിൽ അഞ്ചാറു കുട്ടികൾ കളിച്ചുകൊണ്ടിരുന്നു. നല്ല വെയിൽ കാലം! അന്നൊരു അവധി ദിവസമായിരിക്കണം. അല്ലെങ്കിൽ ഏകാദ്ധ്യാപക വിദ്യാലയത്തിൽ അദ്ധ്യാപകൻ ലീവെടുത്തതു

കാരണം പഠിപ്പില്ലാതെ വന്ന കുട്ടികളാകാം. തിളയ്ക്കുന്ന നട്ടുച്ചവെയിലിൽ കുട്ടികളുടെ കളി തുടർന്നുകൊണ്ടിരുന്നു. റോഡിന്റെ ഒരു കൊടും വളവിലുള്ള ഇത്തിരിപ്പോന്ന സ്ഥലം അവരുടെ സങ്കൽപ്പത്തിലെ കളിസ്ഥലമായും ആൾത്തിരക്കില്ലാത്ത മൈതാനമായും മാറി. ഓട്ടവും ചാട്ടവും ചിരിയും കളിയുമെല്ലാം അവിടെ അരങ്ങേറിക്കൊണ്ടിരുന്നു. കൂട്ടത്തിലുള്ള ഒന്നു രണ്ടു കൊച്ചുകുട്ടികൾ കരയാൻ തുടങ്ങി. ഇന്നത്തേപ്പോലെ 'നമുക്കു നാമേ" പദ്ധതികളൊന്നും തുടങ്ങിയിട്ടില്ലാത്ത കാലം. റോഡിലെ മണ്ണിൽനിന്നും പൂഴി അന്തരീക്ഷത്തിൽ പറന്നു നടക്കുന്നു. പെട്ടെന്ന് ഒരു കുട്ടിക്ക് കാല് ചുട്ടുപൊള്ളുന്നതുപോലെ തോന്നി.

"ഞാൻ തണലത്തേക്ക് പോവാണ്" എന്നു പറഞ്ഞ് കിഴവിയുടെ വീട്ടുമുറ്റത്തെ വേപ്പിൻചുവട്ടിലേക്ക് ഓടി.

ചുട്ടുപൊള്ളുന്ന വെയിലിനെതിരെ തലയുയർത്തി നിൽക്കുന്ന വേപ്പ്! ഒറ്റ സൂര്യരശ്മി പോലും കടന്നു വരാൻ കഴിയാത്ത ഇലപ്പടർപ്പ്! കിഴവി വീട്ടിലുള്ളപ്പോൾ ആരും എത്തിനോക്കാൻ പോലും ഭയപ്പെടുന്ന സ്ഥലം. മരത്തിന്റെ വേരിനോടു ചേർത്തിട്ടിരിക്കുന്ന ഒഴിഞ്ഞ കട്ടിൽ കിളവി അവിടെയില്ലെന്ന് വിളിച്ചുപറഞ്ഞു. വിശാലമായ മുറ്റവും വേപ്പിന്റെ തണലും കുട്ടികൾക്ക് ഓടിക്കളിക്കാൻ രസകരമായ സ്ഥലമായിത്തീർന്നു. ആരുടെയും ഇടപെടലുകളില്ലാതെ കളി നീണ്ടു പോയി. കളിക്കിടയിൽ ഒരു ചെറിയ പെൺകുട്ടി വയറ്റത്ത് അമർത്തിപ്പിടിച്ച് 'തൂറാൻ മുട്ടുന്നേ' എന്നു വിളിച്ചുകൊണ്ട് റോഡിലേക്ക് ഓടി. കൂട്ടത്തിൽ മുതിർന്ന ഒരു പയ്യൻ 'കക്കൂസിലേക്കു പോ' എന്ന് ചൂണ്ടിക്കാട്ടി. എന്തു ചെയ്യണമെന്നറിയാതെ അമ്പരന്നു നിന്ന പെൺകുട്ടിയോട് എല്ലാവരും ചേർന്ന് "കക്കൂസി...പ്പോ... കക്കൂസി...പ്പോ..." എന്ന് ആർത്തു വിളിച്ചു നിന്നു.

ഒരുവൻ ഓടിപ്പോയി കൊളുത്തിട്ടിരുന്ന തകരക്കതക് വലിച്ചു തുറക്കാൻ ഒരു ശ്രമം തുടങ്ങി. 'കിറീച്ച്, കിറീച്ച്' എന്നു ശബ്ദം കേട്ടെങ്കിലും തുറക്കാൻ കഴിഞ്ഞില്ല. ആരെങ്കിലും ഉള്ളിൽപ്പോകാൻ ശ്രമിച്ചാൽ അറിയാൻ വേണ്ടിയായിരിക്കും ഈ ഏർപ്പാടെന്ന് അവർക്കു തോന്നി. സർവ്വശക്തിയുമെടുത്ത് ആഞ്ഞു തള്ളിയയുടൻ കൊളുത്തിളകി വാതിൽ ഉള്ളിലേക്കു തുറന്നു. സ്വർഗ്ഗവാതിൽ തുറന്നുകിട്ടിയ സന്തോഷത്തിൽ എല്ലാവരും ഉള്ളിലേക്ക് എത്തിവലിഞ്ഞു നോക്കി.

നല്ല വിസ്തൃതമായ മുറിക്കുള്ളിൽ പളുങ്കുപോലെ വെട്ടിത്തിളങ്ങുന്ന ഒരു സിംഹാസനം! അത്ഭുതത്തോടെ എല്ലാവരും നോക്കി നിന്നു. ഉള്ളിലേക്കു കാലെടുത്തുവെയ്ക്കാൻ ഒരു മടി. കൂട്ടത്തിൽ മുതിർന്നവൻ നിക്കർ ഊരിയെറിഞ്ഞ് ബേസിനിൽ കുത്തിയിരുന്നു. അവിടിരുന്നുകൊണ്ട് "ഹൈ...ഹൈ...ഹയ്യാ..." എന്ന് ആടിക്കളിക്കാൻ തുടങ്ങി. ഇതു കണ്ട് എല്ലാവർക്കും ആശ തോന്നി. ഓരോരുത്തരും ഇട്ടിരുന്ന തുണികൾ ഊരിയെറിഞ്ഞ് ഉള്ളിൽക്കയറി കിട്ടിയ സ്ഥലങ്ങളിലെല്ലാം ഇരുപ്പുറപ്പിച്ചു. ബേസിനു മുകളിൽ നാലു ഭാഗത്തേക്കും തിരിഞ്ഞ് നാലുപേർ! മറ്റു ചിലർ അവർക്കിടയിൽ കയറിയിരിക്കാൻ ഒരു ശ്രമം നടത്തി. അതു

കഴിയാതെ വന്നപ്പോൾ നിലത്ത് പലയിടങ്ങളിലായി അവർ ഇരുന്നു. അതു കക്കൂസാണല്ലോ... എവിടിരുന്നാലെന്താ?

കുട്ടികൾക്ക് വെളിക്കിരിക്കുന്നതും രസകരമായ ഒരു കളിയാണ്. ഏറ്റവും കൂടുതൽ അപ്പിയിടുന്നത് ആരാണെന്നു കണ്ടുപിടിക്കാനുള്ള മത്സരം ആരംഭിച്ചു. എല്ലാവരും സർവ്വശക്തിയും പ്രയോഗിച്ച് മത്സരത്തിൽ വിജയിയാവാൻ ശ്രമിച്ചു. അവസാനം കൂട്ടത്തിലെ ഏറ്റവും ചെറിയ പെൺകുട്ടി വിജയിയായി പ്രഖ്യാപിക്കപ്പെട്ടു. ബേസിനിലിരുന്നവർ അവര വരുടേത് തിരിച്ചറിയാൻ കഴിയാതെ ഇളിഭ്യരായി.

പുറത്ത് ആരോ വരുന്നതുപോലെ തോന്നി. 'കിഴവി വരുന്നു' എന്നാരോ വിളിച്ചു പറഞ്ഞു. കാക്കക്കൂട്ടിൽ കല്ലെറിഞ്ഞതുപോലെ കുട്ടികൾ നാലു പാടും ചിതറിയോടി. വെപ്രാളത്തിനിടയിൽ കാലിൽപ്പെട്ടതെല്ലാം മുറിയുടെ പല ഭാഗങ്ങളിലായി ചവിട്ടിയുരച്ചു. ബേസിന്റെ നിറമേ മാറിപ്പോയിരുന്നു. തുറന്നു കിടന്ന കതക് കാറ്റിൽ ആടിയുലഞ്ഞുകൊണ്ടിരുന്നു.

കിഴവി വീട്ടിലെത്തുമ്പോൾ നേരം നന്നേ വൈകിയിരുന്നു. വീടിനു മേൽ നേരിയ മഞ്ഞവെളിച്ചം പടർന്നുകിടന്നു. റോഡു മുറിച്ചു കടന്ന് വീട്ടിലെത്തുന്നതു വരെ അവർക്ക് കക്കൂസിന്റെ കാര്യമേ ഓർമ്മയിൽ വന്നില്ല. അത്ര തിരക്കുപിടിച്ച എന്തോ ജോലിയായിരുന്നു. കാറ്റിൽ കതക് ശക്തിയായി ഭിത്തിൽ വന്നടിക്കുന്ന ശബ്ദം കേട്ട് അവർ പുരികം ചുളിച്ച് നോക്കി. കതകു തുറന്നിട്ടിരിക്കുന്നത് കണ്ടെങ്കിലും അസാധാരണമായി എന്തെങ്കിലും നടന്നതായി അവർക്കു തോന്നിയില്ല. രാവിലെ ധൃതിയിൽ പോകുമ്പോൾ കതകടച്ചു കുറ്റിയിടാൻ മറന്നുപോയതായിരിക്കും.

"എന്തൊരു മറവിയാണ്," അവർ സ്വയം ശപിച്ചുകൊണ്ട് അങ്ങോട്ടു പോയി. കുട്ടികളുടെ വിസർജ്ജ്യം മുഴുവൻ ഉണങ്ങി കറുത്തു കിടന്നിരുന്നു. ചിലയിടങ്ങളിൽ നീണ്ടുരുണ്ട ചുരുളുകൾപോലെ കാണപ്പെട്ടു. കിഴവിക്ക് ഒന്നും മനസ്സിലായില്ല. പിന്നിൽനിന്നും വീശുന്ന ശക്തിയായ കാറ്റിൽ കതക് ആഞ്ഞടഞ്ഞുകൊണ്ടിരുന്നതിനാൽ കിഴവി ഒരു തീരുമാനത്തിലെത്തി.

ശക്തിയായ കാറ്റിൽ അടുത്തുള്ള പനമരത്തിന്റെ ഉണങ്ങിയ പോളകൾ പറന്നുവന്ന് കക്കൂസിൽ വീണതായിരിക്കുമെന്ന് അവർക്കു തോന്നി. എല്ലാം പെറുക്കിയെടുത്തു പുറത്തുകളയാനായി അവർ ഉള്ളിൽക്കടന്ന് അതിൽ കൈവച്ചു. വിരലുകൾ ഉള്ളിലേക്കിറങ്ങി. കൈകളിൽ എന്തോ ഒട്ടിപ്പിടിക്കുന്നതുപോലെ! ഒരെണ്ണം പോലും കയ്യിലെടുക്കാൻ കഴിഞ്ഞില്ല. സംഗതി ബോദ്ധ്യപ്പെടാൻ കുറെ സമയമെടുത്തു.

വളരെ കഷ്ടപ്പെട്ട് മുറിയും ബേസിനും കഴുകി വൃത്തിയാക്കി. തന്റെ കക്കൂസ് വൃത്തികേടാക്കിയവരുടെ കുടുംബം വേരോടെ നശിച്ചു പോകട്ടെയെന്ന് അവർ മനസ്സുരുകി ശപിച്ചു. രാത്രി മുഴുവൻ ഓരോന്നു പുലമ്പി അലമുറയിട്ടു കരഞ്ഞു. അടുത്ത ദിവസം ആരെയോ പറഞ്ഞു വിട്ട് വലിയ ഒരു പൂട്ടു വാങ്ങി. അതിനുശേഷം ആ നാട്ടുകാർക്കൊന്നും അതിന്റെ ഉൾഭാഗം കാണാൻ കഴിഞ്ഞിട്ടില്ല.

പൂട്ടിക്കിടന്ന കതകുമാത്രം നാട്ടുകാർക്ക് ദർശനം നൽകിക്കൊണ്ടിരുന്നു. ■

കുറുനിഴൽ

സുദീർഘമായ ഒരു ദീനരോദനത്തിന്റെ അന്ത്യമെന്നോണം നേരിയ തേങ്ങൽ കേട്ട് അയാൾ ഞെട്ടിയുണർന്നു. കുഞ്ഞ് എത്ര നേരമായി കരയുകയായിരിക്കുമെന്ന് ഒരു നിശ്ചയവുമില്ല. എഴുന്നേറ്റു നോക്കി. തൊട്ടിലിന്റെ അടിഭാഗം മുഴുവൻ നനഞ്ഞു കുതിർന്നിരുന്നു. തൊട്ടിലിന്റെ തലഭാഗവും കാൽഭാഗവും സമനിരപ്പിലാണ്. ഉറക്കത്തിൽ കുഞ്ഞ് മൂത്രമൊഴിച്ചിരുന്നു. അത് തല മുതൽ കാൽ വരെ എല്ലാ ഭാഗത്തും നനവുണ്ടാക്കി. തലഭാഗം അല്പം ഉയർത്തിക്കെട്ടേണ്ടതായിരുന്നില്ലേ? അവൾക്ക് ഇതുപോലും അറിയില്ലേ? ഇത്ര തിരക്കു പിടിച്ച എന്തു ജോലിയാണ് അവൾക്കിവിടെയുള്ളത്? എവിടെയോ മറിഞ്ഞുപോയ തേര് ഉയർത്തിക്കൊടുക്കാൻ പോയിരിക്കുകയാണോ അവൾ? അയാൾക്കു കോപമടക്കാൻ കഴിഞ്ഞില്ല. ഏതായാലും കുഞ്ഞിന്റെ തല തൊട്ടിലിനു പുറത്തേക്ക് നീങ്ങിപ്പോകാതിരുന്നതു തന്നെ മഹാഭാഗ്യം!

വേപ്പുമരക്കൊമ്പിൽ അല്പം ഉയർത്തിക്കെട്ടിയിരുന്ന തൊട്ടിലിന് തറയിൽനിന്നും ഇടുപ്പുവരെ ഉയരമുണ്ടായിരുന്നു. എങ്ങനെയെങ്കിലും തല വെളിയിലേക്കു നീളുകയും കുഞ്ഞ് തൊട്ടിലിൽ ഒന്നു പുളയുകയും ചെയ്തിരുന്നെങ്കിൽ...?

തൊട്ടിൽക്കയറിന് അല്പം കൂടി നീളം വേണ്ടിയിരുന്നു. എത്തിവലിഞ്ഞ് മരക്കൊമ്പിൽ കയർ വീശിയെറിഞ്ഞാണ് കെട്ടിയിരിക്കുന്നത്. കയർ രണ്ടു മൂന്നു ചുറ്റുചുറ്റിക്കെട്ടിയിരിക്കുകയാണ്. അതിനു മാത്രം രണ്ടു മുഴം കയറ് ചെലവായിട്ടുണ്ടാകും. അതുകൊണ്ടാണ് തറയ്ക്കും തൊട്ടിലിനുമിടയിൽ അരയാളുയരമുണ്ടായത്. ഇനിയൊരു കയർക്കൂടി എടുത്ത് ചേർത്തുകെട്ടാനുള്ള ക്ഷമപോലും അവൾക്കുണ്ടായില്ലല്ലോ? ഇങ്ങനെയാണോ അവൾ കുഞ്ഞിനെ വളർത്താൻ പോകുന്നത്? ആശങ്കയോടെ അയാൾ കുഞ്ഞിനെ പുറത്തെടുക്കാൻ ശ്രമിച്ചു.

"എന്റെ പൊന്നുമോനേ... എന്താടാ കണ്ണാ?"

അയാൾ അടുത്തു ചെന്നയുടൻ കുഞ്ഞിന്റെ നിലവിളി ഉച്ചത്തിലായി.

തൊട്ടിലിൽനിന്നും കുഞ്ഞിനെ പുറത്തെടുക്കുന്നത് അത്ര എളുപ്പമായിരുന്നില്ല. കുഞ്ഞിന്റെ ഭാരംകൊണ്ട് തൊട്ടിൽത്തുണി ഇറുകിക്കിടന്നു.

തുണി ഇരുവശത്തേക്കും ബലമായി പിടച്ചകത്തി, തല ഉള്ളിലേക്കിട്ടു. ഇതോടെ കരച്ചിൽ വീണ്ടും ഉയർന്നു കേട്ടു. കൈയിലും കാലിലും ചുറ്റിക്കിടന്നിരുന്ന തുണി സാവധാനം നീക്കി, വളരെ ബദ്ധപ്പെട്ട് കുഞ്ഞിനെ പുറത്തെടുത്തു. കവിളുകൾ നനഞ്ഞു കുതിർന്ന്, കണ്ണുകൾ നിറഞ്ഞു തുളുമ്പിയിരുന്നു. മൂക്കിളയൊഴുകി മൂക്കിനും വായയ്ക്കുമിടയിലുള്ള ഭാഗം മുഴുവൻ നിറഞ്ഞ്, വായ് കാണാൻ കഴിയാത്ത വിധം മൂടിയിരുന്നു. കരച്ചിൽ നിർത്തിയെങ്കിലും തേങ്ങൽ തുടർന്നു.

വളരെ നേരം കരഞ്ഞു തളർന്ന കുഞ്ഞിന്റെ മുഖത്ത് ഭയം പ്രകടമായിരുന്നു. അയാൾ പിടിവിട്ടാൽ ഓടിപ്പോയേക്കുമെന്നുള്ള ഭയം കൊണ്ടോ, അതോ തനിക്കുള്ള സങ്കടം അതിനെ അറിയിക്കാനുള്ള വ്യഗ്രത കൊണ്ടോ ആയിരിക്കണം അങ്ങനെ ചെയ്തത്. സ്വബോധം വിട്ടുള്ള തന്റെ ഉറക്കത്തെ ശപിച്ചുകൊണ്ട് അയാൾ "എന്താ കണ്ണാ..." എന്ന് അതിനെ കൊഞ്ചിച്ചു. കട്ടിലിൽ കിടന്നിരുന്ന തുണികൊണ്ട് മൂക്കും മുഖവും തുടച്ചു വൃത്തിയാക്കി. ഇപ്പോഴാണ് മുഖം വ്യക്തമായി കാണാൻ കഴിഞ്ഞത്. വിട്ടുവിട്ടുള്ള തേങ്ങൽ പൂർണ്ണമായും നിലച്ചിരുന്നില്ല. കുറെ നേരം നെഞ്ചോടു ചേർത്തുപിടിച്ച് "പോട്ടെ... ഒന്നുമില്ലെടാ... കരയാതെ..." എന്നിങ്ങനെ ശാന്തമാക്കാൻ ശ്രമിച്ചു. തേങ്ങൽ അടങ്ങിയതുപോലെ തോന്നിയതായിരുന്നു. എന്നാൽ ഏതു നേരത്തും തുടരാനുള്ള സാദ്ധ്യതയും ഉണ്ടായിരുന്നു. കട്ടിലിനടിയിൽ ഒരു പാത്രത്തിൽ വെള്ളമുണ്ടായിരുന്നു. കനമുള്ള ആ പിച്ചളപ്പാത്രമെടുത്ത് കുഞ്ഞ് "മ്മാ... മ്മാ..." എന്നു ശബ്ദമുണ്ടാക്കി. അമ്മയെവിടെ എന്നു ചോദിക്കുന്നതുപോലെ അയാൾക്കു തോന്നി.

"അമ്മ 'റ്റാ റ്റാ' പോയിരിക്കുവാ... ഇപ്പം വരും..." എന്നു പറഞ്ഞ് അയാൾ വീണ്ടും ഉറക്കത്തിലേക്കു വഴുതി വീണു. അർദ്ധരാത്രി കഴിഞ്ഞാണ് അയാൾ വീട്ടിലെത്തിയത്. പതിവുപോലെ അതിരാവിലെതന്നെ ഉണരുകയും ചെയ്തു. അതുകൊണ്ടാണ് ബോധംകെട്ടുള്ള ഈ പകലുറക്കം. നേരത്തേ വന്ന് കിടന്നുറങ്ങാൻ വല്ലപ്പോഴും മാത്രമേ അയാൾക്ക് അവസരം ലഭിച്ചിരുന്നുള്ളൂ. രാത്രിയിൽ ചുറ്റിത്തിരിയേണ്ട ജോലിയാണ്. ആഴ്ന്ന ഉറക്കത്തിലും കുഞ്ഞിന്റെ തല തന്റെ വയറ്റത്ത് ഉരുളുന്നത് അനിർവചനീയമായ ഒരനുഭൂതി അയാൾക്കു പകർന്നു നൽകി. അയാളുടെ നഗ്നമായ നെഞ്ചും വയറും കുഞ്ഞിന് യഥേഷ്ടം വിളയാടാനുള്ള ഒരു സ്ഥലമായി മാറി. നെഞ്ചിൽ മലർന്നു കിടന്ന് തലയാട്ടിയും കമിഴ്ന്നു കവിളുകളിൽ തലോടിയും കുഞ്ഞ് രസിച്ചുകൊണ്ടിരുന്നു. വയറ് ഒരില പോലെ ഉൾവലിയുന്നതും നെഞ്ച് നിശ്ചലമായി ഉറച്ചുനിൽക്കുന്നതും തമ്മിലുള്ള വ്യത്യാസം കുഞ്ഞിന്റെ കളിയിലുള്ള ഉത്സാഹം വർദ്ധിപ്പിക്കാൻ സഹായകമായി. അയാളുടെ നെഞ്ചിൽ വിരലുകളോടിച്ച് കുഞ്ഞു ചിരിച്ചു. ആ ഇളംകൈകളുടെ സ്പർശനത്തിൽ ലയിച്ച് അയാൾ വീണ്ടും ഉറങ്ങി.

അല്പനേരത്തിനു ശേഷം കുഞ്ഞിന് വിരക്തി തോന്നിത്തുടങ്ങി. കുഞ്ഞ് അയാളുടെ നെഞ്ചിൽത്തട്ടി 'ച്ചാ...ച്ചാ...'' എന്നു വിളിക്കാൻ തുടങ്ങി. എന്നാൽ അതൊന്നും അയാളെ ഉണർത്താൻ പര്യാപ്തമായില്ല. അയാളുടെ കവിളുകളിൽ മുഖം ചേർത്ത് 'ച്ചാ...ച്ചാ...'' എന്ന് അത് ആവർത്തിച്ചു. തുടർന്ന് അയാളുടെ കൃതാവിൽ വിരലോടിച്ച് 'ച്ചാ...'' വിളി തുടർന്നു. ഒരു ശാഠ്യക്കാരനെപ്പോലെ നിർത്താതെ ''ച്ചാ...'' വിളിച്ച് ചുണ്ടിലും കഴുത്തിലും കവിളുകളിലുമെല്ലാം മാറി മാറി തട്ടിക്കൊണ്ടിരുന്നു.

അയാൾ ചുണ്ടുകൾ കോട്ടി, തല കുലുക്കി 'ഛേ...' എന്നു വെറുപ്പു പ്രകടിപ്പിച്ചു. എന്നിട്ടും കുഞ്ഞ് പിന്മാറിയില്ല. ദേഷ്യത്തോടെ പാതിക്കണ്ണു തുറന്ന്, ''എന്താ, എന്തുവേണം?'' അയാൾ അലറി. ആ അലർച്ച കുഞ്ഞിനെ ഭയപ്പെടുത്തി. കുഞ്ഞിന്റെ മുഖം വക്രിച്ച് കരച്ചിലിന്റെ വക്കു വരെയെത്തി. ഉടനെ അയാൾ, ''എന്താ മോനേ, ചുമ്മാതല്ലേ...'' എന്ന് സമാധാനിപ്പിക്കാൻ ഒരു പാഴ്ശ്രമം നടത്തി.

കുഞ്ഞ് കരച്ചിലടക്കി, അയാളുടെ ശബ്ദമല്ല തന്നേക്കരയിച്ചത് എന്നറിയിക്കാനെന്ന പോലെ മുഖത്ത് ഒരു ദൈന്യത വരുത്തി ''ഊ... ഊ...'' എന്ന് തന്റെ കാലിലേക്കു ചൂണ്ടിക്കാട്ടി. അവിടെ മുറിവുണങ്ങിയ ഒരു അടയാളമുണ്ടായിരുന്നു. 'ഊ...' എന്ന ആ ഒരൊറ്റപ്പദത്തിന്റെ അർത്ഥം മനസ്സിലാക്കി,

''ഉവ്വാവാന്നോ...? സാരമില്ല... ഉറങ്ങിക്കോ...''

തന്റെ കൈമടക്കിൽ കുത്തിന്റെ തല പിടിച്ചു ചേർത്തു വെച്ച് നെഞ്ചിൽ തട്ടിക്കൊടുത്ത് അയാൾ കണ്ണുകളടച്ചു കിടന്നു.

എഴുന്നേറ്റ് കുഞ്ഞിനോടൊപ്പം കളിക്കാൻ മനസ്സു വെമ്പിയെങ്കിലും ശരീരം അനുവദിച്ചില്ല. ഇതേപോലെ രണ്ടു ദിവസം കിടന്നാലേ ക്ഷീണം വിട്ടുമാറുകയുള്ളൂ എന്ന അവസ്ഥ. ചുട്ടെറിയുന്ന കൊടുംവെയിലിൽ, ആ വേപ്പുമരത്തിന്റെ ഊഷ്മളതയിൽ നിന്നും മാറി നിൽക്കാൻ അയാൾ ഇഷ്ടപ്പെട്ടില്ല. കുഞ്ഞിന്റെ നനുത്ത മെലിഞ്ഞ ശരീരത്തിൽ നിന്നും ലഭിക്കുന്ന പരമാനന്ദത്തെ പൂർണ്ണമായി അനുഭവിക്കാൻ തനിക്കു കഴിയുന്നില്ലല്ലോ എന്ന വ്യഥ അയാളെ കീഴ്പ്പെടുത്തി.

സന്തോഷം കൺമുന്നിൽ വന്നുനിന്ന് കൈകൂപ്പി വിളിച്ചാലും അതു സ്വീകരിക്കാൻ ശരീരവും മനസ്സും ഒന്നുപോലെ തയ്യാറാകണം. ശവത്തിനു മുന്നിൽ സദ്യയൊരുക്കി വെച്ചിട്ടെന്തു പ്രയോജനം?

കുഞ്ഞിനെ ഉറക്കിക്കിടത്തി പോകാൻ നേരത്ത് അവൾ ഒരു വഴി പാടുപോലെ അയാളോടു പറഞ്ഞു.

''അടുത്ത ഗ്രാമത്തിൽ ഒരു 'കിഴവൻ' വളരെ നാളായി സുഖമില്ലാതെ കിടന്നതാ... പോയിക്കിട്ടി... അയൽപക്കത്തുള്ള പെണ്ണുങ്ങളെല്ലാം പോണൂ... അവരുടെ കൂടെ ഞാനും പോകുന്നു... നല്ല കാര്യത്തിനു പോയില്ലേലും കെട്ട കാര്യത്തിന് പോകാതിരിക്കരുത്...''

ഒരു വിശേഷത്തിനും അയാൾക്കു പോകാൻ കഴിയില്ല. എല്ലായിടത്തും അവളാണ് പോകുന്നത്. കുഞ്ഞിനെയും കൊണ്ടുപോകാൻ കഴിയുന്നയിടങ്ങളിൽ കൂടെക്കൊണ്ടുപോകും. ഇതുപോലെയുള്ള സന്ദർഭങ്ങളിൽ ആരെയെങ്കിലും ഏൽപ്പിച്ചിട്ടാണ് പോകുന്നത്? ഇന്ന് അയാൾ വീട്ടിലുള്ളതുകൊണ്ട് പ്രശ്നമില്ല.

പകൽനേരങ്ങളിൽ അയാൾ ഈ വേപ്പുമരത്തണലിലാണ് ഉറക്കം. ആരുടെയും ശല്യമില്ലാതെ നേരം വൈകുന്നതുവരെ എല്ലാം മറന്നുറങ്ങാം. ഏത് ഉഷ്ണക്കാറ്റിനെയും ഇളംതെന്നലാക്കി മാറ്റാനുള്ള കഴിവ് വേപ്പിനുണ്ട്. പടർന്നു പന്തലിച്ച് ഒരു പ്രദേശമാകെ മൂടി വളർന്നു കിടക്കുന്ന മരം. ചുറ്റുമുള്ള കുറേ സ്ഥലത്ത് കൃഷിയിറക്കാൻ കഴിയില്ലെങ്കിലും അതിന്റെ കൊമ്പുകൾ പോലും മുറിക്കാതെ സൂക്ഷിക്കുന്നത് അതു തരുന്ന ഈ സുഖശീതളിമ കാരണമാണ്. മരത്തോടു ചേർന്ന് കട്ടിലിട്ടു കിടന്നാൽ തണൽ കുറഞ്ഞാലും കൂടിയാലും പ്രശ്നമില്ല. അയാളുള്ളതുകൊണ്ടാണ് മരത്തിനടിയിൽ തൊട്ടിൽ കെട്ടി കുഞ്ഞിനെ കിടത്തിയിട്ടു പോയത്. വേപ്പിന്റെ മഹിമകൊണ്ടോ എന്തോ, രണ്ടു പ്രാവശ്യം ആട്ടിവിട്ടപ്പോഴേക്കും കുഞ്ഞ് നന്നായി ഉറങ്ങി.

എങ്ങനെ പോയാലും ഒരു മൂന്നു മണിക്കൂർ ഉറങ്ങും. അതിനുള്ളിൽ തിരിച്ചുവരാമെന്ന് അവൾ കണക്കുകൂട്ടി.

"കുഞ്ഞ് ഉണരത്തില്ല; എന്നാലും ഒന്നു നോക്കിക്കൊള്ളണേ..." എന്ന് അയാളെ ഏൽപ്പിച്ചാണ് അവൾ പോയത്. അതിനിടയിൽ 'വേഗം വരൂ' എന്ന ഒരു 'അശരീരി' എവിടെ നിന്നോ കേട്ടു. മരണവീടുകളിൽപ്പോകാൻ സ്ത്രീകൾക്ക് ഒരു പ്രത്യേക താത്പര്യമാണ്. അവർ കൂട്ടംകൂടി കെട്ടിപ്പിടിച്ചു നിന്ന് ഒപ്പാരി പാടി, മൂക്കു ചീറ്റി സാരിത്തുമ്പിൽത്തുടച്ച് തിരികെ വരുമ്പോൾ അവരുടെ മുഖങ്ങളിൽ ഒരു പ്രത്യേക തെളിച്ചം കാണാം. അയാൾ ചിരിച്ചുകൊണ്ടുതന്നെ അവൾക്കു പോകാൻ അനുവാദം കൊടുത്തു. അയാളെ ശല്യപ്പെടുത്താൻ അവൾക്കും താത്പര്യമുണ്ടായിരുന്നില്ല. എന്നാൽ അവളുടെ എല്ലാ കണക്കുകൂട്ടലുകളും ഇന്ന് പാളിപ്പോയി.

കുഞ്ഞ് മൂത്രത്തിൽ നനഞ്ഞുകുതിർന്ന് പോയതുകൊണ്ടാണോ പെട്ടെന്നുണർന്നത്? വെപ്രാളപ്പെട്ട് അതിനെ തൊട്ടിലിൽനിന്നും എടുക്കേണ്ടിയിരുന്നില്ല. ഇങ്ങനെയുള്ള സന്ദർഭങ്ങളിൽ കുഞ്ഞിനെ എടുക്കാതെ തന്നെ തൊട്ടിൽത്തുണി ഒരു വശത്തേക്ക് ഉയർത്തി നനവു പറ്റിയ തുണി മുകളിൽ വരത്തക്കവണ്ണം അവൾ കിടത്തുന്നത് അയാൾ കണ്ടിട്ടുണ്ട്. വീണ്ടും ആട്ടിവിട്ടാൽ കുഞ്ഞ് തനിയെ ഉറങ്ങിക്കൊള്ളും. അങ്ങനെ ചെയ്തിരുന്നെങ്കിൽ കുഞ്ഞ് കുറെനേരം കൂടി ഉറങ്ങുമായിരുന്നു.

തൊട്ടിൽ വീടിനുള്ളിലാണ് കെട്ടുന്നതെങ്കിൽ കാറ്റുകടക്കത്തക്കവിധം മുകൾഭാഗം നന്നായി തുറന്നിരിക്കും. മരത്തണലിലായതുകൊണ്ട് കാറ്റു കടക്കാനുള്ള ചെറിയ ഒരു വിടവു മാത്രമേ വിട്ടിരുന്നുള്ളൂ. ഉറക്കപ്പിച്ചിൽ

ഇതൊന്നും ആലോചിക്കാനുള്ള സാവകാശം അയാൾക്കു ലഭിച്ചില്ല. കുഞ്ഞിനു വയർ നിറയെ പാലു കൊടുത്തിരുന്നെങ്കിൽ ഇത്ര വേഗം ഉണരുമായിരുന്നില്ല. പാതിയുറക്കത്തിലും ഇങ്ങനെ പോയി അയാളുടെ ചിന്തകൾ.

പെട്ടെന്ന് അയാളുടെ കൈത്തലയിണയിൽ നിന്നും കുഞ്ഞ് ഒഴുകി മാറി. "ടുവാങ്... ടുവാങ്... കൊട... കൊട..." എന്നിങ്ങനെ ചില വിചിത്ര ശബ്ദങ്ങൾ കുഞ്ഞ് പുറപ്പെടുവിച്ചു. ഒരു കുരുവി ഉച്ചത്തിൽ ചിലയ്ക്കുന്നതുപോലെ ശബ്ദമുയർത്തിക്കൊണ്ട് അയാളുടെ മുഴങ്കാലുകൾ വരെ ഉരുണ്ടുവന്ന് കളി തുടർന്നു. എന്തു ചെയ്താലും അയാളെ ഉണർത്താൻ കഴിയില്ലെന്ന് ബോദ്ധ്യമായി. അതിനാൽ തനിയെ കളിക്കാൻ തന്നെ തീരുമാനിച്ചു.

പറന്നുവന്ന് വേപ്പുമരക്കൊമ്പിലിരുന്ന് കാ... കാ... എന്നു നിലവിളിക്കുന്ന കാക്കയുടെ പിളർന്ന വായുടെ ഭംഗി കണ്ട് കുഞ്ഞ് ചിരിച്ചു. രണ്ടു കൈകളും തന്റെ നേർക്കു നീട്ടി എന്തൊക്കെയോ വിളിച്ചുപറയുന്ന കുഞ്ഞിനെ നോക്കി ഒന്നു രണ്ടു പ്രാവശ്യം കൂടി 'കാ...കാ...' എന്നു നീട്ടി വിളിച്ചശേഷം ഏതോ അത്യാവശ്യ ജോലിക്കു പോകാനുണ്ടെന്ന പോലെ കാക്ക പറന്നുപോയി. കുഞ്ഞിന്റെ കണ്ണുകൾ അതിനെ പിന്തുടർന്നു.

കുഞ്ഞിക്കണ്ണുകൾ മരച്ചില്ലകളിലും കാനൽജലം വെട്ടിത്തിളങ്ങുന്ന വെളിമ്പ്രദേശങ്ങളിലും അകലെയുള്ള പനമരങ്ങളിലും ചുറ്റിത്തിരിഞ്ഞുകൊണ്ടിരുന്നു. അൽപ്പം അകലെയുള്ള ഒരു പനയുടെ തണലിൽ കുഴികുഴിച്ച് നാക്കു വെളിയിലേക്കു നീട്ടി ഒരു നായ് കിടന്നിരുന്നു. കൊടുംചൂട് സഹിക്കവയ്യാതെ, നാക്കുനീട്ടി ഉമിനീരൊലിപ്പിച്ച്, ശ്വാസം വിടാൻ വിഷമിക്കുന്ന നായയെക്കണ്ട് കുഞ്ഞിന്റെ മനം കുളിർത്തു. കുഞ്ഞ് കൈകൊട്ടിച്ചിരിച്ചു. സാവധാനം അയാളുടെ കാലുകളിൽപ്പിടിച്ച് എഴുന്നേൽക്കാനൊരു ശ്രമം നടത്തി നോക്കി. ചൂടു താങ്ങാനാകാതെ നായ കിടക്കുകയും എഴുന്നേൽക്കുകയും ചെയ്തുകൊണ്ടിരുന്നു. പുറത്തേക്കു നീണ്ട നാവിൽനിന്നും ഉമിനീർ ഇറ്റുവീണുകൊണ്ടിരുന്നു. അതു കണ്ട് കുഞ്ഞിനു ചിരിയടക്കാൻ കഴിഞ്ഞില്ല. അച്ഛന്റെ നെഞ്ചിൽ കൈവെച്ച് കുലുക്കിയുണർത്താൻ ശ്രമിച്ചു. താൻ കണ്ട രസകരമായ കാഴ്ചകൾ അച്ഛനെയും വിളിച്ചു കാണിക്കാൻ അതു താത്പര്യപ്പെടുന്നതുപോലെ തോന്നും. 'മ്' എന്നു ശബ്ദിച്ച് തിരിഞ്ഞുകിടക്കാൻ ശ്രമിച്ച അയാൾക്ക് പെട്ടെന്ന് കുഞ്ഞിന്റെ കാര്യം ഓർമ്മ വന്നു. കണ്ണു തുറന്നു നോക്കി.

കുഞ്ഞ് അയാളെ നോക്കി ചിരിച്ചുകൊണ്ടിരുന്നു. 'തൂ...തൂയാ...' എന്നിങ്ങനെ കൊഞ്ചിക്കൊണ്ട് നായയുടെ നേർക്ക് കൈ ചൂണ്ടിക്കാട്ടി താത്പര്യപൂർവ്വം അങ്ങോട്ടു നോക്കിയ അയാൾ 'ഓ... നായാണോ...' എന്ന് ഒരു താത്പര്യവുമില്ലാത്ത മട്ടിൽ പറഞ്ഞു.

“ശരി, കട്ടിലിനു ചുറ്റും നടന്നു കളിച്ചോ... വെയിലത്ത് വെളിയിൽ പോവല്ലേ...” എന്ന് ഓർമ്മിപ്പിച്ച് കുഞ്ഞിനെ കട്ടിലിൽനിന്നും താഴെയിറക്കി വിട്ടു. അയാൾ തോർത്തുകൊണ്ട് കണ്ണുകൾ മൂടി ഉറക്കം തുടരാൻ ശ്രമിച്ചു. ഇടയ്ക്കിടെ ഉണർന്നതിനാൽ ഉറക്കം കെട്ടുപോയിരുന്നു.

അവളോട് അയാൾക്കുള്ള കോപം ഇരട്ടിയായി. അടുത്തു കിട്ടിയിരുന്നെങ്കിൽ രണ്ടു പൂശു പൂശാമായിരുന്നു. അങ്ങനെയെങ്കിലും കലിയൊന്ന് അടങ്ങിയേനേ...! ‘നോക്കിക്കോണേ...’ എന്നു പരിഹാസത്തോട് പറഞ്ഞിട്ടാണ് അവൾ പോയത് എന്നയാൾ ഓർത്തു. എന്നിട്ട്, ഇത്ര നേരമായിട്ടും തിരിച്ചെത്തിയില്ലല്ലോ...! വേഗം തിരിച്ചെത്തണമെന്ന ഒരു ബോധം അവൾക്ക് ഉണ്ടായിരിക്കേണ്ടതല്ലേ? പിടിപ്പില്ലാത്ത കഴുത! മനുഷ്യർക്ക് സ്വസ്ഥമായി ഒന്നുറങ്ങാൻ പോലും കഴിയുന്നില്ലല്ലോ? അവളെ ശപിച്ചുകൊണ്ട് വീണ്ടും ഉറങ്ങാനൊരു ശ്രമം നടത്തി.

നേരത്തേ വന്നു പോയതാണോ എന്തോ, ഒരു കാക്ക മരച്ചില്ലകളുടെ മറവിൽ വന്നിരുന്ന് ‘കാ... കാ...’ എന്നു നീട്ടിവിളിക്കാൻ തുടങ്ങി. കാതുകളിൽ കമ്പിയിട്ടു കുത്തുന്നതുപോലെ അയാൾക്കു തോന്നി. കോപമടക്കാൻ കഴിയാതെ ‘ഹോയ്’ എന്ന് കാക്കയെ ആട്ടിയോടിച്ചു.

“ഒച്ചയുണ്ടാക്കാതെ കളിക്കണം” എന്ന് ചുണ്ടത്തു വിരൽ വെച്ച് മുന്നറിയിപ്പു കൊടുത്തശേഷം വീണ്ടും ഉറക്കം തുടർന്നു. കുഞ്ഞ് കുറെ നേരം കരഞ്ഞ് തന്റെ പ്രതിഷേധം രേഖപ്പെടുത്തി. എത്ര കരഞ്ഞു വിളിച്ചാലും ഇനി തിരിഞ്ഞുനോക്കുന്ന പ്രശ്നമില്ല എന്ന പിടിവാശിയോടെ അയാൾ കിടന്നു. ഇന്നത്തെ ഉറക്കം അവതാളത്തിലായതിന്റെ കലിപ്പ് അയാൾക്കുണ്ടായി. എങ്കിലും ഗാഢനിദ്രയിലെന്ന പോലെ ചുരുണ്ടുകൂടിക്കിടന്നു. ഇപ്പോൾ അവൾ വന്നാൽ മേക്കിട്ടു കയറാൻ ആ കിടപ്പായിരിക്കും നന്നായിരിക്കുക എന്നയാൾക്കു തോന്നി. ഇനി കരഞ്ഞിട്ടു പ്രയോജനമില്ലെന്നും കുഞ്ഞു മനസ്സിലാക്കി. എങ്കിലും ഇടയ്ക്കിടെ അയാളെ നോക്കി നിലവിളി തുടർന്നു.

അയാൾ അനങ്ങിയില്ല. കരച്ചിലടക്കി കുഞ്ഞ് നിലത്തിരുന്നു മണ്ണുവാരിക്കളിക്കാൻ തുടങ്ങി. അയാൾ ഏറുകണ്ണിട്ടു നോക്കി. അത്, അതിന് ഇഷ്ടമുള്ള കളി കളിക്കുകയാണല്ലോ, കളിച്ചോട്ടെ എന്ന സംതൃപ്തിയോടെ അയാൾ കിടന്നു. എങ്കിലും ചിന്തകളെ അടക്കിനിർത്താൻ അയാൾക്കു കഴിഞ്ഞില്ല. ഭാര്യയെ ശകാരിക്കുന്നതായും അവൾ എതിർത്തു സംസാരിക്കുന്നതായും തുടർന്ന് താഴെക്കിടന്നിരുന്ന ചാട്ടവാറെടുത്ത് അവളെ അടിക്കുന്നതായും അയാൾ സങ്കൽപ്പിച്ചു നോക്കി. തന്റെ ഉറക്കം കെടുത്തിയതിന് അവൾക്കു നൽകുന്ന ശരിയായ ശിക്ഷ ഇതുതന്നെ. ആ ചിന്ത അയാളെ സംതൃപ്തനാക്കുകയും മനസ്സ് ശാന്തമാകുകയും ചെയ്തു. വേപ്പിലയിൽ കാറ്റടിച്ചുണ്ടാകുന്ന മർമ്മരങ്ങൾ മാത്രമല്ലാതെ മറ്റൊന്നും കേൾക്കാനുണ്ടായിരുന്നില്ല.

ഉറങ്ങിപ്പോയെങ്കിലും അബോധമനസ്സിന്റെ ഏതോ ഒരു കോണിൽ നിന്നും അയാൾക്ക് ജാഗ്രതാനിർദ്ദേശം വന്നുകൊണ്ടിരുന്നു. പെട്ടെന്ന്

എന്തോ ഒരു ദുഃസ്വപ്നം കണ്ടവനെപ്പോലെ ഞെട്ടി കണ്ണു തുറന്നു. മുഖത്തു പതിച്ച സൂര്യപ്രകാശമായിരിക്കും തന്നെ ഉണർത്തിയത് എന്ന യാൾ ധരിച്ചു. ഇലപ്പടർപ്പുകൾക്കിടയിലൂടെ മുഖത്തു വെയിലടിക്കുന്നു ണ്ടായിരുന്നു. കുഞ്ഞെവിടെയെന്ന് ചുറ്റും നോക്കി. എങ്ങും കാണാനില്ല. മരച്ചുവട്ടിലുള്ള അല്പം തണലും കടന്ന് പൊരിവെയിലത്ത് പോയി ക്കാണുമോ? അവിടെ നിന്നും കുറെ അകലെയാണ് വീട്. കാനൽ ജല ത്തിന്റെ തിളക്കത്തിൽ വീടു മങ്ങിക്കാണാം. കുഞ്ഞിക്കാലടികൾ വെച്ചു പിച്ചവെയ്ക്കാൻ തുടങ്ങിയതേയുള്ളൂ. ഈ പൊരിവെയിലത്ത് വീട്ടിലെ ത്തുമ്പോഴേക്കും ദേഹമാസകലം ചുട്ടുപൊള്ളിപ്പോകാൻ സാദ്ധ്യതയുണ്ട്. വീട്ടിൽ ആരുമില്ലാത്ത നേരം എന്തു സംഭവിച്ചു കാണുമോ എന്ന ഞെട്ട ലോടെ കട്ടിലിൽനിന്നും ചാടിയിറങ്ങി ചുറ്റും നോക്കി. കട്ടിലിനടിയിൽ നിന്നും 'ച്ചാ...' എന്ന കിളിക്കൊഞ്ചൽ കേട്ടു. ഒന്നോ രണ്ടോ പാൽപ്പല്ലു കൾ മിന്നിത്തിളങ്ങി.

കുട്ടിയുടെ ശരീരമാസകലം മണ്ണുപൊതിഞ്ഞിരുന്നു. മുഖം പോലും തിരിച്ചറിയാൻ കഴിഞ്ഞിരുന്നില്ല. അങ്ങുമിങ്ങും മലം കട്ടിപിടിച്ചു കിട ക്കുന്നു. മലവിസർജ്ജനത്തിനുശേഷം അതിന്മേൽ തന്നെയിരുന്ന് മണ്ണു വാരിക്കളിച്ചതാണ്. അയാളുടെ മുഖത്ത് അറപ്പും വെറുപ്പും പ്രകടമായി. എന്തു ചെയ്യണമെന്ന് ഒരു രൂപവുമില്ല. ഇത്രയുമൊക്കെ ചെയ്യുന്ന പ്രായ ത്തിലുള്ള ഒരു കുട്ടിയെ വിട്ടിട്ടുപോയവൾക്ക് എന്തു പറ്റി? അവൾ പോയി ത്തൊലഞ്ഞു കാണുമോ? കൈക്കുഞ്ഞിനെ വിട്ടുപോയി അവൾ എന്തെ ടുക്കുകയാണ്. ഇവളുപോയി ഒപ്പാരി വെച്ചാൽ ചത്തുപോയ കിഴവൻ തുള്ളിച്ചാടി എഴുന്നേറ്റു വരുമോ? പൊട്ടക്കഴുത! കുഞ്ഞിനെ ശരിയായി മലവിസർജ്ജനം പോലും ചെയ്യിക്കാൻ പഠിപ്പിക്കാതെ ഇത്രനാളും അവളെന്തെടുക്കുകയായിരുന്നു? പല്ലു കടിച്ചുകൊണ്ട് കുഞ്ഞിനെ സമീ പിച്ചു. തന്റെ നേരേ പാഞ്ഞടുക്കുന്ന അയാളെ ചിരിയടക്കി പരിഭ്രമത്തോടെ കുഞ്ഞു നോക്കി.

അയാൾ ശരവേഗത്തിൽ കുഞ്ഞിനെ പൊക്കിയെടുത്തു. ഒറ്റക്കയ്യിൽ തൂക്കിയെടുക്കപ്പെട്ട ആ പിഞ്ചുശരീരം വിറച്ചു. ഭയന്നു വിറച്ച കുഞ്ഞ് നിസ്സഹായനായി വാവിട്ടു നിലവിളിക്കാൻ തുടങ്ങി. ആ ദീനരോദനം അയാ ളുടെ കാതുകളിൽ പതിഞ്ഞതേയില്ല. ഒരേ ദുർഗന്ധം! അത് അസഹനീ യമായി അയാൾക്കു തോന്നി. അൽപ്പമകലെ വിസ്തൃതമായ വാവട്ടമുള്ള ഒരു മൺകലത്തിൽ വെള്ളമുണ്ടായിരുന്നു. ആടുകൾക്കു കുടിക്കാൻ ഒഴിച്ചുവെയ്ക്കുന്നതാണ്. ഒറ്റക്കയ്യിൽ തൂക്കിപ്പിടിച്ചിരുന്ന കുഞ്ഞിനെ അതി നുള്ളിൽ ഇറക്കി. കുഞ്ഞ് ഞെട്ടലോടെ നിലവിളിക്കാൻ തുടങ്ങി. കുട്ടിയെ അതിൽത്തന്നെ നിർത്തിയ ശേഷം അടുത്തെവിടെയെങ്കിലും ചകിരി നാരുണ്ടോ ചുറ്റും നോക്കി. ഒരു ചെറിയ ചകിരിനാര് മണ്ണിൽപ്പുതഞ്ഞു കിടക്കുന്നത് തപ്പിയെടുത്തു. അതുകൊണ്ട് തേച്ചുകഴുകാനായി കുട്ടിയെ പിടിച്ചു. മൺതൊട്ടിയിലെ വെള്ളം ചെറുതായി ചൂടായിരുന്നു. അതു സഹി ക്കാൻ കഴിയാതെയാണ് കുഞ്ഞ് മരണവെപ്രാളം കാട്ടിയത്.

ചൂടുവെള്ളം കിട്ടിയത് ഒരുകണക്കിനു നന്നായെന്ന് അയാൾക്കു തോന്നി. കഴുകിയെടുക്കാൻ എളുപ്പമായിരിക്കും. കുഞ്ഞിന്റെ കൈപിടിക്കാൻ അറപ്പു തോന്നി. അയാളുടെ പിടിയും വലിയും താങ്ങാനാവാതെ കുഞ്ഞ് ഞെളിപിരി കൊണ്ടു. തൊട്ടിയുടെ വക്കിൽപ്പിടിച്ചു കരകയറാൻ അതൊരു പാഴ്ശ്രമം നടത്തി നോക്കി. പല്ലു കടിച്ചുകൊണ്ട് അയാൾ കുഞ്ഞിന്റെ മുതുകിൽ രണ്ടടിവെച്ചു കൊടുത്തു. "തള്ളയ്ക്കു പിറന്ന ജാരസന്തതി!" അയാൾ ശപിച്ചു. ശക്തിയായി മുതുകിൽപ്പതിച്ച അടി താങ്ങാനുള്ള കെൽപ്പ് ആ പിഞ്ചുശരീരത്തിനില്ലായിരുന്നു. കുഞ്ഞ് അലമുറയിട്ടു കരഞ്ഞു. അയാൾ കുഞ്ഞിനെ ഒറ്റക്കയ്യിൽ തൂക്കിയെടുത്ത് മരച്ചുവട്ടിലേക്ക് എറിഞ്ഞു. നനഞ്ഞു കുതിർന്ന പൂമേനിയിൽ വീണ്ടും ചെമ്മണ്ണു കുഴഞ്ഞുപിടിച്ചു. മരണഭയത്താൽ അത് അലറി വിളിച്ചു. 'ഛീ, നായേ...' എന്ന് പുലയാട്ടിക്കൊണ്ട് മുതുകിൽ വീണ്ടും അടിച്ചു. എന്നിട്ടും കുഞ്ഞു നിലവിളിച്ചുകൊണ്ട് അയാളുടെ അടുത്തേക്കുതന്നെ ഓടി വന്നു. 'കുട്ടിപ്പിശാച്' എന്നു ശപിച്ച് വീണ്ടും അതിനെ പിടിച്ചു തള്ളി. ഓരോ വട്ടവും തള്ളിവിടുമ്പോഴും കരഞ്ഞുകൊണ്ട് അയാളുടെ അടുത്തേക്കുതന്നെ ഓടിവന്നുകൊണ്ടിരുന്നു. കണ്ണീരും മണ്ണും കൂടിക്കുഴഞ്ഞ് മുഖമാകെ വികൃതമായിത്തീർന്നു. ഈ പിശാച് തന്നെ വിട്ടുപോകില്ല എന്നു ഭർത്സിച്ച് വീണ്ടും അതിനെ കൈനീട്ടിയടിച്ചു. അടി ചെറുതായി മാത്രമേ കുഞ്ഞിനുമേൽ പതിച്ചുള്ളുവെങ്കിലും താഴെ വീണ്, പിടഞ്ഞെഴുന്നേറ്റ് വീണ്ടും അയാളുടെ നേർക്കുതന്നെ നടന്നു വന്നു. കണ്ണീരും മണ്ണും കുഴഞ്ഞുപിടിച്ച് ആ മുഖം വികൃതമായി. ഓടിവന്ന കുഞ്ഞ് അയാളുടെ ഇരുകാലുകളിലും കെട്ടിപ്പിടിച്ചു. കാലുകൾക്കിടയിൽ മുഖം ഒളിപ്പിച്ചു വെച്ചു. പിടിവിടുവിക്കാൻ അയാൾ ശക്തിയായി കാലുകൾ കുടഞ്ഞു.

"ഛീ, വിടൂ നായേ..." എന്ന അയാളുടെ അലർച്ച കുരവളയറുക്കുമ്പോൾ ആടുയർത്തുന്ന അലമുറ പോലെ മുഴങ്ങി.

ഇതുകേട്ട് മരക്കൊമ്പിലിരുന്ന ഒരു കുരുവി പേടിച്ചു ചിലച്ച് പറന്നുപോയി. പ്രാണരക്ഷാർത്ഥം പറന്നകലുന്ന ആ പക്ഷിയുടെ ചിത്രം അയാളുടെ മനസ്സിൽ പതിഞ്ഞു. ആരോ തന്റെ കവിളിൽ ആഞ്ഞടിച്ചതുപോലെ അയാൾക്കു തോന്നി.

തനിക്കുണ്ടായ കോപം കുടഞ്ഞുകളയാനെന്നപോലെ അയാൾ ശക്തിയായി തല ഇരുവശങ്ങളിലേക്കും ചുഴറ്റി. എന്തൊരാശ്വാസം! താനെന്തു പാതകമാണ് ചെയ്തതെന്ന് അയാൾ തിരിച്ചറിഞ്ഞു. രക്ഷപ്പെടാൻ മറ്റൊരു മാർഗ്ഗവുമില്ലാതെ ഈ പിഞ്ചുകുഞ്ഞ് വീണ്ടും അയാളുടെ കാലടിയിൽത്തന്നെ അഭയം പ്രാപിച്ചു.

അയാൾ സ്വയം നെഞ്ചത്തടിച്ച്, കുഞ്ഞിനെ വാരിയെടുത്തു.

"എന്റെ പൊന്നേ, തങ്കക്കുടമേ..." ഇങ്ങനെ ഓമനിച്ച് മാറോടണച്ചു.

കുഞ്ഞിന്റെ നിർത്താതെയുള്ള വിതുമ്പലിനോടൊപ്പം പശ്ചാത്താപവിവശനായ അയാളുടെ പരിദേവനവും അന്തരീക്ഷത്തിൽ ലയിച്ചു ചേർന്നു.

■

ഉച്ചിക്കാറ്റ്

വളവൻ കൊന്നത്തെങ്ങ് തങ്ങളുടെ വീതത്തിലാണെന്നറിഞ്ഞ കുമരേശൻ സന്തോഷം കൊണ്ട് തുള്ളിച്ചാടി. 'കൊന്നത്തെങ്ങ് ഞങ്ങൾക്കു തന്നെ കിട്ടണേ, കിട്ടണേ'യെന്ന് പെരുമാളെ മനസ്സിൽ ധ്യാനിച്ച്, നിരന്തരം അപേക്ഷിച്ചതിന്റെ ഫലം കിട്ടി. അപ്പോൾത്തന്നെ പോയി തെങ്ങിനെ ഒന്നു കെട്ടിപ്പിടിക്കണമെന്ന മോഹം ഉള്ളിലൊതുക്കി. മാനം മുട്ടെ വളർന്നു നിൽക്കുന്ന തെങ്ങിന്റെ ഉച്ചിയിലേക്ക് അവൻ 'അണ്ണാ'ന്ന് മിഴിച്ചു നോക്കി അവൻ തന്റെ സംതൃപ്തി അറിയിച്ചു. പിന്നെക്കാണാമെന്ന അർത്ഥത്തിൽ കൈക്രിയ കാട്ടി. ആ തെങ്ങിനോട് അത്രയ്ക്കിഷ്ടമായിരുന്നു അവന്.

അവനല്ലാതെ മറ്റാർക്കും ആ തെങ്ങിൽ കയറാൻ കഴിഞ്ഞിരുന്നില്ല. അവന്റെ ചേട്ടൻ മുരുകേശനോടു വഴക്കിടുമ്പോൾ അവസാനമായി ചോദിക്കുന്ന ഒരു ചോദ്യമുണ്ട്.

"കൊന്നത്തെങ്ങിലൊന്നു കേറാൻ നിന്നെക്കൊണ്ടു പറ്റ്വോ...?"

പരാജയം സമ്മതിച്ച് മുഖംകോട്ടി അവന്റെ അണ്ണൻ പിന്മാറും.

ഭൂമി ഭാഗം വെയ്ക്കാൻ ഇത്രനാൾ കാത്തിരിക്കേണ്ടി വന്നു. കുമരേശന്റെ വീട്ടുകാർക്കും ചിറ്റപ്പന്മാർക്കും തുല്യാവകാശമുള്ള ഭൂമി. അപ്പൂപ്പനും അമ്മൂമ്മയും പറഞ്ഞതനുസരിച്ച് ആളുക്കോരോ ഭാഗം തിരിച്ച് കൃഷി ചെയ്തുവരികയായിരുന്നു. ഇനി അതു കഴിയാത്തവിധം ഓഹരി വെച്ച് ഓരോരുത്തർക്കും കൊടുത്തു. ഓരോരുത്തരുടെയും വീതത്തിൽ വരുന്ന പനയും തെങ്ങുമെല്ലാം അവരവർക്കു സ്വന്തം അതിൽ കൂടുതൽ കുറവെന്നുള്ള വർത്തമാനത്തിന് പ്രസക്തിയില്ല. കിണറു മാത്രം പൊതുവായിട്ടുള്ളതാണ്. ആ അഞ്ചു സെന്റിൽ നിൽക്കുന്ന തെങ്ങുകളിൽ രണ്ടെണ്ണം അപ്പൂപ്പനും അമ്മൂമ്മയും കൈവശം വെച്ചശേഷം ബാക്കിയുള്ള മൂന്നെണ്ണം മൂന്നു മക്കൾക്കും വീതം വെയ്ക്കാമെന്നുള്ള അമ്മൂമ്മയുടെ നിർദ്ദേശം എല്ലാവരും അംഗീകരിച്ചു. ഓരോരുത്തർക്കും ഏതു മരമെന്ന പ്രശ്നം വന്നപ്പോൾ ആദ്യം അമ്മൂമ്മതന്നെ പറയട്ടെ എന്ന് എല്ലാവരും ആഗ്രഹിച്ചു. കൊന്നത്തെങ്ങ് മൂത്തവനു തന്നെയെന്ന്

അമ്മൂമ്മ ഉത്തരവിട്ടു. അവരുടെ നാവിൽ പെരുമാൾ തന്നെ വിളയാടി യിട്ടുണ്ടാകാം.

കുമരേശന് കൊന്നത്തെങ്ങിനോട് അത്ര ആത്മബന്ധമാണ്. പനകൾ മാത്രമുള്ള ആ ഗ്രാമത്തിൽ അവരുടെ പുരയിടത്തിൽ മാത്രമേ തെങ്ങു കളുണ്ടായിരുന്നുള്ളൂ. പതിനഞ്ചെണ്ണം. നാളികേരം വാങ്ങാൻ ഗ്രാമവാസി കൾ അവിടെ വരും. കിണറിന്റെ മുകൾഭാഗം മൂടത്തക്കവണ്ണം അതിനു മുകളിലേക്ക് വളഞ്ഞാണ് തെങ്ങിന്റെ നിൽപ്പ്. അതു നട്ടിട്ട് എത്ര വർഷ മായെന്ന് ആർക്കുമറിയില്ല. അപ്പൂപ്പനോടു ചോദിച്ചാൽ, “എന്റെ അപ്പൂ പ്പന്റെ കാലത്തേ ഉണ്ടായിരുന്നു” എന്നായിരിക്കും മറുപടി. എന്റെ ഓർമ്മ യിലുള്ള തെങ്ങ് നല്ല ചെറുപ്പമായിരുന്നു. ഇതിന്റെ കൂടെയുള്ളതെല്ലാം പലപ്പോഴായി നശിച്ചുപോയി. ഇതു മാത്രം ഇപ്പോഴും ഉയിരോടെ പിടിച്ചു നിൽക്കുന്നു. കൂമ്പും കായും എന്നും കാണും. ചുവട്ടിൽ വണ്ണം കൂടിയും മുകളിലേക്കു ചെല്ലുന്തോറും വണ്ണം കുറഞ്ഞും വളഞ്ഞുപുളഞ്ഞു കിട ക്കുന്ന ഒരു ഒറ്റയടിപ്പാതപോലെയുള്ള അതിന്റെ രൂപം എത്ര നേരം നോക്കി നിന്നാലും കുമരേശനു മതി വരാറില്ല.

മരംകയറ്റം അവന് ജീവനാണ്. ഏറ്റവും ഇഷ്ടപ്പെട്ട മരം തെങ്ങും. നെഞ്ച് മരത്തോടു ചേർത്തുവെച്ചാണ് അവൻ കയറുന്നത്. ആ വിദ്യ പനയിൽ നടക്കില്ല. നെഞ്ചുകൊടുത്തു പന കയറിയാൽ തോലു പൊട്ടി ചോരയൊഴുകും. എന്നാൽ തെങ്ങ് അങ്ങനെയല്ല. നെഞ്ചു കാട്ടിക്കൊടു ത്താൽ അതു മൃദുവായി ചേർത്തുപിടിക്കും. എത്ര ഉയരത്തിലുള്ള തെങ്ങിലും അവൻ കയറും. മരത്തിന്റെ ഉയരം കൂടുന്തോറും അവന്റെ ഉത്സാഹവും കൂടും. ഒരു നൂലേണിയിൽ കയറുന്നതുപോലെ ചാടിച്ചാടി യാണ് അവന്റെ കയറ്റം.

വളഞ്ഞ തെങ്ങിൽ കയറാനാണ് അവന് ഏറെ പ്രിയം. തന്നോടു മത്സരിക്കാൻ ആരുമില്ലെന്ന അഹങ്കാരം അവനുണ്ട്. പെരുംതല കുലുക്കി ക്കുലുക്കി നഗ്നമായ ഉടലോടെ വലിഞ്ഞുകയറുന്ന അവനെക്കണ്ടാൽ ഒരു കരിമ്പല്ലിയാണെന്നു തോന്നും. കിണറിനു ചുറ്റുമുള്ള തെങ്ങുകളെല്ലാം അമ്മൂമ്മയുടെ കൈവശത്തിലിരുന്നപ്പോൾ തേങ്ങയിടാൻ അവനെയാണ് വിളിച്ചിരുന്നത്. ഇത്ര ഉയരത്തിൽ നിർഭയം കയറാൻ അവനല്ലാതെ മറ്റാരും ഉണ്ടായിരുന്നില്ല. ഏതു മരം കയറ്റക്കാരനും ഈ വലഞ്ഞ കൊന്ന ത്തെങ്ങിൽ കയറാൻ ഭയക്കും. നടുപകുതി കഴിഞ്ഞ് മുകളിലേക്കു കയ റുമ്പോൾ ആളിന്റെ ഭാരം താങ്ങാൻ കഴിയാതെ മരം ആടിയുലയാൻ തുടങ്ങും. ഒഴിഞ്ഞുവീഴുമോ എന്ന ഭയം തോന്നും. ഉയരത്തിൽ നിന്നു താഴോട്ടു നോക്കിയാൽ അത്രതന്നെ! വായും പിളർന്ന് വിഴുങ്ങാൻ തയ്യാ റായി കിണർ മേലോട്ടു നോക്കിയിരിക്കുന്നു. അതുകണ്ടാൽപ്പിന്നെ മുകളി ലേക്കു കയറാൻ ആർക്കാണ് ധൈര്യം?

ആ കിണറും ഒരസാധാരണ കാഴ്ചയാണ്. ആഴം വളരെക്കൂടുതൽ; എട്ടാൾ ആഴം കാണും. എത്തിവലിഞ്ഞു നോക്കിയാലും വെള്ളം

കാണാൻ കഴിയില്ല. ആഴത്തിൽ കറുത്ത കുഴമ്പുപോലെയുള്ള വെള്ളം കാണണമെങ്കിൽ ചുറ്റുമതിലിൽ കയറിനിന്ന്, ഒരരികിൽ കാൽവെച്ച് നോക്കണം. തൊടികൾ ഇടിഞ്ഞുപൊടിഞ്ഞു കിടക്കുന്നതിനാൽ ഉള്ളിലിറങ്ങാനും ബുദ്ധിമുട്ടാണ്. കൊന്നത്തെങ്ങിലെ തേങ്ങ ഉണങ്ങിയാൽ കിണറ്റിൽത്തന്നെയാണ് വീഴുക. അത് എടുക്കാനും കഴിയില്ല. വെള്ളം കോരിയെടുക്കുമ്പോൾ ചില സമയം ഒന്നോ രണ്ടോ പൊങ്ങി വരും. അത് ഉപയോഗശൂന്യമായിരിക്കും. വെള്ളത്തിൽക്കിടന്ന് അവ ചീഞ്ഞു നാറുന്നുണ്ടാകും.

കൊന്നത്തെങ്ങിന് വയസ്സ് ഏറെയായെങ്കിലും കായ്ഫലത്തിന് ഒരു കുറവുമില്ല. മുറ്റിയ തേങ്ങ വലിപ്പക്കുറവുള്ളതാണ്. എങ്കിലും ചകിരിയും ചിരട്ടയും ഘനം കുറഞ്ഞും പരിപ്പ് നല്ല കട്ടിയുള്ളതുമായിരിക്കും. ഓരോ തേങ്ങ ഉടയ്ക്കുമ്പോഴും അമ്മൂമ്മ ഒരു തേങ്ങാപ്പൂളു വായിൽ വെച്ചു കൊണ്ട് പറയും, "അമ്പടാ... തേൻ കുടിക്കുന്നതു പോലെയുണ്ട്."

അവർ പറയുന്നതു സത്യമാണെങ്കിലും അല്ലെങ്കിലും അതു കേട്ടാലുടൻ തിന്നുനോക്കാൻ തോന്നും. അടുത്തുള്ള കുട്ടികൾക്ക് പൂളിക്കൊടുക്കും. ഇനി ഓരോ തുണ്ടു കൂടി കിട്ടുമോ എന്നറിയാൻ കുട്ടികൾ അവരെത്തന്നെ നോക്കിനിൽക്കും. അപ്പോഴേക്കും ഒരെണ്ണം തീർന്നിരിക്കും. അത്ര ചെറുതാണ് ഓരോ നാളികേരവും.

കൊന്നത്തെങ്ങിലെ തേങ്ങയിട്ടാൽ അമ്മൂമ്മ ചൊവ്വാഴ്ച വരെ കാത്തിരിക്കും. കുമരേശന്റെ അമ്മ ഒരു കുട്ടയുമെടുത്ത് ചന്തയ്ക്കു പോകാൻ ഇറങ്ങിയാലുടൻ അമ്മൂമ്മ വിളിക്കും, "ചെറിയോനേ..." നീട്ടിയുള്ള ആ വിളി കേട്ടാലുടൻ തുള്ളിച്ചാടിയെത്തുന്ന അവനെ കൊന്നത്തെങ്ങ് ചൂണ്ടിക്കാട്ടും. മരത്തിൽ കയറുന്നത് അമ്മ കാണുന്നുണ്ടോ എന്നു ചുറ്റും നോക്കിയ ശേഷമാണ് കയറ്റം തുടങ്ങുക.

അവൻ ആ കൊന്നത്തെങ്ങിൽ കയറുന്നത് അമ്മയ്ക്ക് ഇഷ്ടമല്ല. ചെറിയ ഒരു കാറ്റടിച്ചാൽപ്പോലും ഒടിഞ്ഞുവീഴാനിരിക്കുന്ന ആ കൊന്നത്തെങ്ങിൽ കൊച്ചുകുട്ടിയെ പിടിച്ചുകയറ്റുന്നത്. ശരിയാണോ എന്നു ചോദിച്ച് അമ്മ അമ്മൂമ്മയോട് വഴക്കിടും. കുമരേശൻ, മുരുകേശൻ എന്നീ രണ്ടു മക്കളാണ് അവർക്ക്. ഭർത്താവിന്റെ അനുജന്മാരുടെ വീടുകളിലെല്ലാം പെൺകുട്ടികളാണ് കൂടുതൽ. അതുകൊണ്ട് എല്ലാവരുടെയും കണ്ണ് തന്റെ ആൺമക്കളിലാണെന്നും അവർക്ക് എന്തെങ്കിലും സംഭവിച്ചാൽ എല്ലാവരും സന്തോഷിക്കുമെന്നും അവർ കരുതി. അമ്മൂമ്മയെ അവർക്കും തീരെ ഇഷ്ടമല്ല. കൊന്നത്തെങ്ങിൽ പിടിച്ചുകയറ്റി ചെറിയവനെ എങ്ങനെയെങ്കിലും നശിപ്പിക്കുകയാണ് അമ്മൂമ്മയുടെ ലക്ഷ്യമെന്ന് അമ്മ വിശ്വസിച്ചു.

"കൊച്ചുപയ്യനെ കൊന്നത്തെങ്ങിൽ പിടിച്ചു കേറ്റീട്ട് തേങ്ങാപ്പൂട്ടു തിന്നുന്നല്ലോ; ഇതെല്ലാമൊരു പെഴപ്പാണോ?" അമ്മ ചോദിക്കും.

"പന്ത്രണ്ടു വയസ്സുകാരനെന്താ കൊച്ചുകുട്ടിയാണോ?" ഇതുവരെ പാലുകുടി പോലും മാറില്ലേ? ഒന്നു വിട്ടുനോക്ക്, നിന്റെ മോൻ എന്തൊക്കെച്ചെയ്യുമെന്ന് അപ്പോക്കാണാം..."

അമ്മൂമ്മ ചിരിച്ചുകൊണ്ട് മറുപടി പറയും. "നിങ്ങടെ ഈ പ്രായത്തില് പറയാമ്പറ്റുന്ന വാക്കാണോ നിങ്ങളു പറയുന്നത്? കെളവീടെ വാ പുഴുത്തേ ചാകൂ..."

അമ്മ ശപിക്കും.

ചെറിയോനേ എന്ന് സ്നേഹം നടിച്ചു വിളിക്കുന്നതെല്ലാം വെറും വേഷം മാത്രമാണെന്നും അങ്ങനെ ഉണ്ടായിരുന്നെങ്കിൽ ഈ കൊന്നത്തെങ്ങിൽ അവനെ പിടിച്ചുകയറ്റുമായിരുന്നോ എന്നും അമ്മ ചോദിക്കും.

വലിയവർ പോലും കയറാൻ മടിക്കുന്ന മരത്തിൽ ഒരു കൊച്ചുകുട്ടിയെ കയറ്റുന്ന ഇവരെല്ലാം കുഞ്ഞുങ്ങളെ പെറ്റുവളർത്തിയിട്ടുള്ളവരാണോ എന്നും ചോദിക്കും. ഇതെല്ലാം കേട്ടാൽ കുലുങ്ങുന്നവളല്ല അമ്മൂമ്മ.

കൊന്നത്തെങ്ങിലെ ഒരു തേങ്ങ പോലും വിട്ടുകളയാൻ അമ്മൂമ്മ തയ്യാറല്ല. കാറ്റില്ലാത്ത നട്ടുച്ച നേരത്താണ് അമ്മൂമ്മ അവനെ മരം കയറാൻ വിളിക്കുന്നത്. ഭാഗം വെച്ചപ്പോൾ കൊന്നത്തെങ്ങ് ഞങ്ങൾക്കു വിട്ടുതന്നതുതന്നെ അമ്മൂമ്മയുടെ ഒരു ചതി തന്നെയല്ലേയെന്ന് അമ്മ സംശയിച്ചു.

അമ്മൂമ്മ എന്തു ചെയ്താലും അത് തനിക്കെതിരെയായിരിക്കുമെന്നുള്ളത് കുമരേശന്റെ അമ്മയുടെ ഉറച്ച വിശ്വാസമാണ്. കൊന്നത്തെങ്ങ് തങ്ങൾക്കു വേണ്ടാ എന്ന് അമ്മൂമ്മയോടു പറയാൻ കുമരേശന്റെ അച്ഛനെ പലവട്ടം നിർബ്ബന്ധിച്ചിട്ടുണ്ട് അമ്മ. എന്നാൽ അയാൾ അതിനു വഴങ്ങിയില്ല.

"ഒരു കാറ്റടിച്ചാൽ ഒടിഞ്ഞു വീഴുന്ന മരം. അതു നമുക്കു നീക്കിവെച്ചതുതന്നെ നിങ്ങടമ്മേടെ ചതിയാണ്. അതു മാത്രമല്ല, ആ മരത്തിൽ കയറാൻ എന്റെ മോനല്ലാതെ മറ്റാർക്കും കഴിയത്തില്ലെന്ന് അറിഞ്ഞുവെച്ചോണ്ടല്ലേ അവനെ കൊലയ്ക്കു കൊടുക്കാൻ കിഴവി ഈ ചതി ചെയ്തത്?"

ഇങ്ങനെ അമ്മ ഓരോന്ന് പറഞ്ഞുകൊണ്ടിരുന്നു. "നീ ഒന്നു പോടീ, നൂറു വർഷത്തിനു മേലുള്ള ഒരു തെങ്ങിനെപ്പറ്റി നിനക്കെന്തറിയാം? വെട്ടിയെടുത്താൽ രണ്ടു കട്ടിലിനുള്ള ചട്ടവും കാലുകളുമുണ്ടാക്കാം. നല്ലതുപോലെ വിളഞ്ഞ് കാതലു മുറ്റിയ തെങ്ങുന്തടിക്കട്ടില് ഒരു പത്തു തലമുറ വരെ കെടക്കും. അതുകൊണ്ടാ ഞാൻ ശരീന്നു പറഞ്ഞത്."

കുമരേശന്റെ അച്ഛൻ ഇത്രയൊക്കെ വിശദീകരിച്ചു പറഞ്ഞുകൊടുത്തെങ്കിലും അമ്മയ്ക്കു തൃപ്തിയായില്ല.

ഓഹരി വെച്ച് ഒരു അഞ്ചാറു ദിവസങ്ങൾ കഴിഞ്ഞു കാണും. കൊന്നത്തെങ്ങിന്റെ ചുവട്ടിൽ മേലോട്ടു നോക്കിക്കൊണ്ട് അമ്മ നിന്നു.

ആകാംക്ഷയോടെ കുമരേശനും അടുത്തുപോയി നിന്നു. വയസ്സായി പ്പോയതുകൊണ്ട് നീളം കുറഞ്ഞുപോയ ഓലമടലുകൾ താഴെ നിന്നു നോക്കുമ്പോൾ വീണ്ടും ചെറുതായി, കൊച്ചുകുട്ടികൾ കൈവിടർത്തി നിൽക്കുന്നതുപോലെ തോന്നും. അടിയിലുള്ള രണ്ടു മടലുകൾ ഉണങ്ങി ത്തൂങ്ങി താഴെ വീഴാൻ തയ്യാറായി നിൽക്കുന്നുണ്ട്. അതിനു മുകളിൽ പനങ്കുല പോലെ തോന്നിക്കുന്ന രണ്ടു കുല തേങ്ങകൾ കണ്ടു. രണ്ടും വിളഞ്ഞുമുറ്റിയതുപോലെ തോന്നും. തെങ്ങിൽ കയറിയിട്ട് രണ്ടു മാസ ത്തിൽ കൂടുതലായിക്കാണുമെന്ന് കുമരേശനറിയാം.

"അതു രണ്ടും മൂത്തതാണമ്മേ..." അവൻ പറഞ്ഞു.

രണ്ടു കുലകളിലും കൂടി എങ്ങനെ പോയാലും പത്തു പതിനഞ്ചു നാളികേരങ്ങളെങ്കിലും കാണും. ഒരു കായയ്ക്ക് നാലണ വച്ചു കണക്കു കൂട്ടിയാലും 'മണിമണി'യായി ഒരു മൂന്നു രൂപാ കൈയിൽ വരും. ഒരാ ഴ്ചത്തേക്കുള്ള ചന്തച്ചെലവിനു പറ്റും. അമ്മയുടെ വിചാരം മനസ്സിലാക്കി കുമരേശൻ പറഞ്ഞു.

"ഞാൻ പയ്യെ കേറി പറിച്ചിടാം."

അവർ പാതിമനസ്സോടെ അവനെ നോക്കി. വെയിൽ എല്ലായിടവും പടർന്നു കിടന്നു. കാറ്റ് നിശ്ചലമായി. ശ്വാസം വിടാൻ പോലും വായുവി ല്ലാത്തതുപോലെ തോന്നും. ഏതു സമയത്തും മരം കേറുന്നത് അവ നൊരു പ്രശ്നമേ ആയിരുന്നില്ല. അതിനാൽ ഇത് അനുകൂല സാഹചര്യ മാണെന്ന് അമ്മയ്ക്കു തോന്നത്തക്കവിധത്തിലും അവരെ പ്രേരിപ്പിക്കാൻ വേണ്ടിയും അവൻ സംഭാഷണം തുടർന്നു.

"കാറ്റ് തീരെയില്ലമ്മേ... കണ്ണടച്ചു തുറക്കുമ്പോഴേക്കും ഇറങ്ങാം..."

അവർ ചുറ്റും നോക്കി. അടുത്തെങ്ങും ആരുമില്ല. ഉറപ്പില്ലാത്ത മന സ്സോടും വിഷണ്ണമായ മുഖത്തോടും 'ശരി, സൂക്ഷിച്ചുവേണം' എന്ന് അനു മതി കൊടുത്തു.

കേൾക്കാത്ത താമസം, കുമരേശൻ മരച്ചുവട്ടിലെത്തി, തൊട്ടു വന്ദിച്ച്, ചറപറയെന്നു കയറാൻ തുടങ്ങി. മരത്തെ ചുറ്റിപ്പിടിച്ച്, നെഞ്ച് സാവ ധാനം തടിയോടു ചേർത്തു വെച്ച് അവൻ കയറുന്നതു കണ്ടാൽ, ഒരു വവ്വാൽ താഴെ നിന്നും മുകളിലേക്ക് പറക്കുന്നതുപോലെ തോന്നും.

"പതുക്കെ, പതുക്കെ" എന്നവർ പറയുന്നതിനിടയിൽ അവൻ പാതി വഴി കയറി. മുകളിലേക്ക് കയറാനുള്ള ആവേശം അവനിൽ നിറഞ്ഞു കവിഞ്ഞു. ഉത്സാഹം മൂർദ്ധന്യത്തിലെത്തി. അമ്മയുടെ ശബ്ദം തീരെ മെലിഞ്ഞു പോയിരുന്നു. അമ്മ എന്തു പറഞ്ഞാലും ഇനി അവന്റിഷ്ടം മാത്രം. എന്നാൽ ഇനിയുമൊരിക്കൽ മരം കയറുന്നതിന് അവർ അനു വാദം തരത്തക്കവിധം നടന്നുകൊള്ളണമെന്ന് അവൻ ഉറച്ചിരുന്നു.

മരത്തിന്റെ ഉച്ചിയിലേക്ക് കയറുന്തോറും ചെറുതായി ആടാൻ തുടങ്ങി. ഇപ്പോൾ അമ്മയുടെ ശബ്ദം ഒരു മൈനയുടേതു പോലെ

അവ്യക്തമായിരുന്നു. 'പതുക്കെ'യെന്നോ 'സൂക്ഷിച്ച്' എന്നോ ആയിരിക്കും അവർ പറയുന്നത് എന്നവൻ ഊഹിച്ചു. ഒരു പക്ഷേ ഭയപ്പെട്ട് "വേണ്ടാ, താഴെയിറങ്ങ്", എന്നായിരിക്കാനും സാധ്യതയുണ്ട്. അവന്റെ ഇളംമേനിയെ ചൂടുപിടിപ്പിച്ചിരുന്ന വെയിൽ ഇപ്പോൾ കൂടുതൽ ഹിതകരമായി മാറി. പതിവുപോലെ അവിടെ നിന്ന് അവൻ താഴെയുള്ള കിണറ്റിലേക്ക് കുനിഞ്ഞു നോക്കി. ഉച്ചവെയിലിൽ കിണറിന്റെ അടിത്തട്ട് നന്നായിക്കാണാം. വെള്ളം തീരെ കുറവായിരുന്നതിനാൽ വെള്ളത്തിനടിയിലുള്ള തറ തെളിഞ്ഞു കണ്ടു. അവൻ കുനിഞ്ഞു നോക്കുന്നതു കണ്ട അമ്മ ഉച്ചത്തിൽ മുന്നറിയിപ്പെന്നോണം എന്തോ പറഞ്ഞു. അതുകേട്ട് ചിരിച്ചുകൊണ്ട് കയറ്റം തുടർന്നു.

മരത്തിന്റെ കഴുത്തറ്റം ഒരു കൈയിൽ ഒതുങ്ങത്തക്കവണ്ണം മെലിഞ്ഞിരുന്നു. അവിടെ നിന്ന് കൈ രണ്ടും വിട്ട് കാറ്റിൽ പറന്നു നടക്കണമെന്ന് അവൻ ആശിച്ചു. ആ സൗഭാഗ്യം അനുഭവിക്കാൻ പോലും അമ്മയുടെ മുന്നറിയിപ്പ് അനുവദിച്ചില്ല.

തൂങ്ങിയാടിക്കിടന്ന ഉണങ്ങിയ ഓലമടലുകൾ പറിച്ചെടുത്ത് താഴേക്കിട്ടു. വെട്ടിയെറിഞ്ഞ പക്ഷിച്ചിറകുകൾ പോലെ അവ സാവധാനം തറയിൽപ്പതിക്കുന്നത് അവൻ കണ്ടു. ചൂട്ടും കൊതുമ്പുമെല്ലാം പറിച്ചെറിഞ്ഞു. കാറ്റില്ലാതിരുന്നിട്ടും അവ ഓലമടലുകളെപ്പോലെ വേഗത്തിൽ താഴെ വീണില്ല. തൂവലുകൾപോലെ അവ വളരെ സാവധാനം സഞ്ചരിച്ചു കൊണ്ടിരുന്നു.

മേൽപ്പട്ടയിൽ പിടിച്ച് കുരുത്തോല വരെ പോയാലോ എന്നവൻ ആലോചിച്ചു. എന്നാൽ അമ്മ ഭയപ്പെടാനിടയുണ്ട്. അതിനാൽ കഴുത്ത് ഇറുകാൻ തുടങ്ങിയിട്ടും ബലമായി പിടിച്ച് തെങ്ങും കുലകളിലേക്കു നോക്കി.

കായ്കളുടെ പച്ചനിറം മാറി മഞ്ഞയാകാൻ തുടങ്ങിയിരുന്നു. തേങ്ങയിൽ തൊട്ടപ്പോൾ അവന്റെ ദേഹമാസകലം കുളിരു കോരി. സാവധാനം തഴുകി. ഉരുണ്ടിരുന്ന തേങ്ങകൾ അവനെ ആവേശഭരിതനാക്കി. ഇതാണു ശരിയായ പാകം. "അപ്പനപ്പൂപ്പന്മാരുടെ കാലം മുതൽ ഇപ്പോൾ വരെ നീ ചെറുപ്പക്കാരി തന്നെ... പോ..." - അവൻ തെങ്ങിനോടു പറഞ്ഞു ചിരിച്ചു.

ഏറ്റവും അടിയിലുള്ള തേങ്ങയിൽ കൈവെച്ചയുടൻ അതു പൂപോലെ അടർന്നു താഴെ വീണു. അടുത്തുള്ള കായ്കളെയെല്ലാം പറിച്ചു താഴേക്ക് എറിഞ്ഞു. കിണറ്റിൽ വീഴാതിരിക്കാൻ ദൂരേക്കു തള്ളിവിട്ടു. തേങ്ങകൾ വരിവരിയായി ക്രമമനുസരിച്ച് താഴെ വീഴുന്നത് അതിശയത്തോടെ നോക്കി നിന്ന അമ്മ, അവ ദേഹത്തു വീഴാതിരിക്കാൻ അകലേക്കു മാറി നിന്നു. രണ്ടു കുലയിലുമുള്ള തേങ്ങകളെല്ലാം അടർത്തിയശേഷം മനസ്സില്ലാമനസ്സോടെ താഴെയിറങ്ങി.

അവൻ ഇറങ്ങി വരുന്നതിനു മുമ്പുതന്നെ അമ്മ തേങ്ങകളെല്ലാം ഒരിടത്ത് കൂട്ടിയിടാൻ തുടങ്ങി. തേങ്ങ വീഴുന്ന ശബ്ദം കേട്ട് ഉച്ചമയക്കത്തിൽ നിന്നും ഞെട്ടിയുണർന്ന അമ്മൂമ്മ തെങ്ങിൻചുവട്ടിലെത്തി. തേങ്ങ പെറുക്കിക്കൊണ്ടിരുന്ന അവർ അമ്മൂമ്മ വരുന്നതു ശ്രദ്ധിച്ചിരുന്നില്ല. താഴെയിറങ്ങി തെങ്ങിൻ ചുവട്ടിൽ തൊട്ടു നമസ്കരിച്ചു വരുന്ന കുമരേശനെക്കണ്ട് ചിരിച്ചുകൊണ്ട് ചോദിച്ചു.

“തെങ്ങു സൊന്തമായപ്പോ എങ്ങനാടാ പേടിയില്ലാണ്ട് നിന്റമ്മ നിന്നെ തെങ്ങേക്കേറ്റിയത്? എല്ലാം സ്വന്തമായിക്കഴിയുമ്പം നന്നായിരിക്കും - അല്ല്യോടാ...”

പെട്ടെന്നു തിരിഞ്ഞു നോക്കിയ അമ്മ, “ഒന്നുമറിയാത്ത ചെറുക്കൻ നിർബ്ബന്ധം പിടിച്ചു കേറാൻ തുടങ്ങിയപ്പം കൂട്ടിനു വന്നതാ... കൊന്നത്തേങ്ങേക്കേറാൻ അവനെ പഠിപ്പിച്ചത് ഞാനാണോ? അമ്മ പറഞ്ഞാ വല്ലതും കേക്കുമോ ഈ നായ്...?” എന്ന് പറഞ്ഞൊപ്പിച്ചു.

അവർ രണ്ടുപേരും കണ്ടുമുട്ടിയാൽ മൂന്നാമതൊരാളെപ്പറ്റി പറയുന്നതുപോലെ, എങ്ങും തൊടാതെ സംസാരിക്കുന്നതു ശീലമാണ്.

കുറെ നാളായി ഒരു പരുന്തു വന്ന് തെങ്ങിൻമുകളിൽ ഇരിക്കുന്നത് കുമരേശൻ ശ്രദ്ധിച്ചു. കുരുത്തോലകൾക്കിടയിലുള്ള മടലിൽ അതു വളരെ നേരമിരിക്കും. പിന്നീട് എന്തോ ഓർത്തതുപോലെ അത് പറന്നുയരും. അതിനെ അങ്ങനെ വിട്ടാൽ ആ സ്ഥലം അതു സ്വന്തമാക്കിക്കളയുമോ എന്നവൻ ഭയപ്പെട്ടു. വിശ്രമിക്കാനെത്തുന്ന പരുന്ത് അവിടെ കൂടുകെട്ടിയേക്കും. കൂടു വച്ചു കഴിഞ്ഞാൽ മുട്ടയിട്ടു കുഞ്ഞു വിരിഞ്ഞ് പറന്നു പോകുന്നതുവരെ മരത്തിന്റെ അടുത്തുപോലും പോകാൻ കഴിയില്ല. ചിലപ്പോൾ ഈ തെങ്ങ് അതിന്റെ സ്ഥിരം താവളമാക്കി മാറ്റിയെടുക്കാനും സാദ്ധ്യതയുണ്ട്. താഴെ നിന്നും ഉച്ചത്തിൽ ശബ്ദമുണ്ടാക്കി നോക്കി. കൈയുയർത്തി വിരട്ടിയോടിക്കാൻ ശ്രമിച്ചു. കല്ലെടുത്തെറിഞ്ഞു. കല്ല് മരത്തിന്റെ പാതിവരെപ്പോലും ചെന്നെത്തിയില്ല. പരുന്ത് ഇതെല്ലാം കണ്ടു രസിച്ച് അനങ്ങാതെ അവിടെത്തന്നെയിരുന്നു.

അവനു കോപമടക്കാൻ കഴിഞ്ഞില്ല. വലിയ ഒരു കല്ലെടുത്ത് തെങ്ങിൻതടിയിൽ ‘പടപട’യെന്ന് ശക്തിയായി മുട്ടി നോക്കി. ആ ശബ്ദം മരത്തടിയിൽ പ്രതിഫലിച്ചു. എന്താണു നടന്നതെന്നറിയാതെ ഭയപ്പെട്ട പരുന്ത് പറന്നുപോയി. അടുത്ത ദിവസങ്ങളിലും ഇതേ വിദ്യ പ്രയോഗിച്ച് പരുന്തിനെ തുരത്തി. നാലഞ്ചു ദിവസങ്ങൾക്കു ശേഷം പരുന്തു വരാതായി. അത് മറ്റെവിടെയെങ്കിലും സുരക്ഷിത സ്ഥാനം കണ്ടെത്തിക്കാണും.

തെങ്ങിൽ പുതിയ കൂമ്പു വരുന്നതു മുതൽ എത്രനാൾ കഴിഞ്ഞാൽ പാകമാകുമെന്ന് അവൻ കണക്കുകൂട്ടിയെടുക്കും. ഏതു മരത്തിലും കയറാൻ അവനു പ്രയാസമില്ല. എന്നാൽ ഈ കൊന്നത്തെങ്ങിൽ

കയറുമ്പോഴുള്ള സംതൃപ്തി മറ്റെങ്ങും ലഭിക്കില്ല. ആകാശം മുട്ടുന്ന ഈ വളവൻ കൊന്നത്തെങ്ങിൽക്കയറുന്ന സാഹസികത മറ്റെവിടെ ക്കിട്ടാനാണ്?

തേങ്ങാ വിളയുന്നതിനു മുമ്പുതന്നെ അതിൽ കയറാൻ ഒരവസരം അവനു വീണു കിട്ടി. ഏതോ ഒരു നിസ്സാര കാര്യത്തിന് അമ്മയും അമ്മൂ മ്മയും തമ്മിൽ വഴക്കായി. പരസ്പരം കുറ്റാരോപണങ്ങൾ വാരി വിതറി.

“കൊന്നത്തെങ്ങ് ഞങ്ങക്കു വീതം വെച്ചുതന്ന് എന്റെ പയ്യനെ കൊല്ലാൻ ശ്രമിച്ച കൊടുംപാപിയല്ലേ നിങ്ങൾ?” എന്ന് അമ്മ അമ്മൂമ്മ യോടു പറയുന്നതു കേട്ടുകൊണ്ടാണ് കുമരേശൻ അവിടെത്തിയത്.

അമ്മൂമ്മയെ ആക്ഷേപിക്കുന്നത് അവനു സഹിച്ചില്ല.

“മിണ്ടാതെ വാ മ്മാ,” എന്നു പറഞ്ഞ് അമ്മയെ പിടിച്ചുവലിച്ചു കൊണ്ടു വരാൻ കുമരേശൻ ശ്രമിച്ചു.

അമ്മയുടെ കോപം മുഴുവൻ അവന്റെ മേൽ തീർത്തു.

“ഈ നായും അവന്റപ്പനെപ്പോലെ അവരുടെ ചേലത്തുമ്പിൽ തൂങ്ങി നടക്കുകയാ... നീയൊക്കെ മര്യാദയ്ക്ക് ഞാമ്പറയുന്നതു കേട്ടിരുന്നെങ്കിൽ ആ കൊന്നത്തെങ്ങ് നമ്മടെ തലേക്കേറ്റി വെയ്ക്കുമായിരുന്നോ ആ കിഴവി? നീയും എന്റെ വയറ്റിൽ വന്നു പിറന്നല്ലോ?” എന്നു ശകാരിച്ച് അവന്റെ തലമുടിക്കു കുത്തിപ്പിടിച്ച് കുനിച്ചു നിർത്തി മുതുകിൽ ഇടി ക്കാൻ തുടങ്ങി. പേപ്പട്ടിയുടെ പിടിയിൽനിന്നും രക്ഷപ്പെടാൻ മാർഗ്ഗ മില്ലാതെ കുമരേശൻ പിടഞ്ഞു. ദൂരെ ഇതു കണ്ട് ചിരിച്ചുകൊണ്ട് അവന്റെ അണ്ണൻ നിന്നിരുന്നു. ഇങ്ങനെയൊരു മർദ്ദനം അവൻ പ്രതീക്ഷിച്ചിരു ന്നില്ല.

അമ്മൂമ്മയോടുള്ള ദേഷ്യം മുഴുവൻ അവന്റെ മുതുകിൽ കൊട്ടി ത്തീർത്തു. തലകുലുക്കി, ‘പോ’ എന്ന് അമ്മയെ തള്ളിമാറ്റി അവൻ സ്വതന്ത്രനായി. അവനു കോപവും സങ്കടവും തോന്നി. അമ്മയുടെ അട്ട ഹാസവും അമ്മൂമ്മയുടെ മറുപടിയും തുടർന്നുകൊണ്ടിരുന്നു.

വിതുമ്പലോടെ കിണറ്റിനരികിൽ വന്ന കുമരേശൻ കൊന്നത്തെ ങ്ങിനെ നോക്കി. അവൻ എന്താണു ചിന്തിക്കുന്നതെന്ന് വ്യക്തമായില്ല. തെങ്ങിൻ ചുവട്ടിൽ ചെന്നു നിന്ന്,

“എല്ലാം നീ കാരണമാണല്ലോ” എന്നു പറഞ്ഞ് മരത്തടിയിൽ കൈകൾ ആഞ്ഞടിച്ച് നിലവിളിക്കാൻ തുടങ്ങി. തുടർന്ന് ചടപടെയെന്ന് മരത്തിൽ പിടിച്ചു കയറാൻ തുടങ്ങി. മാന്ത്രികശക്തിയാലെന്നവണ്ണം നിമിഷ ങ്ങൾക്കകം മരത്തിന്റെ ഉച്ചിയിലെത്തി. അടിയിലുള്ള ഓല പഴുത്തു ണങ്ങി വീഴാൻ പാകത്തിൽ നിന്നിരുന്നു. അതിൽ കൈവെയ്ക്കാതെ മുകളിലുള്ള ഓലമടലിൽ പിടിച്ചുകയറി കുരുത്തോലകളുടെ അടു ത്തെത്തി. വലിയ ഉയരത്തിലായതിനാൽ പാമ്പോ എലിയോ കയറിയിരി

ക്കാൻ സാധ്യതയില്ല. എങ്കിലും ശബ്ദമുണ്ടാക്കി അങ്ങുമിങ്ങും തട്ടി നോക്കി. ഇതൊന്നും മുൻകൂട്ടി തീരുമാനിച്ചുറച്ചു ചെയ്യുന്നതല്ല.

കൊന്നത്തെങ്ങിന്റെ ഉച്ചിയിൽക്കയറിയിരുന്നു താഴോട്ടു നോക്കണമെന്നുള്ള അവന്റെ ദീർഘകാലത്തെ ആഗ്രഹം ഇന്നാണ് സഫലമായത്. അമ്മയോടുള്ള ദേഷ്യം അൽപ്പമൊന്നു കുറഞ്ഞതുപോലെ തോന്നി. അടിയിലത്തെ ഓലമടലിനും കുരുത്തോലയ്ക്കുമിടയിൽ രണ്ടു തട്ട് ഓലമടലുകളുണ്ടായിരുന്നു. അതിൽ ഒരു തട്ട് നല്ല വിസ്തൃതമായിരുന്നു. കുരുത്തോലയോടു ചേർന്നുള്ള മടലുകൾ അവന്റെ തലയ്ക്കു മുകളിൽ ഉയർത്തിയ കൈകൾപോലെ നേരേ നിവർന്നു നിന്നിരുന്നു. കുരുത്തോലയോടു ചേർന്നുള്ള രണ്ടു മടലുകളിൽ കാലുകൾ അകത്തിവെച്ച് കുരുത്തോലയിലേക്കു ചാഞ്ഞ് സൗകര്യപ്രദമായി ഇരുന്നു. ചെറിയ നാലഞ്ചു കൂമ്പുകൾ അങ്ങിങ്ങായി കാണാനുണ്ട്. അതിൽ ഒരെണ്ണത്തിന്റെ തിളങ്ങുന്ന പച്ചനിറം അവനെ ആകർഷിച്ചു.

അമ്മ തന്നെ അടിച്ചതോർത്ത് അവർ കണ്ണീർ വാർത്തു. സമയം നീണ്ടുപോയതോടെ സങ്കടത്തിന് ഒരയവു വന്നു. ഇതേപോലെ സൗകര്യമായി ഇരുന്ന് താഴോട്ടു നോക്കാനുള്ള സന്ദർഭം ഇതുവരെ കൈവന്നിരുന്നില്ല. ഇരുന്നുകൊണ്ട് ഒരു ആകാശവീക്ഷണം നടത്തി. താഴെ നിന്നു നോക്കുമ്പോൾ, തെങ്ങിന്റെ ഉച്ചിയിൽ കയറി നിന്നാൽ ആകാശത്തെ കൈയെത്തിപ്പിടിക്കാമെന്നുള്ള ധാരണ എന്തബദ്ധമായിരുന്നെന്ന് ഇപ്പോഴാണ് ബോദ്ധ്യമായത്. ഇപ്പോഴും പഴയ ഉയരം അങ്ങനെതന്നെ നിലനിൽക്കുന്നു. സൂര്യൻ അസ്തമിക്കാൻ തുടങ്ങി. നേരിയ കുളിർക്കാറ്റ് മുഖം തലോടി. കാക്കകൾ കൂട്ടത്തോടെ തലയ്ക്കു മീതേ പറന്നുപോയി. ഒരു കാക്ക തെങ്ങിൽ വന്നിരിക്കാനായി പറന്നു വന്നു. അവനെക്കണ്ട് ഭയപ്പെട്ട് അതു തിരികെപ്പോയി. കാറ്റിൽ ലക്ഷ്യം തെറ്റിപ്പറന്ന അതിന്റെ വിടർന്ന ചിറകുകൾ അടുത്തുനിന്നു കണ്ടു.

എതിർവശത്തേക്കു മാറിയിരുന്ന് കിണറിനുള്ളിലേക്കു നോക്കി. വായ് പിളർന്ന് മുകളിലേക്കു നോക്കിയിരിക്കുന്ന കിണർ ഒരു വലിയ ഗുഹപോലെ കാണപ്പെട്ടു. കിണറ്റിൽ പകുതി വെള്ളമുണ്ടായിരുന്നെങ്കിൽ ഇവിടെ നിന്നും താഴേക്കു കുതിക്കാം. ആഴമുണ്ടെങ്കിൽ ഒരപകടവുമില്ല. ഇതെല്ലാം കണ്ടുകൊണ്ടിരുന്നപ്പോൾ കണ്ണുകൾ അടഞ്ഞുപോകുന്നതുപോലെ തോന്നി. കുരുത്തോലയിലേക്ക് ബലമായി മുതുകു ചേർത്തുവെച്ച് ചാരിയിരുന്നു. കാലുകൾ കവച്ചുവെച്ച് ഓലമടലുകളിൽ ചുറ്റിപ്പിടിച്ചു. അതേയിരുപ്പിൽ അവൻ ഉറങ്ങിപ്പോയി.

എത്രനേരം ഉറങ്ങിക്കാണുമെന്ന് അറിയില്ല. കാറ്റിൽ ഓലമടലുകൾ ആടിയുലയുന്ന ശബ്ദം കേട്ട് കണ്ണു തുറന്നു. കൊന്നത്തെങ്ങിനെ കാറ്റു പിടികൂടിയിരുന്നു. ചുഴലിക്കാറ്റ് ശക്തിയായി വീശിക്കൊണ്ടിരുന്നതിനാൽ തെങ്ങിൻതലപ്പ് ഒരു വശത്തേക്ക് ചെരിയുമ്പോൾ കുമരേശനും ഓലമടലിനോടൊപ്പം ആടിയുലഞ്ഞുകൊണ്ടിരുന്നു. കാലുകൾ

ഓലമടലുകൾക്കിടയിൽ ഇറുക്കിപ്പിടിച്ചു. മരത്തിനടിയിൽ പൂഴിമണ്ണ് പറന്ന്, പടർന്ന് നിറഞ്ഞ് താഴെയുള്ള കാഴ്ചകളെ മറച്ചിരുന്നു. മാനത്ത് കരി മുകിലുകൾ പറന്നു നടന്നു.

ഒരു മഴ പെയ്തെങ്കിൽ നന്നായിരുന്നേനേ... കാറ്റും പൊടിയും ഒന്നട ങ്ങിക്കിട്ടും. കാർമുകിലുകൾ വേഗത്തിൽ അലിഞ്ഞ് ഇല്ലാതായിക്കൊണ്ടി രുന്നു. തെങ്ങിൽതലപ്പ് ഇരുവശത്തേക്ക് ഭീതിദമായി ആടിയുലഞ്ഞു. താൻ ആപത്തിൽപ്പെട്ടുപോയതുപോലെ അവനു തോന്നി. ഈ സമയത്ത് ഇറ ങ്ങാൻ കഴിയില്ല. കാല് അല്പമൊന്നു തെന്നിപ്പോയാൽ തലകുത്തി താഴെ വീണതു തന്നെ! കാറ്റിന്റെ ശക്തിയിൽ കിണറിനുള്ളിലേക്ക് തൂക്കിയെ റിയപ്പെടാനും സാദ്ധ്യതയുണ്ട്. തെങ്ങിന്റെ മണ്ടയൊടിഞ്ഞ് അതോടൊപ്പം നിലംപതിച്ചേക്കാം.

എന്താണ് സംഭവിക്കാൻ പോകുന്നതെന്ന് ഒരു നിശ്ചയവുമില്ല. പൊടി ഒന്നടങ്ങിയപ്പോൾ താഴേക്കു നോക്കി. ഏഴെട്ടു മനുഷ്യത്തലകൾ കണ്ണിൽപ്പെട്ടു. എല്ലാവരും കൈകൾ മേല്പോട്ടുയർത്തി അവനെത്തന്നെ ഉറ്റുനോക്കി ഉച്ചത്തിൽ നിലവിളിച്ചുകൊണ്ടിരിക്കുന്നതായി അവനറിഞ്ഞു. എന്നാൽ ശബ്ദമൊന്നും കേൾക്കാൻ അവനു കഴിഞ്ഞില്ല.

കൈകാലുകൾ വിറയ്ക്കാനും വിയർക്കാനും തുടങ്ങി. കാൽ വഴുതി വീണുപോകുമോ എന്ന് ഭയപ്പെട്ടു. വീശിയടിച്ച കാറ്റിൽ മരം ഒരു വശ ത്തേക്കു ചാഞ്ഞ് പെട്ടെന്ന് നിവർന്നു. ചുറ്റിപ്പിടിച്ചിരിക്കുകയല്ലാതെ അവന് മറ്റൊന്നും ചെയ്യാനില്ലായിരുന്നു. കാറ്റിന്റെ ദിശയ്ക്കനുസരിച്ച് കുരുത്തോ ലകളിൽ കാലുകൾ ചുറ്റിപ്പിടിച്ചിരുന്നു. രണ്ടു കൈകളും ഓലമടലുകളിൽ ബലമായി പിടിച്ചു.

"എന്നെയും നിന്നോടൊപ്പം ചേർത്തുപിടിച്ചോ... വിട്ടുകളയല്ലേ...!" അവൻ മന്ത്രിച്ചു. കന്നത്തിൽ കുരുത്തോലകൾ മുത്തമിട്ടുകൊണ്ടിരുന്നു. കണ്ണുകളിറുക്കിയടച്ച് അങ്ങനെതന്നെയിരുന്നു.

ഇതുവരെ അവൻ അനുഭവിച്ചിട്ടില്ലാത്ത വിധത്തിലുള്ള ഒരു മഴ ത്തുള്ളി അവന്റെ മുഖത്തു പതിച്ചു. ■

അഭയം

അവധി ദിവസങ്ങളിൽ വീട്ടിൽ വരുന്നതിന് പണ്ടത്തെപ്പോലെയുള്ള ഉത്സാഹം ഇപ്പോഴില്ല. നാടിനെപ്പറ്റിയുള്ള ആകാംക്ഷ രണ്ടു ദിവസങ്ങൾ കൊണ്ട് കെട്ടടങ്ങും. വർത്തമാനം പറയാൻ പോലും ആളില്ലാത്ത ഒരു വിജനദ്വീപിൽ അകപ്പെട്ടുപോയതുപോലെ തോന്നും. രാവിലെ വളരെ വൈകിയുണർന്ന് പ്രഭാതകർമ്മങ്ങളും ഭക്ഷണവും കഴിഞ്ഞ് നേരേ നടന്നാൽ ചായക്കടയും പത്രങ്ങളും മാത്രം ശരണം. പിന്നെ ഉച്ചഭക്ഷണം, ഉറക്കം. അതിനുശേഷമുള്ള സായാഹ്നവും സായംസന്ധ്യയുമാണ് ഏറ്റവും ഭീകരമായിത്തോന്നുന്നത്. പഴയ സ്നേഹിതന്മാരെല്ലാം ഇപ്പോഴുമുണ്ട്. അവർ കല്യാണമൊക്കെ കഴിഞ്ഞ് വൈകീട്ട് കൃത്യം ആറു മണിക്ക് വീട്ടിലെത്താൻ നിർബന്ധിതരായവരാണ്. ഇരുചക്രവാഹനങ്ങളിൽ ക്ഷേത്രത്തിനു മുന്നിലൂടെ കടന്നുപോകുന്നവർ, വാഹനം നിർത്താതെ തന്നെ ഒരു ചടങ്ങിന് കൈയുയർത്തിക്കാട്ടി പോകുന്നതുപോലെ, തന്നെ വഴിയിൽക്കാണുന്ന സുഹൃത്തുക്കൾ കൈകാട്ടി "പിന്നെക്കാണാമെടാ..." എന്നു പറഞ്ഞ് കടന്നുകളയും.

"ഇപ്പോഴും പഠിക്കുന്നതേയുള്ളോ, ജോലിയൊന്നുമായില്ലേ?" എന്നു ചോദിക്കുന്ന മുതിർന്നവരോട് മറുപടി പറയാൻ ക്ഷമയില്ലാതെ ഓടിയൊളിക്കേണ്ടി വരും.

"എന്തിനാണ് ഈ അവധി? ആരെങ്കിലും ആവശ്യപ്പെട്ടോ?" എന്ന് വ്യസനത്തോടെ പരിതപിക്കുന്നതല്ലാതെ വേറെന്തു വഴി?

നട്ടുച്ചയ്ക്ക് കൊടുംചൂടു താങ്ങാനാവാതെ കുളങ്ങൾ തേടിയുള്ള യാത്രയാണ് ആകെയുള്ള ഒരു സന്തോഷം. ഞണ്ടും ഞവണിയുംപോലെ ധാരാളം കുട്ടികൾ തുള്ളിക്കളിച്ചുകൊണ്ടിരിക്കും. വെള്ളത്തിൽ മുങ്ങിപ്പോകാതിരിക്കാൻ ദേഹത്ത് ചുരക്കുടുക്ക കെട്ടിവെച്ച് നീന്തൽ പഠിക്കുന്നതും പഠിച്ചവർ മുങ്ങാംകുഴിയിട്ട് നീന്തിത്തുടിക്കുന്നതും പതിവു കാഴ്ചകളാണ്. അവരോടൊപ്പം കൂടാൻ കഴിയാതെ കരയിൽ ഒരു മൂലയ്ക്ക് ഒതുങ്ങിനിൽക്കും. ചിലപ്പോൾ വെള്ളത്തിലിറങ്ങി രണ്ടു ചുറ്റു നീന്തിയ ശേഷം അതേ സ്ഥലത്തുതന്നെ വന്നു നിൽക്കും. അവരുടെ ഈ

കോലാഹലങ്ങൾ കാണുമ്പോൾ ബാല്യകാലസ്മരണകൾ കുമിളകളായി ഉയർന്നുവരും.

പക്ഷേ, എന്തുചെയ്യാൻ? അവരുടെ ആഹ്ലാദാരവങ്ങളിൽ പങ്കെടുക്കാൻ കഴിയാതെ ഒരു രോഗിയെപ്പോലെ ഒതുങ്ങിനിൽക്കും. കുളക്കരയിൽ നിന്ന് വെള്ളത്തിലേക്ക് കുതിച്ചുചാടാനും മുങ്ങാംകുഴിയിട്ടു കളിക്കാനും എനിക്കു കഴിയുമായിരുന്നെങ്കിലും അവരാരും എന്നെ അതിന് അനുവദിച്ചിരുന്നില്ല. അവരിൽ ചിലരുടെയെങ്കിലും അച്ഛനമ്മമാർ കുടിപ്പള്ളിക്കൂടത്തിൽ എന്നോടൊപ്പം പഠിച്ചിട്ടുള്ളവരായിരിക്കും. അവരുടെ കളികൾ വെറുതെ നോക്കിനിന്ന് രസിക്കാൻ എത്രനാൾ കഴിയും? വെള്ളത്തിലിറങ്ങി നിൽക്കുമ്പോഴും മേലെല്ലാം ചുട്ടുപൊള്ളും. ഉടൻ കരകയറി സ്ഥലം വിടും. ഞാൻ വരുന്നതും പോകുന്നതും ശ്രദ്ധിക്കാൻ ആർക്കാണ് നേരമുള്ളത്?

നീന്തലറിയാത്ത ഒരുവൻ, പടിക്കെട്ടുകളുടെ പകുതിയിലിരുന്ന് വെള്ളം കോരിക്കുളിക്കുന്നതുപോലെ ഞാനും ആഴത്തിലിറങ്ങി നിൽക്കും. ആ വ്യത്യാസമേ അവർക്കും എനിക്കും തമ്മിലുള്ളൂ. എല്ലാം എന്നും ഒന്നുപോലിരിക്കില്ലല്ലോ! ചെറുമാറ്റങ്ങളെന്തെങ്കിലും ഉണ്ടാകാതിരിക്കുമോ?

ഒരു കുട്ടി ഓടിവന്ന് എന്റെ കൈയിൽ പിടിച്ച്, “നോക്കൂ ചേട്ടാ..., ദാ, അവര് ചുമ്മാചുമ്മാ എന്നെപ്പിടിച്ച് വെള്ളത്തിൽ മുക്കുന്നു...”

സഹായാഭ്യർത്ഥന നടത്തിയവന് അഭയം നൽകേണ്ട ബാധ്യത എന്റെ തലയിലായി. അവനെ തുരത്തിക്കൊണ്ടുവന്നവനെ നോക്കി,

“എന്തിനാടാ ഇവനെ വെള്ളത്തിൽപ്പിടിച്ചു മുക്കുന്നത്?”

ഉച്ചത്തിൽ ചോദിച്ചു. അവൻ കേട്ടഭാവം പോലും കാട്ടിയില്ല.

“എടാ പേടിത്തൊണ്ടാ, ധൈര്യമുണ്ടേൽ വാടാ...”

എന്റെ പിന്നിലൊളിച്ച കുട്ടിയെ വെല്ലുവിളിച്ച ശേഷം അവൻ വെള്ളത്തിലേക്ക് എടുത്തു ചാടി. അവന്റെ ഈ പ്രവൃത്തി വെറുതെ നോക്കി നിൽക്കാൻ എനിക്കു കഴിയുമായിരുന്നില്ല. എന്റെ വാക്കിന് ഒരു പുല്ലുവില പോലും അവൻ കൊടുത്തില്ലല്ലോ! ആ പൊടിച്ചെറുക്കന് ഇത്ര ധിക്കാരമോ? അവനെ പിന്തുടർന്ന് തലമുടിക്കു പിടിച്ച് വെള്ളത്തിൽ മുക്കി. അവൻ തല ഉയർത്തിയ ഉടൻ വീണ്ടും പിടിച്ചു താഴ്ത്തി.

“അണ്ണാ, വിടണ്ണാ... വിടണ്ണാ...” എന്ന് അവൻ കെഞ്ചുന്നതുവരെ തുടർന്നു. അപ്പോഴാണ് എന്റെ സാന്നിദ്ധ്യം ആ കുളം പോലും അറിയുന്നത്. അതോടുകൂടി ആ കുളത്തിന്റെ സർവ്വാധികാരങ്ങളും എന്റെ ചുമലിലായി. ചവിട്ടുപടികളില്ലാത്ത സ്ഥലങ്ങളിൽ വേരുകളിൽപ്പിടിച്ചു കയറുന്ന പോക്കിരികളെ നിലയ്ക്കു നിർത്തുന്നതും ശരിക്കു നീന്താനറിയാത്തവരെ സുരക്ഷിതമായി കൈപിടിച്ച് കരയ്ക്കെത്തിക്കുന്നതുമെല്ലാം എന്റെ ഉത്തരവാദിത്വമായി മാറി.

"ഇവനെന്നെ പിടിച്ചു തള്ളുന്നു... നോക്കണ്ണാ..."

"എന്നെ പിടിച്ചു മുക്കരുതെന്നു പറയണ്ണാ..."

"എന്റെ നിക്കറു തരാൻ പറയണ്ണാ...."

ഇങ്ങനെയുള്ള പരാതികൾ കിട്ടിയാലുടൻ ബന്ധപ്പെട്ടവരെ ചോദ്യം ചെയ്യുകയും തക്കശിക്ഷ കൊടുക്കുകയും ചെയ്യുന്നത് എന്റെ ചുമതലയായി.

എന്റെ പ്രായവും ശരീരശേഷിയും ആ കുളക്കരയിൽ എന്നെ ഒരു യുവരാജാവാക്കി മാറ്റി. ചിലപ്പോഴൊക്കെ ഞാനൊരു കർക്കശക്കാരനാകും. അതു വെറുതെയൊന്ന് ഭയപ്പെടുത്താൻ വേണ്ടി മാത്രമാണ്. മറ്റു സമയങ്ങളിൽ ഞാൻ നേർമ്മയാലും ശാന്തമായും അവരുടെ മേൽ അധികാരം ചെലുത്തുന്നു എന്നു തോന്നാത്ത വിധത്തിലുമായിരുന്നു എന്റെ പെരുമാറ്റം. ആരെങ്കിലും എന്നെ ധിക്കരിക്കാൻ ശ്രമിച്ചാൽ അതൊരു സൗജന്യമാണെന്ന് ഞാനവരെ ബോദ്ധ്യപ്പെടുത്തും. അങ്ങനെ സമയം കൊല്ലാൻ നല്ലൊരു വഴി തുറന്നു കിട്ടി. അതോടെ ഒരു സാമ്രാജ്യം വെട്ടിപ്പിടിച്ച സംതൃപ്തി എനിക്കുണ്ടായി. ദിവസവും ഒരഞ്ചു മണിക്കൂറെങ്കിലും കുളത്തിൽക്കിടക്കുന്ന ഒരു തവളയായി ഞാൻ മാറി.

എന്റെ കുട്ടിക്കാലത്ത് ഇതുപോലെ കളിക്കുമ്പോൾ കുട്ടികൾ രണ്ടു മൂന്നു ഗ്രൂപ്പുകളായിത്തിരിയും. മുതിർന്ന പയ്യന്മാർ അവരുടേതായ ഗ്രൂപ്പുണ്ടാക്കി പ്രത്യേകം കളികളിൽ ഏർപ്പെടും. ആ പ്രായത്തിലുള്ള ആൺകുട്ടികൾ ഇപ്പോൾ കുളക്കരയിൽ വരുന്ന പതിവില്ല. അവരൊക്കെ താക്കോൽ കൊടുത്താൻ ചുറ്റിത്തിരിയുന്ന കളിപ്പാവകളായി പട്ടണത്തിൽ ചുറ്റിത്തിരിയുകയായിരിക്കും. കഴുത്തിൽ 'ടൈ'യും ഷൂവും സോക്സുമിട്ട്, സ്കൂൾബസ്സിൽപ്പോകുന്നവരായിരുന്നില്ല എന്റെ പുതിയ കൂട്ടുകാർ. എല്ലാവരും സർക്കാർ പ്രൈമറി സ്കൂളിൽ സ്വതന്ത്രരായി പഠിക്കുന്നവരാണ്. കൈയിൽ ചൂരലുമായി നടക്കുന്ന ഒരധ്യാപകനായി എന്നെ ഇവർ കാണുമോ എന്ന് ഞാൻ ഭയപ്പെട്ടു. അതു മാത്രമല്ല മത്സരിക്കാൻ ആളില്ലാത്തയിടത്ത് സർവ്വാധികാരം സ്ഥാപിക്കുന്നതിൽ എനിക്കൊരു വൈക്ലബ്യം തോന്നി. അതിനാൽ വൈകാതെ അധികാരം വിട്ടൊഴിയാൻ തീരുമാനിച്ചു.

എന്തുകൊണ്ടാണ് ഇങ്ങനെയൊരു ഉത്തരവാദിത്വം ഞാൻ ഏറ്റെടുത്തതെന്ന് ഇപ്പോഴും എനിക്കറിയില്ല. പൊയ്പ്പോയ എന്റെ ബാല്യകാലം തിരിച്ചുപിടിക്കാൻ വേണ്ടി ആയിരുന്നിരിക്കാം.

ഞാനെന്റെ അധികാരം വിട്ടൊഴിയുന്ന വസ്തുത അവരെ അറിയിച്ചത് ഇങ്ങനെയാണ്. "ഞാനും നിങ്ങളോടൊപ്പം കളിക്കാൻ കൂടുകയാണ്." അത്രയെളുപ്പത്തിൽ അതംഗീകരിക്കാൻ അവർ തയ്യാറായില്ല. ഞാനവരുടെ കളിക്കൂട്ടത്തിനിടയിൽ നുഴഞ്ഞു കയറി, എളുപ്പത്തിൽ അതു

തകർത്തുകളയുമോ എന്നവർ ഭയപ്പെട്ടു കാണും. അവർ പരസ്പരം നോക്കിനിൽക്കുമ്പോൾ കുളത്തിന്റെ ഒരു വശത്ത് മണ്ണിടിഞ്ഞു വീഴുന്ന ശബ്ദമല്ലാതെ മറ്റൊന്നും കേൾക്കാനില്ലായിരുന്നു. ഞാൻ അപേക്ഷിച്ചു നോക്കി. പെട്ടെന്ന് എന്നെ വിശ്വസിക്കാൻ അവർ സന്നദ്ധരായില്ല.

"ചേർത്തെങ്കിലേ പറ്റൂ..." എന്ന് എന്റെ അധികാരം പ്രയോഗിക്കുമോ, എന്നവർ പ്രതീക്ഷിച്ചിരുന്നെങ്കിലും അവർക്ക് നിരാശരാകേണ്ടി വന്നു. അവരെ ശല്യപ്പെടുത്തേണ്ട എന്നു കരുതി ഞാൻ തനിയെ കുളത്തിന്റെ ഒരു ഭാഗത്തുനിന്നും മറുകരയിലേക്ക് നീന്തിക്കയറി.

അടുത്ത ദിവസം എന്റെ ആവശ്യം ഒരു അപേക്ഷയായി അവരുടെ മുന്നിൽ സമർപ്പിച്ചു. എന്റെ ശബ്ദം ഒരു ദയാഹർജിയായി രൂപാന്തരപ്പെട്ടിരുന്നു.

"കളിക്കാൻ എന്നെക്കൂടിച്ചേർക്കണേ..."

"എന്റെ ശബ്ദം അവർക്ക് സംതൃപ്തിയും വിശ്വാസവും ഉണ്ടാക്കിക്കാണണം. ഉടൻ സമ്മതം ലഭിച്ചു; അതും ഒരു നിബന്ധനയോടെ. അവർ നാലുപേരും ചേർന്ന് നീന്തി എന്നെ തൊടും, പകരം ഞാൻ നാലു പേരെയും നീന്തിത്തൊടണം. ഒരു കളിയുടെ നിയമമനുസരിച്ച് അതു തെറ്റാണെങ്കിലും എന്റെ ശരീരബലം കണക്കിലെടുത്തായിരിക്കണം ഇങ്ങനെയൊരു നിബന്ധന വെച്ചത്. അധികം വൈകാതെ വെള്ളത്തിലുള്ള എന്റെ ശക്തിയും ദൗർബല്യവും അവർക്കു ബോദ്ധ്യമായി. അവരുടെ കൂട്ടായ ആക്രമണത്തിൽ പിടിച്ചുനിൽക്കാനാകാതെ ഞാൻ വേഗത്തിൽ ഔട്ടാകും. അതുപോലെ നാലുപേരെയും നീന്തിത്തൊടാൻ കഴിയാതെ ഞാൻ തളരും. കുട്ടികളായത് അവർക്ക് പല സൗകര്യങ്ങളും നൽകി. കുട്ടിത്തവളകളെപ്പോലെ ദീർഘനേരം വെള്ളത്തിൽ മുങ്ങിക്കിടക്കാം.

ഒരു മൂത്ത പാമ്പിനെപ്പോലെ ആയാസപ്പെട്ട് നീന്തിവരാൻ എനിക്ക് കൂടുതൽ സമയം വേണം. അവർക്ക് അത്രയും ബുദ്ധിമുട്ടേണ്ടി വരാറില്ല. വളരെ എളുപ്പത്തിൽ എന്നെത്തൊടാൻ അവർക്കു കഴിയും. ആഴത്തിൽ മുങ്ങാംകുഴിയിട്ടു നീന്തി എനിക്കു ശീലമില്ല. അവരിൽ ചിലർ കുളത്തിന്റെ അടിത്തട്ടുവരെ മുങ്ങി നീന്താൻ ശേഷിയുള്ളവരാണ്. മേൽപ്പരപ്പിൽ നീന്തുന്നവരും തങ്ങളുടെ വേഗത എന്നെ കാണിക്കാൻ ചന്തി വെള്ളത്തിനു മുകളിൽ കാണത്തക്കവണ്ണം പൊക്കിപ്പൊക്കിപ്പിടിക്കും. ഞാൻ പെട്ടെന്നു തളർന്നുപോകും. ഇടയ്ക്കിടെ കരയ്ക്കു കയറി ദീർഘശ്വാസം വിട്ട ശേഷമേ വീണ്ടും നീന്താൻ കഴിയൂ... ഇക്കാര്യങ്ങളൊക്കെ അവർ വേഗത്തിൽ മനസ്സിലാക്കി. അവരെ ഒരു കാര്യത്തിലും തോൽപ്പിക്കാൻ കഴിവില്ലാത്തവനാണ് താനെന്നത് അവരെ ഉല്ലാസഭരിതരാക്കി.

ഞാനും അവരെപ്പോലെയുള്ള ഒരുവനാണ്. വെറും ഉടൽവളർച്ച മാത്രമേ അല്പം കൂടുതലുള്ളൂ. അതിൽ ഞാൻ സന്തോഷിച്ചു. ഞാൻ ഒരു പത്തുപതിനഞ്ചുവർഷം പിന്നോട്ടു പൊയ്ക്കൊണ്ടിരുന്നു. എന്റെ പ്രായത്തിൽ കാട്ടിക്കൂട്ടാവുന്ന എല്ലാം ഞാൻ ചെയ്തിട്ടുണ്ട്. ഭാവിയെ പ്പറ്റിയോ വർത്തമാനകാലത്തെപ്പറ്റിയോ ഒരു ഉൽക്കണ്ഠയും എനിക്കു ണ്ടായിരുന്നില്ല.

എപ്പോഴുമിങ്ങനെ വെള്ളത്തിൽക്കളിക്കുന്നതിന് അമ്മ വഴക്കു പറ യുമ്പോഴെല്ലാം ഒന്നും മിണ്ടാതെ ഞാൻ കറങ്ങി നടക്കും. കുളത്തിന്റെ വട്ടപ്പരപ്പിനുള്ളിൽ ഒതുങ്ങിയിരിക്കുന്ന ആ സ്വതന്ത്രലോകത്തെ സ്വന്തം കൈപ്പിടിയിലൊതുക്കാൻ ഞാൻ തീവ്രശ്രമം നടത്തി. കുളക്കരയിലേക്ക് എന്നെ കൂട്ടിക്കൊണ്ടുപോകാൻ കുട്ടികൾ വരും. ചിലപ്പോൾ അവരെ വിളി ക്കാൻ ഞാൻ തന്നെ പോകും. അക്കാര്യത്തിൽ ഞങ്ങൾ തമ്മിൽ ഒരു വ്യത്യാസവുമില്ലായിരുന്നു.

നീന്തിത്തൊട്ടുകളിക്കുന്നതിന് ഞാനും അവരോടൊപ്പം കൂടി. എനിക്കു മാത്രമായി എന്തെങ്കിലും സൗജന്യങ്ങൾ ഉണ്ടായിരുന്നില്ല. ഞാൻ അവരുടെ സഖ്യത്തിനു പുറത്തുള്ളവനുമല്ല. ചുറ്റും കൂടി നിന്ന് പന്തെറിഞ്ഞു കളിക്കും. ഔട്ടാകുന്നവൻ ഒരു വശത്തും മറ്റുള്ളവർ എതിർവശത്തും നിൽക്കും. ഔട്ടായവന് തൊടാൻ കഴിയാത്തവിധം നീന്തി വന്ന് ലക്ഷ്യസ്ഥാനത്തു തൊടണം.

എത്രനേരം കളിച്ചാലും മടുപ്പു തോന്നാത്ത കളിയാണത്. തൊടാതെ തൊട്ടെന്ന് കള്ളത്തരം പറഞ്ഞ് ജയിക്കാൻ ശ്രമിക്കുന്നവരെ ഞാൻ ശാസിക്കും.

“ടേയ്, ഇവിടെ വാടാ... ഒരിക്കൽക്കൂടി പന്തെറിഞ്ഞു നോക്കാം.” തൊട്ടുകഴിഞ്ഞവർ എന്റെ തലമുടിക്കു പിടിച്ച് പൊക്കിയെടുക്കുമ്പോൾ അവനോട് വഴക്കടിക്കും. ആ വെപ്രാളത്തിനിടയിൽ കൈയോ കാലോ അബദ്ധത്തിൽ മുട്ടാനിടയായാൽ, “ഞാൻ തൊട്ടേ... ഞാൻ തൊട്ടേ” എന്നു വിളിച്ചു കൂവും.

“നീ എവിടാടാ തൊട്ടത്, ഞാനല്ലേ നിന്നെ തൊട്ടത്” എന്ന് എതിർ വാദം ഉന്നയിക്കും. കുളക്കരയിലെ ഏറ്റവും ഉയർന്ന ഭാഗത്തു നിന്ന് താഴോട്ടു കുതിക്കും. കാലിട്ടടിച്ച് നീന്തിത്തുടിക്കും. കാലക്രമത്തിൽ എന്റെ ശരീരത്തിലെ പിരിമുറുക്കങ്ങളെല്ലാം കുറയും.

എന്റെ ശരീരവും ബാല്യകാലത്തേക്ക് തിരിച്ചുപൊയ്ക്കൊണ്ടിരുന്നു. എന്റെ കൈകാലുകൾ ചുരുങ്ങാൻ തുടങ്ങി. മൺവെട്ടിപോലെ അകന്ന് വൃത്തികേടായിരുന്ന എന്റെ കാലുകളും മുറംപോലെ വിസ്തൃതമായി രുന്ന എന്റെ കൈപ്പത്തികളും എത്ര മനോഹരങ്ങളായി മാറി!

എന്റെ മീശയും താടിയിലുള്ള രോമങ്ങളുമെല്ലാം കൊഴിയാൻ തുടങ്ങി യിരുന്നു. എന്റെ മുഖം പുല്ലുകൾ വെട്ടിമാറ്റിയ വെളിമ്പ്രദേശം പോലെ

മിന്നിത്തിളങ്ങി. വെള്ളത്തിൽ ഒരു ചെറുമീനിനെപ്പോലെ നീന്തിത്തുടി ക്കാൻ ഇപ്പോഴെനിക്കു കഴിയും.

ഹിംസാത്മകമായ എല്ലാ ലൗകിക സുഖങ്ങളിൽനിന്നും എന്റെ മനസ്സും ശരീരവും മുക്തമായി. കുളത്തിന്റെ മതിൽക്കെട്ടു തുളച്ച് ഉള്ളി ലേക്കു വളർന്നിരുന്ന വേരുകളിൽ പിടിച്ച് മരത്തിന്റെ മുകളിൽക്കയറി, അവിടെനിന്നും വെള്ളത്തിലേക്കു കുതിക്കാൻ കഴിയുന്ന വിധത്തിൽ ശരീരം ഒതുക്കമുള്ളതായി മാറി. എന്റെ സുഹൃത്തുക്കളെല്ലാം എന്റെ മാറ്റത്തിൽ സന്തോഷിച്ചു.

അവരുടെ കളിക്കൂട്ടത്തിൽ പുതിയ ഒരാൾ വന്നു ചേർന്നതുപോലെ യായി. എത്രനേരം വെള്ളത്തിൽ കുത്തിമറിഞ്ഞാലും ചെവികളിൽ വെള്ളം കയറി പ്രശ്നങ്ങളൊന്നും ഉണ്ടാക്കാറില്ല. കുതിച്ചു ചാടി കുള ത്തിന്റെ അടിത്തട്ടിൽനിന്നും മണ്ണുവാരിക്കൊണ്ടു വരുവാൻ എനിക്കു നിഷ്പ്രയാസം സാധിക്കും.

എന്നിലുണ്ടായ ഈ മാറ്റങ്ങൾ അമ്മയെ ഭയപ്പെടുത്തി. “എന്റെ മോന് ഈ ഗതി വന്നല്ലോ...” എന്ന് അമ്മ വിലപിക്കാൻ തുടങ്ങി. ഇനി ഒരു വട്ടം കൂടി എന്നെ വളർത്തേണ്ടി വരുമോ എന്നോർത്തായിരിക്കണം അവർ ഭയപ്പെട്ടത്. എന്നെ കൂട്ടിക്കൊണ്ടു പോകാൻ വരുന്നവരെ ശകാ രിച്ചു വിരട്ടിയോടിക്കാൻ ആരംഭിച്ചു.

അമ്മയറിയാതെ കുളക്കരയിലേക്കു പോകുന്നത് അത്ര ബുദ്ധിമുട്ടുള്ള കാര്യമായിരുന്നില്ല. അമ്മയെ നോക്കി ഇങ്ങനെ വിളിച്ചുപറയണമെന്ന് തോന്നി.

“അമ്മേ, എന്നെ നിങ്ങൾ ഒരുവട്ടം കൂടി വളർത്തേണ്ട ആവശ്യമില്ല. ഞാനെപ്പോഴും ഇങ്ങനെതന്നെയിരിക്കും. എന്റെ സുഹൃത്തുക്കളെല്ലാം വളരും. അവരെല്ലാം ഈ കുളക്കരയുപേക്ഷിച്ച് പോകും. ഞാനിവിടെ ത്തന്നെ കഴിഞ്ഞുകൂടും. പിരിഞ്ഞുപോകുന്നവർക്ക് യാത്രാമംഗളങ്ങൾ ആശംസിച്ചുകൊണ്ടും പുതിയതായി വന്നുചേരുന്നവർക്ക് സ്വാഗതമോതി ക്കൊണ്ടും ഇതേപോലെ ഞാനിവിടെത്തന്നെ കഴിച്ചുകൂട്ടും.

ഇതൊക്കെയാണെങ്കിലും എന്റെയുള്ളിൽ ലൗകികമായ എന്തോ ഒരു മുള്ള് കുത്തി നോവിച്ചുകൊണ്ടിരുന്നു. എന്റെ കൂർത്ത നഖങ്ങൾക്കും എന്റെ കാഴ്ചയ്ക്കും എത്തിപ്പെടാൻ കഴിയാത്ത ഏതോ സ്ഥലത്ത് മാംസ ത്തിനുള്ളിൽ തറഞ്ഞുകയറിയിരിക്കുകയാണ്, അത്. ഞാനിപ്പോഴും എന്തിനോടോ ബന്ധിക്കപ്പെട്ടിരിക്കുകയാണ് എന്റെ സൗഹൃദവലയം പൂർണ്ണമായി പോകാൻ എന്നെ അനുവദിക്കുന്നില്ല. എവിടെയാണ് എന്നെ പിടിച്ചുനിർത്തിയിരിക്കുന്നത്? അതിൽ നിന്നും മുക്തനാകാൻ എത്ര ശ്രമി ച്ചിട്ടും എന്നെ ബന്ധിച്ചിരിക്കുന്ന കുടുക്കിന്റെ അഗ്രം കണ്ടുപിടിക്കാൻ കഴിഞ്ഞില്ല.

ശോഭ മങ്ങാൻ തുടങ്ങിയിരുന്ന എന്റെ മുഖവാട്ടം മാറ്റിയെടുക്കാൻ അന്നു നടന്ന ആ സംഭവത്തിനു കഴിഞ്ഞു. കാലിൽ പറ്റിപ്പിടിച്ചു കടിക്കുന്ന ചെറുമീനുകളെപ്പിടിച്ച് വീട്ടിലെ കുളത്തിൽ വളർത്താൻ കളിക്കൂട്ടുകാരിൽ ഒരുവന് ആശ. എല്ലാവരും ചേർന്ന് മീൻ പിടിക്കാൻ ശ്രമം തുടങ്ങി. ശ്വാസോച്ഛ്വാസം ചെയ്യുന്നതിന് വെള്ളത്തിന്റെ ഉപരിതലത്തിലേക്ക് പൊങ്ങിവരുന്ന ചെറുമീനുകളെ, വെള്ളത്തിനടിയിൽക്കൂടി സാവധാനം കൈകൾ വിടർത്തിക്കൊണ്ടുവന്ന് എളുപ്പത്തിൽ പിടികൂടാമെന്നായിരുന്നു ഞങ്ങളുടെ വിശ്വാസം. എന്നാൽ ആഴത്തിലുള്ള ചെറുചലനങ്ങൾ പോലും തിരിച്ചറിഞ്ഞ് അവ എളുപ്പത്തിൽ രക്ഷപ്പെട്ടുകളയും.

ഓരോരുത്തരും ഓരോയിടത്തായി ശ്രമം തുടങ്ങിയെങ്കിലും ഒരെണ്ണത്തിനെപ്പോലും പിടികൂടാൻ അവർക്കു കഴിഞ്ഞില്ല. പെട്ടെന്ന് കൂട്ടത്തിലൊരുവൻ പറഞ്ഞു;

"ഒരു തുണിയുണ്ടെങ്കിൽ കോരിയെടുക്കാം." ഒരാളുടെ ദേഹത്തും ഒരു നൂൽബന്ധം പോലും ഉണ്ടായിരുന്നില്ല. എല്ലാവരുടെയും കണ്ണുകൾ എന്റെ മേൽ പതിച്ചു. ഒരുവൻ എന്നെ നോക്കി ഒരു മടിയും കൂടാതെ വിളിച്ചു പറഞ്ഞു.

"ടേയ്, നിന്റെ കോണകം അഴിച്ചു താടാ..."

ഞാൻ മടിച്ചു നിന്നു. ഒരു നിമിഷത്തേക്കു മാത്രം! കോണകത്തിന്റെ കുടുക്ക് കൈയിൽ തടഞ്ഞു. ഒട്ടും മടികൂടാതെ ഉരിത്തെറിഞ്ഞു കൊടുത്തു. കുളത്തിലെ ഓളങ്ങൾ ചിതറിത്തെറിച്ചു. മീനുകൾ കൈകൊട്ടിച്ചിരിച്ചു.

സൂര്യകിരണങ്ങളുടെ മിന്നൊളിയിൽപ്പെട്ട് തിളങ്ങുന്ന വെള്ളപ്പരപ്പിൽ പിഞ്ചുകൈകൾ പൊങ്ങിത്താഴ്ന്നുകൊണ്ടിരുന്നു.

ഞാൻ കുളത്തിന്റെ ആഴത്തിലേക്ക് മുങ്ങാംകുഴിയിട്ട് നീന്തിക്കൊണ്ടേയിരുന്നു. ആഴത്തിലേക്ക്... വീണ്ടും അഗാധതയിലേക്ക്...

■

വരാഹാവതാരം

വെങ്കടേശൻ നഗരത്തിൽ വന്നിറങ്ങുമ്പോൾ നേരം പുലർന്നിരുന്നു. എന്നാൽ വെയിൽ പരക്കാൻ തുടങ്ങിയിരുന്നില്ല. വെയിലിനു മുമ്പുള്ള വെളിച്ചം പരന്ന് പാതകൾ മനോഹരമായി കാണപ്പെട്ടു. ക്ഷീണിച്ച മുഖങ്ങളോടെ അരികുപറ്റി നടക്കുന്നവരിൽ ചിലർ അവന്റെ സഹയാത്രികരായിരുന്നു. അംബരചുംബികളായ കെട്ടിടങ്ങളെ അതിശയത്തോടെ ഇടയ്ക്കിടെ തലയുയർത്തി നോക്കി അവൻ നടന്നു. അവന്റെ അമ്പരപ്പിന്റെ 'മണംപിടിച്ച്' ഒരു ഓട്ടോ അവനെ പിൻതുടർന്നു. എത്ര ഒതുങ്ങി നടന്നിട്ടും ഓട്ടോ പിന്മാറുന്ന ലക്ഷണം കാണുന്നില്ല. ഓട്ടോയുടെ ഹോൺ മുഴക്കം തന്നെ ലക്ഷ്യമിട്ടാണെന്നു അപ്പോഴാണ് അവനു ബോദ്ധ്യമായത്. ഇങ്ങനെയുള്ള സന്ദർഭം എങ്ങനെ കൈകാര്യം ചെയ്യണമെന്ന് അവനു നിശ്ചയമില്ലായിരുന്നു. ഇക്കാര്യങ്ങളൊന്നും നടരാജൻ പറഞ്ഞിരുന്നില്ല. വഴിയോരത്തോടു ചേർന്ന് ഒന്നുമറിയാത്തവനെപ്പോലെ മൗനിയായി നടപ്പു തുടർന്നു. ഓട്ടോ വീണ്ടും ശബ്ദമുണ്ടാക്കിക്കൊണ്ടിരുന്നു. എന്തോ ശാപവചനങ്ങൾ ചൊരിഞ്ഞ് അതു വേഗത്തിൽ ഓടിച്ചുപോയി. അമ്പരപ്പു മാറി അവന് അല്പം ആശ്വാസം തോന്നി. തന്നെ പിന്തുടർന്നവനെ വിരട്ടിയോടിക്കാൻ കഴിഞ്ഞത് അവന്റെ ആത്മവിശ്വാസം ഉയർത്തി. ഇനി ഒന്നിനെയും ഭയപ്പെടേണ്ടതില്ല. ഈ പട്ടണത്തിന്റെ എല്ലാ കുതന്ത്രങ്ങളെയും മറികടക്കാൻ തനിക്കു കഴിയും.

ഉറച്ച മനസ്സോടെ, അടുത്തുള്ള കെട്ടിടത്തിന്റെ അടഞ്ഞ വാതിലിനു മുന്നിൽനിന്ന് സഞ്ചിയിലുണ്ടായിരുന്ന കടലാസെടുത്തു പരിശോധിച്ചു. ഇന്റർവ്യൂ കാർഡ് കിട്ടിയയുടൻ അവൻ പരിഭ്രമിച്ചു. ഇന്റർവ്യൂവിനു തന്നെ ക്ഷണിച്ച കമ്പനി ഈ നഗരത്തിലായിരുന്നു. ഈ നഗരത്തെപ്പറ്റി പല കഥകളും അവൻ കേട്ടിട്ടുണ്ട്. കുട്ടികളെ പിടിച്ചുകൊണ്ടുപോയി കണ്ണുകൾ ചൂഴ്ന്നെടുത്ത് ഭിക്ഷക്കാരായി മാറ്റുമെന്നും പ്രായപൂർത്തിയായ പെൺകുട്ടികളാണെങ്കിൽ അവരെ വ്യഭിചാരവൃത്തിയിലേക്ക് തള്ളിവിടുമെന്നും പറഞ്ഞുകേട്ടിട്ടുണ്ട്. പുരുഷന്മാരുടെ കൈവശമുള്ള പണം പിടിച്ചുപറിക്കുമെന്നും അവർ അലഞ്ഞുനടക്കുന്നതു കണ്ട് സഹതാപം നടിച്ച് അടുത്തുകൂടി നിർബ്ബന്ധിച്ചു കൂട്ടിക്കൊണ്ടുപോയി രക്തം ഊറ്റിയെടുക്കുമെന്നു മാത്രമല്ല, അവയവങ്ങൾ രഹസ്യമായി എടുത്തു മാറ്റുമെന്നും

അങ്ങനെ ജീവച്ഛവമായി മാറുന്നവരെ കുപ്പവണ്ടിയിൽക്കയറ്റി, ദൂരെ വിജനമായ സ്ഥലത്തു കൊണ്ടുപോയി ഉപേക്ഷിക്കുമെന്നും അവിടെ കഴുകൻ കൊത്തിവലിച്ച് അനേകം ശവങ്ങൾ കിടക്കുന്നതു കാണാമെന്നും മറ്റും പറഞ്ഞുകേട്ടിട്ടുണ്ട്.

ഒരു സിനിമയിൽ പ്രശസ്തനായ ഒരു നായകൻ ആ പട്ടണത്തിലെത്തുമ്പോൾ കൊള്ളക്കാരെ ഭയന്ന് കൈവശമുള്ള പണം അടിവസ്ത്രത്തിൽ ഒളിപ്പിച്ചു വെയ്ക്കുന്ന രംഗം ഓർമ്മയിൽ വന്നു. അവിടെ മനുഷ്യരെ കാണാനേ കഴിയില്ല; ഉള്ളതെല്ലാം ചെകുത്താന്മാരാണ് എന്ന വിശ്വാസം വെങ്കടേശന്റെ നാട്ടിൽ പ്രചാരത്തിലുണ്ടായിരുന്നു.

ഈ പട്ടണത്തിൽ കുറെ നാൾ താമസിച്ചിട്ടുള്ളതും പോയിവന്നിട്ടുള്ളതും നടരാജൻ മാത്രമാണ്. അതുകൊണ്ട് അയാളോട് നാട്ടുകാർ മതിപ്പോടും ബഹുമാനത്തോടും കൂടിയായിരുന്നു ഇടപഴകിയിരുന്നത്. കഴിഞ്ഞ രാത്രിയിൽ അയാളെ കാണാൻ വെങ്കടേശൻ, ചെന്നപ്പോൾ രാജകീയ സ്വീകരണമാണ് ലഭിച്ചത്. ഇന്റർവ്യൂവിന് നടരാജൻ കൂടെച്ചെല്ലണമെന്നും ചെലവുകൾ താൻ വഹിച്ചുകൊള്ളാമെന്നും വെങ്കടേശൻ പറഞ്ഞു. അല്പനേരം മൗനമായിരുന്ന ശേഷം നടരാജൻ ഉച്ചത്തിൽ പൊട്ടിച്ചിരിച്ചു.

"നിനക്ക് അവിടെത്തന്നെ ജോലി കിട്ടി എന്നു വിചാരിക്കുക; എന്നെക്കൂടി നിന്നോടൊപ്പം താമസിപ്പിക്കുമോ?

ഇതിനു വ്യക്തമായ ഒരു മറുപടി കൊടുക്കാൻ അവനു കഴിഞ്ഞില്ല. പലതും പറഞ്ഞ് നടരാജൻ അവന് ധൈര്യം പകർന്നു നൽകി. ആൾക്കാർ വെറുതെ ഭീതി പരത്തുകയാണ്.

'ചെകുത്താന്മാരില്ലാത്തത് എവിടെയാണ്?" നടരാജൻ ചോദിച്ചു. അയാളോട് എന്തെന്നില്ലാത്ത ബഹുമാനം തോന്നി. നടരാജൻ ഒരു കടലാസ് കീറിയെടുത്ത് അതിലൊരു ഭൂപടം വരയ്ക്കാൻ തുടങ്ങി. അതു പൂർത്തിയാക്കാൻ കുറെ സമയമെടുത്തു. തഴക്കംചെന്ന ഒരു ചിത്രകാരനെപ്പോലെ അയാളുടെ വിരലുകൾ ചലിക്കുന്നത് അത്ഭുതത്തോടെ അവൻ നോക്കിനിന്നു. പോകേണ്ട ദിക്കുകൾ, റോഡുകൾ, മുഖ്യമായ സ്ഥലങ്ങൾ, ബസ് നമ്പറുകൾ എല്ലാമുള്ള മനോഹരമായ ഒരു ഭൂപടമായിരുന്നു അത്! അതു കാണിച്ച് വിശദീകരിച്ചു കേട്ടപ്പോൾ നഗരത്തെപ്പറ്റി അവനുണ്ടായിരുന്ന എല്ലാ ഭയങ്ങളും വിട്ടൊഴിഞ്ഞ് അവൻ ഉല്ലാസവാനായി. ഈ ഭൂപടം തന്റെ കൈവശമുള്ളിടത്തോളം നഗരത്തിന്റെ ഏതു മുക്കിലും മൂലയിലും പോയ് വരാൻ എനിക്ക് കഴിയുമെന്നുള്ള ആത്മവിശ്വാസം അവനുണ്ടായി.

കൂടെക്കൂടെ സ്ഥലപടമെടുത്ത് നോക്കി എല്ലാം ശരിയായി മനസ്സിലാക്കിയിട്ടുണ്ടോ എന്ന് പരിശോധിക്കും. എന്തെങ്കിലും സംശയം തോന്നിയാൽ നടരാജന്റെയടുത്തേക്ക് ഓടും. ഏതു സമയത്തും ഏതു സംശയവും തീർത്തുകൊടുക്കാൻ നടരാജൻ സന്നദ്ധനായിരുന്നു. അയാളുടെ

വിശദീകരണം കേട്ട് വെങ്കടേശൻ അത്ഭുതപ്പെടും. ആ നഗരത്തിൽ ജനിച്ചുവളർന്ന ഒരാളിനുപോലും ഇത്രയും കൃത്യമായ വിവരങ്ങൾ നൽകാൻ കഴിയുമോ എന്നവൻ സംശയിച്ചു. തനിക്ക് അത്യാവശ്യമുള്ള വിവരങ്ങൾ മാത്രം ഒരു കടലാസ്സിൽ കുറിച്ചുവെച്ചു. എല്ലാം ശരിയായിരിക്കുന്നു എന്ന സംതൃപ്തി തോന്നി അവന്.

യാത്ര പറയാനായി നടരാജനെ കാണാൻ ചെന്നപ്പോൾ പെട്ടെന്ന് ഓർമ്മവന്നതുപോലെ അയാൾ ഒരു കാര്യം ചോദിച്ചു.

“എവിടെയാ താമസിക്കാൻ പോകുന്നത്?

എല്ലാം മാറിമറിഞ്ഞ് ഇരുൾമൂടുന്നതുപോലെ തോന്നി. ഇതുവരെ എന്തൊക്കെയോ ചിന്തിച്ച് എല്ലാ വിവരങ്ങളും തേടിപ്പിടിച്ചുകൊണ്ടിരുന്നവൻ ഇക്കാര്യം മാത്രം മറന്നുപോയത് എങ്ങനെയെന്ന് ആശ്ചര്യപ്പെട്ടു. ദിവസവും കണ്ടു സംസാരിച്ചുകൊണ്ടിരുന്നിട്ടും എവിടെത്തങ്ങണമെന്ന് ഒരക്ഷരംപോലും പറയാതെ അവസാനഘട്ടത്തിൽ നടരാജൻ ഇങ്ങനെ ചോദിച്ചത് എന്തുകൊണ്ടാണ്? എല്ലാം തുറന്നുപറയാതെ ചില കാര്യങ്ങൾ മറച്ചുപിടിച്ച് ഗർവ്വ് കാണിക്കുന്ന ക്രൂരമനസ്സിന്റെ ഉടമയാണോ നടരാജൻ? എന്നാൽ അയാളുടെ മുഖത്ത് അങ്ങനെയുള്ള ലക്ഷണങ്ങളൊന്നും കാണാനുണ്ടായിരുന്നില്ല. മുഖ്യമായ ഒരു സംഗതി മറന്നുപോയതിന്റെ ജാള്യത ആ മുഖത്തുണ്ടായിരുന്നു.

ബസ്സിറങ്ങി നേരേ ഇന്റർവ്യൂ സ്ഥലത്തേക്കു പോകാമെന്നായിരുന്നു അവന്റെ പ്ലാൻ. അതിനാൽ എന്തിനാണ് അവിടെ തങ്ങുന്നതെന്ന് വെങ്കടേശൻ ചോദിച്ചു.

“എണ്ണമെഴുക്കു പുരണ്ട മുഖവും അഴുക്കുപുരണ്ട വസ്ത്രങ്ങളുമായിട്ടാണോ ഒരു ഇന്റർവ്യൂവിനു പോകുന്നത്?”

നടരാജന്റെ ചോദ്യം തികച്ചും ന്യായമായിരുന്നു. ആ സ്ഥാപനം തീരെ ചെറിയ ഒന്നായിരിക്കാം. എന്നാലും വൃത്തിയായ മുഖത്തോടും ചുളുക്കുവീഴാത്ത വസ്ത്രങ്ങളോടും പോയാലേ അവിടെ ഒരു അംഗീകാരം ലഭിക്കുകയുള്ളൂ. എവിടെയെങ്കിലും മുറിയെടുത്ത് വൃത്തിയായിപ്പോകുന്നതാണ് നല്ലത്. നടരാജൻതന്നെ മറ്റൊരു വിഷയവും ഉന്നയിച്ചു.

“അതിനൊക്കെ ഒരുപാടു ചെലവു വരുമല്ലോ?”

കുരുവി കൂട്ടിവെയ്ക്കുന്നതുപോലെ. സ്വരുക്കൂട്ടിയെടുത്ത വീട്ടുപണത്തിന്റെ നല്ലൊരു പങ്ക് ഈ യാത്രയ്ക്കുവേണ്ടി ചെലവാകും. ഇനിയും വീട്ടിൽ ചോദിക്കാൻ കഴിയില്ല. മുറിയെടുത്തു താമസിക്കുന്ന കാര്യം ആലോചിക്കാനേ പറ്റില്ല. അവന്റെ പരിഭ്രമം മനസ്സിലാക്കിയ നടരാജന് അവനോട് സഹതാപം തോന്നി. ഏതോ ഒരു പരമരഹസ്യം വെളിപ്പെടുത്തുന്നതുപോലെ മടിച്ചുമടിച്ചു പറഞ്ഞു.

"ഞാനൊരു സ്ഥലം പറഞ്ഞുതരാം. അവിടം ഒരു മാതിരിയൊക്കെയിരിക്കും. നിനക്ക് വിഷമമൊന്നുമില്ലെങ്കിൽ ഏർപ്പാടു ചെയ്യാം."

തയ്യാറാക്കിത്തന്ന ഭൂപടത്തിൽ ആ സ്ഥലം കൃത്യമായി രേഖപ്പെടുത്തിയിരുന്നു. പ്രധാന റോഡിൽനിന്നും പെട്ടെന്നു തിരിയുന്ന ഒരു ചെറിയ പാത; അവിടെയൊരു തെരുവ്. ആ തെരുവിന്റെ പേരെഴുതിയ ബോർഡുകളൊന്നും ഉണ്ടായിരുന്നില്ല. എങ്കിലും ഭൂപടമനുസരിച്ച് അതായിരിക്കാനാണ് സാധ്യത എന്നു തോന്നി. മെയിൻ റോഡിൽനിന്നു തന്നെ അല്പനേരം അങ്ങോട്ടു നോക്കിനിന്നു. കൈവണ്ടികളും തലച്ചുമടുകളുമായി വരുന്നവരും പുറത്തേക്കു വന്നുകൊണ്ടിരുന്നു.

പച്ചക്കറികൾ നിറച്ചുവെച്ച ചാക്കുകൾ കണ്ടപ്പോൾത്തന്നെ അതൊരു ചന്തയാണെന്ന് ഉറപ്പായി. ആരോടും ചോദിക്കാതെതന്നെ ലക്ഷ്യസ്ഥാനത്ത് എത്തിച്ചേർന്നതിന്റെ സന്തോഷം. തെരുവ് ആരംഭിക്കുന്ന സ്ഥലത്ത് പഴകിയ പച്ചക്കറികൾ വെള്ളത്തിൽ കഴുകിയെടുക്കുന്ന കുറെ സ്ത്രീകൾ. എങ്ങനെ ഉള്ളിലേക്കു കടക്കുമെന്ന് സംശയിച്ചുനിന്നു. മെയിൻ റോഡ് ശൂന്യമായിരുന്നെങ്കിൽ ഇവിടം ബഹളമയമായിരുന്നു. ഇവിടെ എല്ലാം വ്യത്യസ്തമായി തോന്നി.

ഉള്ളിലേക്കു പോകാൻ താനല്ലാതെ മറ്റാരെയും കാണാൻ കഴിഞ്ഞില്ല. എല്ലാവരും പുറത്തക്കു വരുന്നവരാണ്. അങ്ങോട്ടോ ഇങ്ങോട്ടോ മാറി നിൽക്കാൻ ഒരു ഇടവഴിപോലും ഉണ്ടായിരുന്നില്ല. അതിനാൽ എങ്ങോട്ടെങ്കിലും ഒന്നൊഴിഞ്ഞുനിൽക്കാനും കഴിഞ്ഞില്ല.

തിരിച്ചറിയാൻ കഴിയാത്ത മനുഷ്യാവയവങ്ങൾ തന്റെ മേലുരസിയും തള്ളിമാറ്റിയും കടന്നുപൊയ്ക്കൊണ്ടിരുന്നു. മുതുകിൽ തൂക്കിയിരുന്ന സഞ്ചിയുടെ ഭാരം കൂടിക്കൂടി വരുന്നതുപോലെ തോന്നി.

വളരെനേരം ആ വാതിലിനു മുന്നിൽ നിന്നു. ശരീരം മുഴുവൻ വിയർത്ത് ഒട്ടിപ്പിടിക്കാൻ തുടങ്ങി. യാത്രാക്ഷീണമെല്ലാം മറന്ന് അവന്റെ മനസ്സിൽ ഒരു അജ്ഞാതഭയം വന്നുനിറയാൻ തുടങ്ങി. തന്റെ മുന്നിലുള്ള വഴികളെല്ലാം അടഞ്ഞുപോയതുപോലെ ഒരു തോന്നൽ. എങ്ങനെയാണ് അടഞ്ഞവഴി തുറക്കേണ്ടത്? ഒരു നിശ്ചയവുമില്ല. കൈയിൽ വരച്ചു സൂക്ഷിച്ചിരുന്ന സ്ഥലവിവരചിത്രം മനസ്സിൽനിന്നും മാഞ്ഞുപോയിരുന്നു. പ്രധാന കവാടത്തിന്റെ ഇത്തിരിവട്ടത്തിൽ അലഞ്ഞുതിരിയാനായിരിക്കും തന്റെ വിധി!

തിരക്കിൽ മുന്നോട്ടും പിന്നോട്ടും തിണ്ടാടിക്കൊണ്ടിരിക്കുന്നതിനിടയിൽ എന്തോ ഒന്ന് ശക്തിയായി തന്റെ മുതുകിൽ വന്നുപതിച്ചു. അതിന്റെ ആഘാതത്തിൽ അല്പം ദൂരേക്കു തെറിച്ചുവീണു.

തെരുവിൽ എങ്ങോട്ടുനോക്കിയാലും മനുഷ്യത്തലകൾ മാത്രം. കണ്ണെത്താദൂരം വരെ തെരുവു നീണ്ടുകിടന്നു. സംഭ്രമത്തോടെ നിന്ന ഒരു നിമിഷത്തിൽ ജനക്കൂട്ടം അവനെ മുന്നിലേക്ക് തള്ളിനീക്കിക്കൊണ്ടിരുന്നു. ആ സ്ഥലത്തിന്റെ ഒരു ഏകദേശചിത്രം ഇപ്പോഴവനു

ബോധ്യമായി. അവൻ ഓരോരുത്തരേയും ശ്രദ്ധിക്കാൻ തുടങ്ങി. വാഹനങ്ങളുടെ വേഗതയെപ്പറ്റി ഒരു പഠനംതന്നെ നടത്തി. വണ്ടിയുടെ അടിയിൽപ്പെട്ടു പോകാതിരിക്കാൻ ഒതുങ്ങിനിന്നു. അഴുക്കുപിടിച്ച തോർത്തുമുണ്ട് ഇടുപ്പിൽക്കെട്ടി, വലിയ ചാക്കുകെട്ട് തലയിലേറ്റി തൊഴിലാളികൾ ചുറ്റും നടക്കുന്നതൊന്നും ഗൗനിക്കാതെ ഓടിക്കൊണ്ടിരുന്നു. ചാക്കുകെട്ടുകൾ കയറ്റിവന്ന മുച്ചക്രവാഹനങ്ങൾ നിർത്താതെ മണിമുക്കി. ആ മണിനാദത്തോടൊപ്പം ആളുകളുടെ ഉച്ചത്തിലുള്ള സംഭാഷണങ്ങളും ലയിച്ചുചേർന്നു. സാധാരണ സൈക്കിളുകളുടെ മണിനാദത്തേക്കാൾ ഉഗ്രമാണ് മുച്ചക്രസൈക്കിളിന്റെ മണിയൊച്ച.

ഈ തിരക്കിനിടയിലും തോളിൽക്കിടക്കുന്ന സഞ്ചിയുടെ കാര്യം മറന്നില്ലെന്നത് അത്ഭുതമായിത്തോന്നി. വേഗത്തിൽ വന്നുകൊണ്ടിരുന്ന ഒരു വാഹനത്തിൽനിന്നും രക്ഷപ്പെടാനായി അടുത്തു കണ്ട ഒരു കടയുടെ വരാന്തയിലേക്ക് ഓടിക്കയറി. അപ്പോഴാണ് അതൊരു വാഴക്കുലക്കടയാണെന്ന് മനസ്സിലായത്. അവിടം മുതൽ റോഡിന്റെ ഇരുവശങ്ങളിലും വാഴക്കുലക്കടകളുടെ ഒരു നീണ്ടനിര ദൃശ്യമായി. അപ്പോഴാണ് നടരാജൻ തന്നെ പറഞ്ഞയച്ചിരിക്കുന്നത് ഒരു വാഴക്കുലക്കടയിലേക്കാണെന്ന കാര്യം ഓർമ്മ വന്നത്.

കടയുടെ ഒരു വശത്തേക്കു മാറിനിന്ന് ഭൂപടമെടുത്തു നോക്കി. അതിൽ കടയുടെയും കടക്കാരന്റെയും പേര് കൃത്യമായി രേഖപ്പെടുത്തിയിരുന്നു. ഭാഗ്യം തന്റെ പക്ഷത്താണെങ്കിൽ താനുദ്ദേശിക്കുന്ന കട ഇതുതന്നെയായിരിക്കുമെന്ന് കരുതി. വാഴക്കുലകൾക്കിടയിൽനിന്നും ഒരാളുടെ ഉച്ചത്തിലുള്ള വർത്തമാനം കേൾക്കാമായിരുന്നു. വാഴക്കുലകൾ ചുമന്നുകൊണ്ട് ഉള്ളിലേക്ക് വരുന്നവരുടെ എണ്ണം കൂടിക്കൊണ്ടിരുന്നു. ആരോടു ചോദിക്കാനാണ്? കടയുടെ പേരു ചോദിക്കണോ കടയുടമയുടെ പേരു ചോദിക്കണോ എന്ന് ആകെയൊരു കുഴപ്പം. കടക്കാരന്റെ പേരു ചോദിച്ചാൽ അത് മര്യാദകേടായി തോന്നിയാലോ? കടയുടെ പേരു ചോദിക്കുന്നതാണ് ഉചിതം. വാഴക്കുല അടുക്കിവെച്ചുകൊണ്ടിരുന്ന ഒരാളോട് കടയുടെ പേരു ചോദിച്ചു.

"ഒരു നാല് കടയ്ക്കപ്പുറത്താണ്."

മറ്റാരോടോ എന്തോ വിളിച്ചുപറയുന്നതിനിടയിൽ അയാൾ പറഞ്ഞു. അത് എനിക്കുള്ള മറുപടി തന്നെയോ എന്നവൻ സംശയിച്ചു.

വീണ്ടും, "പിന്നെ..." എന്നു തുടങ്ങിയ ഉടൻ "തനിക്കെന്താ ചെവി കേക്കാമ്മേലേ... ദാ, നാലു കടകൾക്കപ്പുറത്താ..."

കടകളുടെ എണ്ണമെടുത്തു നടന്നു. ഇതുതന്നെയാകാനാണ് സാധ്യത. ഒരു കടയുടെ മുന്നിൽ നിന്നു. കടയുടെ പേരു ചോദിച്ചശേഷം കാതുകൂർപ്പിച്ചു നിന്നു. അനുകൂലമായ മറുപടി കേട്ട് മുഖം വിടർന്നു. നടരാജൻ പറഞ്ഞയച്ചിരുന്ന ആളിന്റെ പേര് പറഞ്ഞയുടൻ, മറുപടി പറഞ്ഞ ആൾ

അടിമുടി നോക്കി. പിന്നിലുള്ള ഒരു ചെറിയ മേശയ്ക്കരികിൽ ഇരിക്കുന്ന ആളെ ചൂണ്ടിക്കാട്ടി.

കടയുടെ വാതിൽ തീരെ ചെറുതാണ്. മേശയ്ക്കരികിലേക്ക് ചെന്നു. അയാൾ ചോദിച്ചു,

"എന്തുവേണം?"

നടരാജന്റെ പേരും സ്ഥലവും പറഞ്ഞശേഷം അയാൾ പറഞ്ഞയച്ച താണ് എന്ന വിവരവും അറിയിച്ചു.

"ഓ, അവനാണോ, എന്താ ജോലി വല്ലതും വേണോ?"

ഇടയ്ക്കിടെ ആരോ വിളിച്ചുപറയുന്ന കണക്കുകൾ അയാൾ എഴുതി ക്കൊണ്ടിരുന്നു. വെങ്കടേശൻ മിണ്ടാതെ നിന്നു. അയാൾ വീണ്ടും അവനെ നോക്കി പുരികം ചുളിച്ചു. അവൻ വന്ന കാര്യവും ഇന്റർവ്യൂ നടത്തുന്ന കമ്പനിയുടെ പേരും പറഞ്ഞു. തന്റെ സഞ്ചി ഇവിടെ ഭദ്രമായി വെച്ച് കുളിച്ചു വേഷം മാറിപ്പോകാൻ നടരാജൻ പറഞ്ഞയച്ചതാണ് എന്നു പറ ഞ്ഞപ്പോൾ അയാൾ ചിരിച്ചു. ആ ചിരി കണ്ടാൽ അയാളൊരു വലിയ മുതലാളിയാണെന്നു തോന്നും. ഇതൊരു സുരക്ഷിത സ്ഥലമാണെന്ന് പറഞ്ഞത് തന്റെ സ്ഥാപനത്തിന് കിട്ടിയ അംഗീകാരമാണെന്ന് കരുതി യിട്ടുണ്ടാകും. തുടർന്നുള്ള സംഭാഷണത്തിൽനിന്നും നടരാജൻ ഇവിടെ എന്തൊക്കെയോ ജോലി ചെയ്തിരുന്നതായി മനസ്സിലാക്കി.

സഞ്ചി അവിടെ വെച്ചിട്ടുപോകാനും ആവശ്യമുള്ളപ്പോൾ വന്നെടുത്തു കൊള്ളാനും കടക്കാരൻ അനുവാദം കൊടുത്തു. അയാളുടെ മേശയ്ക്കടി യിൽത്തന്നെ സഞ്ചി വെച്ചു.

വസ്ത്രങ്ങൾ സൂക്ഷിച്ചിരുന്ന പ്ലാസ്റ്റിക് കവർ മാത്രം കൈയിലെ ടുത്തു. ഇത്ര സ്നേഹത്തോടെ സംസാരിക്കുകയും പെരുമാറുകയും ചെയ്യുന്ന ആളിന് എന്തെങ്കിലും പണം കൊടുത്താൽ വാങ്ങുമോ, അതോ തന്നെ പരിഹസിക്കുമോ എന്ന ഒരു സംശയം അവനുണ്ടായി. മടിച്ചു മടിച്ച് ഒരു രൂപാ നാണയം അയാൾക്കു നീട്ടി. ഒരു മടിയും കൂടാതെ അയാളതു സ്വീകരിച്ചു.

വാഴക്കുലക്കൂമ്പാരങ്ങൾക്കിടയിൽ കുളിമുറിയോ കക്കൂസോ ഉള്ളതിന്റെ ഒരു ലക്ഷണവും കാണാനില്ല. അയാളെ നോക്കി. "നേരെ പോകൂ" എന്നു പറഞ്ഞ് അയാൾ കൈ ചൂണ്ടി. അടുക്കിവെച്ചിരുന്ന വാഴക്കുലകൾക്കിടയിലൂടെ ഒരു ഒറ്റയടിപ്പാത കണ്ണിൽപ്പെട്ടു. കൂടുതലും പൂവൻകുലകളാണെന്നു തോന്നി. കുലകളുടെ തണ്ടുകൾ വളഞ്ഞ്, കൊക്കുകളുടെ കഴുത്തുപോലെയിരുന്നു. അതിനിടയിലൂടെ നടക്കുന്നത് ശ്രമകരമായിരുന്നു. വാഴക്കറ തുണിയിൽപ്പറ്റുമോ എന്നു ഭയപ്പെട്ടു. എങ്കിലും മനസ്സ് ശാന്തമായിരുന്നു.

അപരിചിതമായ ഈ നഗരത്തിൽ കടക്കാരന്റെ സൗഹൃദവും തന്നോ ടുള്ള ആദരവും അനുഗ്രഹമായി തോന്നി. ഒറ്റയടിപ്പാത കുറുകെയുള്ള ചുവരിൽച്ചെന്നു മുട്ടി ഒരു വശത്തേക്കു തിരിഞ്ഞു. അതു ചെന്നുനിന്നത്

വിസ്തൃതമായ ഒരു വരാന്തയിലാണ്. റോഡിൽനിന്ന് നോക്കിയാൽ തീരെ ചെറിയ ഒരു കടപോലെ തോന്നിയ ഇതിന്റെ ഉൾവശം ഇത്ര വിശാലമാണെന്നോർത്ത് അവൻ അത്ഭുതം കൂറി. വരാന്ത മുഴുവൻ കുലകളാണ്. അതിനോടു ചേർന്ന് ഭിത്തി കെട്ടിത്തിരിച്ച ഒരു ഭാഗം കണ്ടു. അതായിരിക്കും കുളിമുറി. അടുത്തു ചെല്ലുന്തോറും വെള്ളം വീഴുന്ന ശബ്ദം കേട്ടുതുടങ്ങി. ചുവരു കടന്ന് പെട്ടെന്ന് ഉള്ളിൽക്കടന്നതും സ്തംഭിച്ചു നിന്നുപോയി.

അറിയാതെ അവന്റെ തല കുനിഞ്ഞു. രണ്ടു പൈപ്പുകളും അതിനു ചുവട്ടിൽ രണ്ടു ബക്കറ്റുകളുമുണ്ട്. എത്ര പേരുണ്ടെന്നു ശരിയായി കാണാൻ കഴിഞ്ഞില്ല. ഒരു കോണകം പോലുമില്ലാതെയാണ് എല്ലാവരും കുളിക്കുന്നത്. ഈ 'മുഴുവൻകാള'കളുടെ കൂട്ടത്തിൽ നഗ്നനായി നിന്ന് കുളിക്കുന്ന കാര്യം ഓർക്കാൻപോലും അവന് കഴിഞ്ഞില്ല. വെള്ളമൊഴുകി വന്ന് അവന്റെ കാലുകളെ നനച്ചു. മെല്ലെ തലയുയർത്തി നോക്കി. നേരെ മുന്നിൽനിന്നു കുളിക്കുന്നവൻ നല്ല വെള്ളനിറക്കാരനായിരുന്നു. അടുത്തത് ഒരു കറമ്പൻ. എതിർവശത്തുനിന്നവരുടെ നേർക്ക് തിരിഞ്ഞു നോക്കാൻ അറച്ചു. അവരെന്തെങ്കിലും പറയുമോ എന്ന ഭയം. തല ലേശം ചരിച്ച് ഒളിഞ്ഞുനോക്കി. ഒരുത്തന്റെ ലിംഗത്തിന് അസാമാന്യനീളം ഉള്ളതുപോലെ തോന്നി. മൂന്നുപേരുടെയും ശരീരം കൊഴുത്തു മിനുത്തിരുന്നു.

വിജനമായ കാട്ടരുവിയിൽ നീന്തിത്തുടിക്കുന്നവരെപ്പോലെ, പരിപൂർണനഗ്നരായി, ഒരു ലജ്ജയുമില്ലാതെ കുളിക്കുന്നവരെക്കണ്ട്, 'നാണം കെട്ട ജന്തുക്കൾ' എന്ന് പിറുപിറുത്തു. ഇടയ്ക്കിടെ ആ 'ലിംഗങ്ങൾ' അവന്റെ നേർക്ക് ആടിക്കളിക്കുന്നതായി അവനു തോന്നി. ഒന്നുകൂടി നോക്കണമെന്നു തോന്നിയെങ്കിലും 'ഛീ...' എന്നു ശപിച്ച് മുഖം തിരിച്ചുകളഞ്ഞു. ഒന്നും ചെയ്യാനില്ലാതെ അങ്ങനെ നിന്നതിൽ അവന് തന്നോടു തന്നെ വെറുപ്പു തോന്നി. അറിയാതെ ആ കാഴ്ച കാണാൻ അവൻ നിർബന്ധിതനായിത്തീർന്നതാണ്.

ഇന്റർവ്യൂവിന് നല്ല 'ടിപ്-ടോപ്പി'ൽ പോകണം. ഈ നശിച്ചവന്മാരെ നോക്കിനിന്നാൽ സമയത്തിന് എത്താൻ കഴിയുമോ? അവന്മാർ അങ്ങനെത്തന്നെ നിന്നു കുളിച്ചോട്ടെ. അടിവസ്ത്രം ധരിച്ച് ഒതുങ്ങിനിന്ന് കുളിച്ചിട്ടു പോകാം. മടിച്ചുമടിച്ച് വസ്ത്രങ്ങളഴിച്ച് ചുവരിൽ തൂക്കിയിട്ടു. സഞ്ചിയിൽനിന്നും സോപ്പെടുത്ത് ചുവരിൽ വെച്ചു. ജട്ടി ശരീരത്തിനു നല്ലതുപോലെ യോജിക്കുന്നതായതിൽ സന്തോഷിച്ചു. കാൽ വഴുതാതിരിക്കാൻ ശ്രദ്ധിച്ച് അകത്തേക്കു കടന്നു. ഉള്ളിൽ ഇടതുവശത്തെ മൂലയിലുള്ള ചെറിയ കക്കൂസിൽ ഒരാൾ കുത്തിയിരിക്കുന്നു. അവനും പരിപൂർണ നഗ്നനാണ്. അയാൾ ചുവരിലേക്ക് നോക്കി മുക്കുന്നതു കേട്ടു. മുക്കലിന്റെ ശക്തിയിൽ അയാളുടെ ലിംഗം ഉദ്ധരിച്ച് വിറയ്ക്കുന്നുണ്ടായിരുന്നു. ബേസിനിൽ മലം നിറഞ്ഞിരിക്കുന്നതുപോലെ തോന്നി.

ഒട്ടും ലജ്ജയില്ലാതെ മറ്റുള്ളവരുടെ മുന്നിലിരുന്ന് വിസർജ്ജിക്കാൻ എങ്ങനെ മനസ്സുവരുന്നു? ബേസിനിലെ മനംമടുപ്പിക്കുന്ന കാഴ്ച

മറക്കുന്നതുവരെ തനിക്കു മലശോധന ഉണ്ടാകില്ലെന്ന് അവനു തോന്നി. കതകില്ലാത്ത കക്കൂസിന്റെ ഭിത്തിയിൽ നിറം മങ്ങിയ എഴുത്തു കാണാം.

"പന്നികൾ മാത്രമേ ഇവിടെ വിസർജ്ജിക്കൂ..." ആ വാചകം അവനെ സന്തോഷിപ്പിച്ചു. ഒരു ബക്കറ്റെടുത്ത് പൈപ്പ് തുറന്നുവെച്ചു. അടുത്തു നിന്നവൻ തന്നെ ശ്രദ്ധിക്കുന്നതുപോലെ തോന്നി. ഒരുപക്ഷേ തന്റെ ജട്ടിയിലായിരിക്കും അയാളുടെ ശ്രദ്ധ. അയാൾ ഉള്ളിൽ ചിരിക്കുന്നുണ്ടാകും. കുളിമുറിയുടെ ഭിത്തിയിൽ "പന്നികൾ മാത്രമേ നഗ്നരായി കുളിക്കുകയുള്ളൂ" എന്നെഴുതിയിരിക്കുന്നത് അവന്റെ ശ്രദ്ധയിൽപ്പെട്ടു. 'വിസർജ്ജിക്കുക, കുളിക്കുക' എന്നീ രണ്ടു വാക്കുകളും അതെഴുതിയവന്റെ ഭാഷാനൈപുണ്യം വെളിവാക്കുന്നതായിരുന്നു. ഭിത്തിക്കുള്ളിലായതുകൊണ്ടായിരിക്കും അത് എല്ലാവർക്കും വായിക്കാൻ കഴിയാത്തതെന്ന് അവനു തോന്നി. അതൊന്നു പുതുക്കിയെഴുതാൻ അവൻ വെമ്പി. കടയുടമയോട് പറഞ്ഞാൽ ചിലപ്പോൾ ചെയ്തേക്കും.

നഗ്നരായി കുളിക്കുന്നത് കടയുടമയ്ക്ക് ഇഷ്ടമില്ലാത്ത കാര്യമാണെന്നും അങ്ങനെയുള്ളവരെ പന്നികളായി കണക്കാക്കുന്നു എന്നതും അയാളോടുള്ള ബഹുമാനം വർദ്ധിക്കാനിടയാക്കി. "പന്നികൾ, പന്നികൾ" എന്ന് പല്ലുകടിച്ച് പിറുപിറുത്തുകൊണ്ടിരുന്നു. വെള്ളം വീഴുന്നതിന്റെ ശബ്ദം കാരണം താൻ പറയുന്നത് മറ്റുള്ളവർ കേൾക്കാൻ സാധ്യതയില്ല. ഓരോ പ്രാവശ്യവും വെള്ളം തലയിലൊഴിക്കുമ്പോൾ 'പന്നികൾ, പന്നികൾ' എന്ന് ഉരുവിട്ടുകൊണ്ടിരുന്നു. കുളിച്ചുകഴിഞ്ഞ ഒരുവൻ ഭിത്തിയിൽ വെച്ചിരുന്ന കൈലിയും ഡ്രായറും എടുക്കുന്നതു കണ്ടു. കക്കൂസിലിരുന്നവൻ ഇപ്പോഴും മുക്കിക്കൊണ്ടിരിക്കുന്നതു കേൾക്കാം. അയാൾ വരുന്നതിനു മുമ്പ് തീർക്കാൻവേണ്ടി കുളി വേഗത്തിലാക്കി. നനഞ്ഞു കുതിർന്ന ശരീരത്ത് ഒട്ടിക്കിടന്ന ജട്ടിയെ ആരാധനയോടെ നോക്കി. അതാണല്ലോ തന്റെ മാനം രക്ഷിച്ചത്. കക്കൂസിലിരിക്കുന്നവൻ പുറത്തുവരാനുള്ള ചേഷ്ടകൾ കാട്ടാൻ തുടങ്ങി. അടുത്തുനിന്നവൻ ശരീരം കുടഞ്ഞു കുടഞ്ഞ് കുളി തുടർന്നു. എത്ര നാളത്തെ അഴുക്കായിരിക്കും?

ചുവരോരം വന്ന് സഞ്ചിയെടുത്തു. വെള്ളം ദേഹത്തുനിന്നും വാർന്നൊഴുകിക്കൊണ്ടിരുന്നു. സഞ്ചിക്കുള്ളിൽ തോർത്തിനുവേണ്ടി പരതി. പാന്റ്സ്, ഷർട്ട്, അടിവസ്ത്രങ്ങൾ എല്ലാം അതിലാണ് ഉണ്ടായിരുന്നത്. തോർത്ത് കാണാനില്ല. ധൃതിക്കിടയിൽ എടുത്തുവെക്കാൻ മറന്നുപോയതായിരിക്കും. കടയുടമസ്ഥന്റെ മേശയ്ക്കടിയിൽ സൂക്ഷിച്ചിരുന്ന ബാഗിൽ കണ്ടേക്കും. അതുണ്ടായിരുന്നെങ്കിൽ ഉടുത്ത് ജട്ടി മാറ്റാമായിരുന്നു. ഇല്ലെങ്കിൽ എന്തു ചെയ്യണമെന്ന് അറിഞ്ഞുകൂടാ... അകത്തേക്കു നോക്കി കക്കൂസിലിരുന്നവൻ സംതൃപ്തനായി വെളിയിൽ വന്ന് കുളിക്കാൻ പൈപ്പു തുറന്നു. മറ്റു രണ്ടുപേർ കുളി തുടർന്നുകൊണ്ടിരുന്നു.

ഇതാണ് പറ്റിയ സമയം! ചുവരിലേക്ക് തിരിഞ്ഞുനിന്ന് ജട്ടിയൂരി!

പെട്ടെന്ന് വെങ്കിടേശനും ഒരു പന്നിയായി രൂപാന്തരപ്പെട്ടു. ■

പതിനൊന്നു വരി അടുക്കു മൺപാനകൾ

വരിവരിയായി അടുക്കിവെച്ചിരുന്ന വലിയ മൺപാനകളിൽ അവസാന ത്തേതിനെ പെരുമായി വെളിയിൽ കൊണ്ടുവന്നു. ഒറ്റയ്ക്ക് ഒരാളിന് അതെ ടുക്കാൻ സാധ്യമല്ല. കൂട്ടിന് മകനെ വിളിച്ച് രണ്ടുപേരും രണ്ടുവശങ്ങളിൽ പിടിച്ചുപൊക്കി. കരിങ്കല്ലിൽ തീർത്തതുപോലെയുള്ള ഭാരം. ചെറുതാ യൊന്നു മുട്ടിയാൽ 'ണങ്...' എന്ന വെങ്കലശബ്ദം വരത്തക്കവണ്ണം ലോല മായിട്ടാണ് അത് നിർമ്മിച്ചിരിക്കുന്നത്. ഒരുവശത്തു പിടിച്ചിരുന്ന മകന് വലിയ ബുദ്ധിമുട്ടു തോന്നിയില്ല. എന്നാൽ അവർക്ക് ആ ഭാരം താങ്ങാൻ കുറെ ബുദ്ധിമുട്ടേണ്ടിവന്നു. പുറത്തു കൊണ്ടുവരുന്നതിനു മുമ്പ് രണ്ടി ടത്ത് ഇറക്കിവെച്ചു. തനിയെ കൊണ്ടുപോകാമെന്ന് മകൻ പറഞ്ഞിട്ടും അവർ സമ്മതിച്ചില്ല. എവിടെയെങ്കിലും ഒന്നു മുട്ടി വീണുപോയാൽ ത്തീർന്നു! വല്ല പൊട്ടലോ ചെറിയ ദ്വാരമോ വീണുപോയാൽപ്പിന്നെ മൺപാനയുടെ കാര്യം അത്രതന്നെ!

അതിന് എത്ര പഴക്കമുണ്ടാകുമെന്ന് കൃത്യമായി പറയാൻ കഴിയില്ല. ഏതായാലും ഒരു നൂറു വർഷമെങ്കിലും കാണുമെന്നുള്ളത് ഉറപ്പാണ്. ചെല്ലായിയുടെ അമ്മായിക്ക്, കല്യാണസമയത്ത് സ്ത്രീധനമായി കിട്ടിയ താണ്. ഓരോ അടുക്കിന്റെയും അടിയിൽ വിസ്തൃതമായ ഒരു പാന, അതിനു മുകളിൽ രണ്ടു കലങ്ങൾ, അതിനു മുകളിൽ ഒരു അടപ്പുചട്ടി; ഇങ്ങനെ നാലടുക്കുകളുണ്ട്. ഇതുപോലെയുള്ള പതിനൊന്നു വരികൾ. വിവാഹാവശ്യത്തിനായി പ്രത്യേകം ചൂളയിൽ ചുട്ടെടുത്തതാണ്. അമ്മ യുടെ കല്യാണസമയത്ത് ഏഴടുക്കു മൺപാനകൾ വിവാഹസമ്മാനമായി അമ്മായി കൊടുത്തയച്ചിരുന്നു. അതു കൊണ്ടുവരാൻ മാത്രമായി ഒരു കാളവണ്ടി. ഏഴുതവണ പോയ്‌വരേണ്ടിവന്നു. അങ്ങനെ കൊണ്ടുവന്ന തിൽനിന്നും അഞ്ചടുക്കുകൾ പെരുമായിക്ക് വിവാഹസമ്മാനമായി കിട്ടി യതാണ്. വീടിനുള്ളിൽ കിഴക്കു ഭിത്തിയോടു ചേർന്ന് വരിവരിയായി അവ അടുക്കിവെച്ചിരുന്നു.

കൊയ്ത്തുകാലത്ത് എല്ലാ പാനകളും നിറഞ്ഞു തുളുമ്പും. അതിന്റെ അടപ്പുചട്ടികൾ ധാന്യങ്ങളോടൊപ്പം ഉയർന്നു കാണപ്പെടും. ഉത്സവ

കാലത്ത് ധാന്യങ്ങൾ പൊടിച്ച് മാവാക്കി, ഉണ്ട പിടിച്ച്, അടപ്പുചട്ടിയിൽ നിറച്ച് തുണി മൂടിക്കെട്ടി കലത്തിനു മുകളിൽ വയ്ക്കുമ്പോഴാണ് അത് സാധാരണ നിലയിലെത്തുക. ഓരോ പാത്രത്തിലെയും ധാന്യങ്ങൾ കുറഞ്ഞു കുറഞ്ഞുവരും. എന്നാൽ ഏറ്റവും അടിയിലുള്ള വലിയ പാന ഒരിക്കലും ശൂന്യമാകാറില്ല. കൊയ്ത്തുകഴിഞ്ഞ് പുതിയ ധാന്യം എത്തുമ്പോൾ പഴയത് എടുത്തുമാറ്റും. ചിലപ്പോഴത് വിതയ്ക്കാൻ ഉപയോഗിക്കും. ഒരു കീഴടുക്കിൽ ഒന്നരക്കുട്ട ധാന്യം കൊള്ളും.

ധാന്യങ്ങൾ ചാക്കുകളിൽ കെട്ടിവെയ്ക്കാൻ തുടങ്ങിയതോടെ മൺപാനകളുടെ പ്രാധാന്യം കുറയാൻ തുടങ്ങി.

“നിങ്ങടമ്മ വിവാഹത്തിന് സ്ത്രീധനമായി കൊണ്ടുവന്നതാണ് ഈ മൺകലങ്ങളെന്ന്” ഭർത്താവ് തന്നെ പരിഹസിച്ച് മക്കളോട് പറയാറുണ്ട്. പന കയറാൻ വരുന്ന മൂപ്പന്റെ ഭാര്യ പൂങ്കായിയോട് സൊള്ളുന്ന തന്റെ ഭർത്താവിനെപ്പറ്റി അവർക്ക് ചില സംശയങ്ങളുണ്ടായിരുന്നു. അവൾക്ക് ചാരായം വാറ്റാൻ ഈ പാനകൾ കൊടുക്കാനുള്ള തന്ത്രമാണോ ഈ ചാക്കിൽ കെട്ടിവെയ്ക്കൽ എന്നതായിരുന്നു അവരുടെ സംശയം! പാനകൾക്ക് അരികിലായി ചാക്കുകെട്ടുകൾ ഇരിക്കുന്നതു കാണുമ്പോൾ അവർക്ക് കലി കയറും!

ധാന്യങ്ങൾ അളന്നിടാനും നിറച്ചശേഷം കുത്തിത്തയ്ക്കാനും വണ്ടിയിൽ കയറ്റാനുമെല്ലാം ചാക്കുകെട്ടുകളാണ് ഏറ്റവും സൗകര്യപ്രദമെന്നുള്ളപ്പോൾ ആരാണ് മൺപാനകൾ ഉപയോഗിക്കുക? ഏറ്റവും അടിയിലുള്ള തട്ടിൽനിന്നും ധാന്യങ്ങൾ പുറത്തെടുക്കണമെങ്കിൽ കുറഞ്ഞത് രണ്ടുപേരെങ്കിലും വേണം. മുകൾത്തട്ടുകൾ ഇറക്കിവെക്കാനും വീണ്ടും കയറ്റിവെക്കാനും ആളു വേണം. എന്നാൽ ചാക്കുകെട്ടിന് ഇതിന്റെയൊന്നും ആവശ്യമില്ല. ഒരിക്കൽ നിറച്ചുവെച്ചുകഴിഞ്ഞാൽപ്പിന്നെ തീരുന്നതുവരെ പ്രതിമപോലെ അങ്ങനെ ഇരുന്നുകൊള്ളും.

മൺപാനകളെപ്പോലെ വളവുംതിരിവുമില്ലാത്തതും തുണികൊണ്ടു തയ്ച്ചതുമായ ചാക്കുകെട്ടുകൾ കാണുമ്പോൾ, ചോളവയലിൽ കണ്ണുതട്ടാതിരിക്കാൻ കുത്തിനിർത്തുന്ന ബൊമ്മയെ ഓർമ്മവരും; ഒപ്പം ചിരിയും. ചാക്കുകെട്ടുപോലെ തന്നെയാണല്ലോ ബൊമ്മയും.

ഈ ചാക്കുകൾക്കുവേണ്ടി നൂറ്റാണ്ടുകൾ പഴക്കമുള്ള മൺപാനകളെ അവഗണിക്കാൻ പറ്റുമോ? ചാക്കിൽനിന്നും കുറേ ധാന്യങ്ങളെടുത്ത് പാനയിൽ നിറച്ചുവെച്ചു. പാചകത്തിന് ആവശ്യമുള്ളത് അതിൽനിന്നും എടുക്കും. അതൊരു ഇരട്ടിപ്പണിയാണെങ്കിലും അവൾക്ക് മടുപ്പു തോന്നാറില്ല. വല്ലപ്പോഴും മാത്രം ഉപയോഗിക്കുന്ന പുതപ്പുകളും മറ്റും ഒരെണ്ണത്തിൽ സൂക്ഷിച്ചു. പഴന്തുണികൾ വെക്കാൻ മറ്റൊരെണ്ണം. മറ്റു ചിലത്. ഉപയോഗത്തിലില്ലാത്ത സാധനങ്ങൾ തേടിപ്പിടിച്ച് സൂക്ഷിച്ചുവെക്കാൻ ചില പാനകൾ ഉപയോഗിച്ചു. എങ്കിലും കുറെയെണ്ണം ഉപയോഗശൂന്യമായി അവിടെയിരുന്നു. അതിൽ എന്തു നിറച്ചുവെക്കാമെന്ന് അവർ ആലോചിച്ചുകൊണ്ടിരുന്നു.

ഒരു പാനയിൽ വൈക്കോൽ നിരത്തി അതിനു മുകളിൽ രണ്ടു മന്ന് കരുപ്പട്ടി വാങ്ങി അടുക്കിവെച്ചു. ഒരു വർഷത്തേക്ക് കാണുമെന്നു കരുതി. എന്നാൽ ഒരു വർഷം കഴിഞ്ഞശേഷവും മിച്ചമുണ്ടായിരുന്നു. ആരും അതെടുത്ത് തിന്നാറില്ല. അവളെടുത്ത് ഉടച്ചുകൊടുത്താൽ കുട്ടികൾ പേരിനുവേണ്ടി കഴിക്കും.

കരുപ്പട്ടി ഉപയോഗശൂന്യമാകാതിരിക്കാൻ അള ചേർത്ത് എന്തെങ്കിലും പലഹാരമുണ്ടാക്കും. മറ്റൊന്നിൽ പുളി നിറച്ചുവെച്ചു. കുറെനാൾ കഴിഞ്ഞപ്പോൾ പുളിയുടെ നിറം കറുപ്പായിമാറി. കറുത്ത നിറത്തിലുള്ള ഒരു ദ്രാവകം പാത്രത്തിനുള്ളിൽ ഉണ്ടായി. അത് ഊറ്റിയെടുക്കാൻ പറഞ്ഞിട്ട് കുട്ടികളെല്ലാം ഒഴിഞ്ഞുമാറി. അതെടുത്തു പുറത്തു കളയാൻ അവർക്ക് മനസ്സു വന്നില്ല. എല്ലാവർക്കും പുതിയ പുളി ചേർത്ത് രസമുണ്ടാക്കിക്കൊടുത്തു. അവർ മാത്രം പഴയ പുളിയിൽ കറുത്ത രസമുണ്ടാക്കിക്കഴിച്ചു. നല്ല രുചികരമായി അവർക്കു തോന്നി. അവരുടെ ഭർത്താവ് പരിഹാസം ഒളിപ്പിച്ച് ചിരിച്ചു. കുട്ടികൾ ആർത്തുവിളിച്ചു.

"നിങ്ങളൊന്ന് കഴിച്ചുനോക്ക്; അപ്പോഴറിയാം." അവൾ ഭർത്താവിനെ പരോക്ഷമായി വെല്ലുവിളിച്ചു. അമ്മായിക്ക് അമ്മായിയുടെ കാലത്തെ പുളി നന്നായിത്തോന്നുമെന്ന് അവളെ പരിഹസിച്ച് അയാൾ പുറത്തേക്കു പോയി.

മകളെ എങ്ങനെയെങ്കിലും തന്റെ വശത്തു നിർത്താൻ അവർ ശ്രമിച്ചു. തന്റെ കാലശേഷം ഈ പാത്രങ്ങളുടെ തിളക്കം നഷ്ടപ്പെടാതെ കാത്തുസൂക്ഷിക്കേണ്ടത് മകളാണ്, അതിനുള്ള കടമ മറ്റാരേക്കാളും മകൾക്കാണുള്ളത്. മൺപാനകളെപ്പറ്റി ഒന്നുമറിയില്ലെന്നുവന്നാൽ കയറിച്ചെല്ലുന്നവീട്ടുകാർ അവളെപ്പറ്റി എന്തു വിചാരിക്കും.

"ഒരു പെണ്ണിനെ വളർത്തി വിട്ടേക്കുന്നതു കണ്ടോ?" എന്നു പറഞ്ഞ് അവളെ പരിഹസിക്കും. അതുകൊണ്ട് മൺപാനകളുടെ മഹത്വത്തെപ്പറ്റി ഇടയ്ക്കിടെ മകളെ ഓർമ്മിപ്പിച്ചുകൊണ്ടിരുന്നു.

"ഒരിക്കൽ തിനമാവ്, കടലമാവ്, അരിമാവ്, ചോളമാവ് എന്നിവയുണ്ടാക്കി പാനകളിൽ നിറച്ചുവെച്ചു. അടപ്പുചട്ടിയിൽ ഇതെല്ലാം വെക്കാനുള്ള സ്ഥലമുണ്ടായിരുന്നില്ല. അതിനാൽ കീഴ്ത്തട്ടുകളിലും വെക്കേണ്ടി വന്നു.

പിന്നൊരിക്കൽ അരി, ചോളം, തിന, കടല എന്നിവയെല്ലാം ചേർത്തിടിച്ച് പൊടിച്ചെടുത്തു. എല്ലാംകൂടി ഇട്ടുവയ്ക്കാൻ അടപ്പുചട്ടിയിൽ ഇടമില്ലായിരുന്നു. ബാക്കിയുള്ളത് മറ്റൊരു കലത്തിൽ സൂക്ഷിച്ചുവെക്കേണ്ടി വന്നു. വിരുന്നുവന്നവർക്കെല്ലാം ഓരോ പൊതി കെട്ടി കൊടുത്തയച്ചു. എന്നിട്ടും രണ്ടുപടി മാവ് മിച്ചം വന്നു. "അടപ്പുചട്ടിയിലിരിക്കുന്ന മാവ് ആറു വർഷമിരുന്നാലും കേടുവരത്തില്ല, അറിയാമോ?" ഇങ്ങനെ അവർ പറയുന്ന ഓരോ കാര്യങ്ങളും ഒരു കഥപോലെയായിത്തീരും.

ഒരേ കഥതന്നെ മകൾ പലതവണ കേൾക്കേണ്ടിവന്നിട്ടുണ്ട്. ഒരു കാര്യം ആവർത്തിച്ചു പറഞ്ഞുകൊണ്ടിരുന്നാലേ മനസ്സിൽ പതിയൂ... മൺപാനകളുടെ കഥ എത്ര പറഞ്ഞാലും അവർക്ക് മടുപ്പു തോന്നാറില്ല. കഥ പറയുന്തോറും ആവേശം കൂടിക്കൂടി വരും. അവർ ഒരു കഥ പറയാൻ തുടങ്ങുമ്പോൾത്തന്നെ, അതിന്റെ ബാക്കി ഭാഗം മക്കൾ രണ്ടു പേരും ചേർന്ന് ഏതാനും വാക്കുകളിൽ പറഞ്ഞ ശേഷം, "അങ്ങനെയല്ലേ അമ്മേ...." എന്ന് തിരിച്ചു ചോദിക്കും.

മറ്റൊരിക്കൽ മൺപാനകൾ തലയിലേറ്റി നടന്നുവരുന്ന സ്ത്രീകളെപ്പറ്റിയുള്ള ഒരോർമ്മച്ചിത്രം മകളുടെ മുന്നിൽ അവതരിപ്പിച്ചു. ഇതുകേട്ട് "അതിന്റെ ഭാരം താങ്ങാൻ പറ്റുമോ, അമ്മേ..." എന്നു ചോദിച്ചു.

"വലിയ കലമല്ലേ, ഭാരം കാണും." അമ്മ മറുപടി പറഞ്ഞയുടൻ,

"നിങ്ങളുതന്നെ ചൊമന്നോ, എന്റെ തലയിൽ കെട്ടിവെച്ച് രക്ഷപ്പെടാമെന്ന് വിചാരിക്കേണ്ട." എന്ന് കടുപ്പിച്ചു പറഞ്ഞ് മകൾ കളിക്കാൻ പോയി. അതിനുശേഷം 'പാത്രക്കഥ' കേൾക്കാൻ അവൾ നിന്നുകൊടുത്തിട്ടേയില്ല." അവർ എന്തെങ്കിലും പറയാൻ തുടങ്ങിയാൽ ഒഴിവുകഴിവുകൾ പറഞ്ഞ് അവൾ മാറിക്കളയും. ഇതുകണ്ട് അവർ സങ്കടപ്പെടും.

"പൊട്ടിപ്പെണ്ണ്, മൺപാനകളെപ്പറ്റി അറിയാതെ എങ്ങനെ പെഴയ്ക്കുമോ, ആവോ! ചെന്നുകയറുന്നിടത്ത് എന്തു പറയും?"

ഇതു കേൾക്കുന്ന ദൂരത്തിലായിരിക്കില്ല അപ്പോൾ മകൾ.

ഇളയ മകനും ആദ്യമൊക്കെ മൺപാനക്കഥകൾ കേൾക്കാൻ ഇഷ്ടപ്പെട്ടിരുന്നു. അവന് മറ്റൊരു തരത്തിലാണ് കഥകൾ പറഞ്ഞുകൊടുത്തിരുന്നത്.

മൺപാന വീട്ടിൽ സൂക്ഷിച്ചാൽ സർവ്വ ഐശ്വര്യങ്ങളും വന്നുചേരും. മഹാലക്ഷ്മിയുടെ ചിത്രത്തിൽ കണ്ടിട്ടില്ലേ, ഇരുവശങ്ങളിലും സ്വർണനാണയങ്ങൾ നിറഞ്ഞുതുളുമ്പുന്നത് വലിയ മൺപാനകളിൽ നിന്നാണെന്ന് തെളിവുസഹിതം പറഞ്ഞുകേൾപ്പിക്കും. ദൈവങ്ങൾ വലിയ മൺപാനകളിൽ ഓരോന്ന് ചുമന്നുകൊണ്ടുവന്ന് എല്ലാവർക്കും വാരിക്കോരി കൊടുക്കുന്നതായി കഥകൾ കെട്ടിച്ചമച്ച് പറയും. മൺപാനകളിൽ നിധി കാത്തുവെയ്ക്കുന്ന ഭൂതങ്ങളെപ്പറ്റിയും അത് അപഹരിച്ച് കടന്നുകളയുന്ന രാക്ഷസന്മാരെപ്പറ്റിയും കഥകളുണ്ടാക്കിപ്പറയും. തങ്കനാണയങ്ങൾ വഴിഞ്ഞൊഴുകുന്ന മൺപാനകളെപ്പറ്റി ഇളയ മകൻ സ്വപ്നങ്ങൾ കാണാൻ തുടങ്ങി. കൊട്ടാരസദൃശങ്ങളായ മണിമാളികകളെ കണ്ണിമയ്ക്കാതെ നോക്കിനിൽക്കുന്നത് അവന്റെ ശീലമായി മാറി. അങ്ങനെയുള്ള വീടുകളിൽ തങ്കനാണയങ്ങൾ നിറഞ്ഞ മൺപാനകൾ വരിവരിയായി അടുക്കിവെച്ചിട്ടുണ്ടായിരിക്കുമെന്ന് അവൻ വിശ്വസിച്ചു. അങ്ങനെയുള്ള ചില വീടുകളിൽ പ്രവേശിക്കാൻ അവസരം ലഭിച്ചപ്പോൾ, അവിടെയെല്ലാം പൊന്നും പണവും സൂക്ഷിക്കുന്നത് ബ്യൂറോകളിലും ഭിത്തിയലമാരകളിലുമാണെന്ന് അവൻ മനസ്സിലാക്കി. അമ്മയുടെ മൺപാനക്കഥകളെല്ലാം

അവന്റെ മുന്നിൽ വീണുടഞ്ഞു. ഭാവിയിൽ അവൻ നിർമ്മിക്കാൻ പോകുന്ന കോൺക്രീറ്റ് വീട്ടിൽ മൺപാനകൾ വയ്ക്കാനായി സ്ഥലം മെനക്കെടുത്താൻ തയ്യാറല്ലെന്ന് അവൻ അമ്മയോട് തറപ്പിച്ചു പറഞ്ഞു.

അതിനുശേഷം അവർ തന്റെ സമപ്രായക്കാരായ സ്ത്രീകളോട് മൺപാനകളുടെ മാഹാത്മ്യം വിവരിച്ച ശേഷം, അതിന്റെ ഇപ്പോഴത്തെ പരിതാപാവസ്ഥ എണ്ണിയെണ്ണിപ്പറഞ്ഞ് സങ്കടപ്പെടും. അവർ പറയുന്നതു കേട്ടാൽ അവരുടെ വീട്ടിലിരിക്കുന്ന ഏതെങ്കിലുമൊരെണ്ണം എടുത്ത് തല യിൽ വെച്ചുതന്ന് കൊണ്ടുപൊയ്ക്കൊള്ളാൻ പറയുമോ എന്നവർ ഭയ പ്പെട്ടു. മറ്റു ചിലർ, തങ്ങളുടെ വീട്ടിലും മൺപാനകൾ ഉപയോഗശൂന്യ മായിക്കിടക്കുന്ന കാര്യം പറഞ്ഞ് അവരെ സമാധാനിപ്പിക്കാൻ ശ്രമിക്കും. മൺപാനകളെപ്പറ്റി അറിഞ്ഞുകൂടാത്തവരെയും അറിയാൻ താത്പര്യ മില്ലാത്തവരെപ്പറ്റിയും എല്ലാവർക്കും പരാതികളുണ്ടായിരുന്നു. അവരുടെ ആവലാതികൾ പരസ്പരം പങ്കുവെച്ചപ്പോൾ കുറെ മനസ്സമാധാനം ഉണ്ടാ യതുപോലെ തോന്നി. ഓരോരുത്തർക്കും ഓരോരോ മൺപാനക്കഥകൾ പറയാനുണ്ടാകും. ഒരാൾ തുടങ്ങിവെച്ചാലുടൻ, മറ്റുള്ളവർ അവരുടെ വീടു കളിലെ മൺപാനകളെപ്പറ്റിയുള്ള കഥകൾ എടുത്തിടും. അങ്ങനെ അതൊരു ചങ്ങലപോലെ നീണ്ടുനീണ്ടുപോകും. പൊതുവേ കൃഷിപ്പണി കൾ നടക്കുന്നതിനിടയിലാണ് ഇത്തരം സംഭാഷണങ്ങൾ നടക്കുക.

ചെല്ലായി അവരുടെ അമ്മവീട്ടിലെ വിശേഷത്തിൽ പങ്കെടുക്കാനായി ഒരാഴ്ച അവിടെ തങ്ങേണ്ടിവന്നു. കല്യാണം കഴിഞ്ഞശേഷം ഇത്രയും ദിവസം അവർ സ്വന്തം വീട്ടിൽ താമസിച്ചിട്ടില്ല. തന്റെ വീട്ടിൽ ആ ജോലി യുണ്ട്, ഈ ജോലിയുണ്ട് എന്നു പറഞ്ഞ് അവിടെ ചെന്നാലുടൻ തിരച്ചു പോരുകയാണ് പതിവ്.

എന്നാലിപ്പോൾ മനസ്സിന് ഒരു സ്വസ്ഥതയുമില്ല.

വീട്ടിലെ മൂത്തമകൻ അന്യജാതിക്കാരിയായ ഒരു പെണ്ണിനെ ആരു മറിയാതെ ഒരു ക്ഷേത്രത്തിൽവെച്ച് കല്യാണം നടത്തി വീട്ടിൽ കൂട്ടി ക്കൊണ്ടുവന്നിരുന്നു. മരുമകൾ എങ്ങനെയുള്ളവളായിരിക്കണം, മകന്റെ കല്യാണം എത്ര ആർഭാടമായി നടത്തണം എന്നെല്ലാം എത്രയോ സ്വപ്നം കണ്ടിരുന്നതാണ്. അതെല്ലാം അർത്ഥശൂന്യമായിപ്പോയത് അവർക്ക് സഹിക്കാൻ കഴിഞ്ഞിരുന്നില്ല. അമ്മവീട്ടുകാരോടൊപ്പം കൂടി യിരുന്നു പഴങ്കഥകൾ പറഞ്ഞ് മനസ്സ് ശാന്തമാക്കിയെടുത്ത ശേഷമാണ് അവൾ വീട്ടിൽ മടങ്ങിയെത്തിയത്.

വന്നുകയറിയ ഉടൻ ഒരു വരിയിലുള്ള മൺപാനകളുടെ കുറവ് അവർ കണ്ടുപിടിച്ചു. പരിഭ്രമത്തോടെ ഭർത്താവിനോടു വിവരം ചോദിച്ചറിയാ നായി നേരെ തൊഴുത്തിലേക്കോടി. അവിടെ അയാൾ ഉണ്ടായിരുന്നില്ല. എന്നാൽ കാണാതെ പോയ മൺപാനകളെല്ലാം അവിടെയുണ്ടായിരുന്നു. പുൽക്കൂടിനോടു ചേർന്ന് എല്ലാത്തിലും കാടിയും വെള്ളവുമെല്ലാം നിറച്ചു വെച്ചിരിക്കുന്നു. ഭർത്താവിനോടു തോന്നിയ അമർഷം ഉള്ളിലൊതുക്കി.

പ്രത്യേകം ചൂളയുണ്ടാക്കി ചുട്ടെടുത്ത മൺപാനകളാണ്. വണ്ടിയിൽ വൈക്കോൽ വിരിച്ച് അതിനു മുകളിൽ ഭദ്രമായി വച്ചുകൊണ്ടുവന്ന പാത്രങ്ങൾ! മിന്നിത്തിളങ്ങിയിരുന്ന അവയെ ഇതേപോലെ വെളിപ്രദേശത്ത് അലക്ഷ്യമായി വച്ചിട്ടേയില്ല. അതും തൊഴുത്തിൽ!

പാത്രങ്ങളെ തൊട്ടും തലോടിയും ഓരോന്ന് പുലമ്പിയും കുറേനേരം അവിടെ കഴിച്ചുകൂട്ടി. ഭർത്താവ് കന്നുകാലികൾക്ക് തീറ്റ കൊടുത്തുകൊണ്ടിരിക്കുകയായിരുന്നു. ഓടിച്ചെന്ന് അയാളുടെ കാലുകളിൽ കെട്ടിപ്പിടിച്ച് കരഞ്ഞു. അവരുടെ വേദന മനസ്സിലാക്കിയതുപോലെ അയാൾ മൂത്ത മകനെ ചൂണ്ടിക്കാട്ടി. അമ്മ കരയുന്നതുകണ്ട് ചിരിച്ചുകൊണ്ടുവന്ന അവൻ "പാത്രങ്ങൾ എങ്ങും പോയിട്ടില്ല, എല്ലാം ഇവിടെത്തന്നെയുണ്ട്. മാടിനു വെള്ളമൊഴിക്കാൻ വെച്ചിരിക്കുകയാണ്. എപ്പോൾ വേണമെങ്കിലും വെള്ളം കമഴ്ത്തിക്കളഞ്ഞ് കൊണ്ടുപോകാമെ"ന്നും പറഞ്ഞു. അവൻ തുടർന്നു, "മൺപാനകളുടെ കാലമെല്ലാം കഴിഞ്ഞുപോയെന്നും അതിനുപകരം എളുപ്പത്തിൽ കൈകാര്യം ചെയ്യാൻ കഴിയുന്ന പലതരം പാത്രങ്ങൾ ഇപ്പോൾ കിട്ടാനുണ്ടെന്നും" അവൻ അമ്മയെ ഓർമ്മപ്പെടുത്തി.

അവൻ നിർത്താതെ ചിരിച്ചുകൊണ്ടിരിക്കുന്നതുകണ്ട അവൾക്ക്, താനെന്തോ അമിതമായ വൈകാരികത പ്രകടിപ്പിച്ചോ എന്ന സംശയം തോന്നി. മകൻ പറയുന്നതെല്ലാം സത്യമാണെന്ന് അവൾക്കു തോന്നി. എന്നാൽ മൺപാനകളുടെ കാലമൊക്കെ കഴിഞ്ഞുപോയി എന്നു പറഞ്ഞതു മാത്രം അവർക്ക് ദഹിക്കുന്നതായിരുന്നില്ല. ചെല്ലായിയുടെ അമ്മായിക്കും അവരുടെ അമ്മൂമ്മമാർക്കും മുമ്പുമുതലേ ഉപയോഗിച്ചുവരുന്ന മൺപാനകളാണ്. അതിന്റെ കാലാവധി എങ്ങനെയാണ് തീർന്നുപോകുന്നത്? ഇക്കാര്യമൊക്കെ അവനോടു പറഞ്ഞ് ഒരു വഴക്കിടാൻ അവർക്ക് ഉദ്ദേശ്യമില്ല. എന്തു പറഞ്ഞാലും ഏടാകൂടം കണ്ടുപിടിക്കുന്ന അയാളോടു വഴക്കിട്ടിട്ട് എന്തു പ്രയോജനമാണുള്ളത്? മാടുകൾ തള്ളിയിട്ടാൽ ഉടഞ്ഞുപോകില്ലേ എന്ന് അവനോട് മൃദുവായി ചോദിച്ചു. എന്നിട്ടും അവന് ഒരു കുലുക്കവുമില്ല. മാടുകൾക്ക് എത്താൻ പറ്റാത്ത ദൂരത്തിലാണ് പാത്രങ്ങൾ വെച്ചിരിക്കുന്നതെന്ന് അവൻ അമ്മയെ ബോധ്യപ്പെടുത്തിക്കൊടുത്തു.

ഒരുവിധം തൃപ്തി തോന്നിയ അവർ, പാത്രങ്ങളെ നോക്കിക്കൊണ്ടുതന്നെ തൊഴുത്തിൽനിന്നും പോയി. എടുത്തത് പൊയ്ക്കോട്ടെ, ഇനിമേൽ ഒരെണ്ണംപോലെ പുതിയതായി എടുക്കാൻ പാടില്ല എന്ന കർശന നിർദ്ദേശം അവർ നൽകി.

"ശരി, ശരി'യെന്ന് മൂത്തമകൻ തലയാട്ടി സമ്മതം മൂളി.

വീടിനുള്ളിൽ കാറ്റും വെയിലും കൊള്ളാതെ സൂക്ഷിച്ചുവെച്ചിരുന്ന പാത്രങ്ങളെ, കാറ്റും വെയിലും ഏൽക്കത്തക്കവിധം തൊഴുത്തിലേക്ക്

വലിച്ചെറിഞ്ഞതിൽ കുറ്റബോധമില്ലേ? വീടിനുള്ളിൽക്കിടന്ന ഉപയോഗശൂന്യമായ വസ്തുക്കളെ പുറത്തുകൊണ്ടുവന്ന് ഉപയോഗപ്രദമാക്കിയതിന്റെ സന്തോഷമാണ് അവന്റെ ചിരി! കുട്ടികൾ ചിരിക്കുന്നതിലും കാര്യമുണ്ട്. ഇനിയും നാലടുക്കു പാനകൾ വേറെയുണ്ട്. അതു മതി. അതിനെ എങ്ങനെയെങ്കിലും സംരക്ഷിക്കണം.

മുറ്റം തളിക്കാനുള്ള ചാണകമെടുക്കാൻ കൂടെക്കൂടെ തൊഴുത്തിൽ പൊയ്ക്കൊണ്ടിരുന്നതാണ്. അതു നിർത്തി. മരുമകൾ കൂടുതൽ സമയവും തൊഴുത്തിനെ ചുറ്റിപ്പറ്റി നടക്കുന്നതു മാത്രമല്ല കാരണം, അവിടെ പാനകൾ നേരിടുന്ന അവഗണന സഹിക്കാനുള്ള കരുത്തില്ലാത്തതു കൊണ്ടു കൂടിയാണ്. മാടുതട്ടിയോ കാലുമുട്ടിയോ അത് ഉടഞ്ഞു പോയാൽപോലും ഇനി സങ്കടപ്പെടരുത്. ഉള്ളിലുള്ളവ ഭദ്രമായി സംരക്ഷിച്ചാൽ മതി; എന്റെ കാലം വരെ. എന്റെ കാലശേഷം എന്തുവന്നാലും എനിക്കു കാണേണ്ടിവരില്ലല്ലോ എന്ന് അമ്മ മകളെ ബോധ്യപ്പെടുത്തി. അമ്മയെ അടക്കം ചെയ്യുന്ന കുഴിയിൽ, കാൽച്ചുവട്ടിൽ വെള്ളക്കുടം വയ്ക്കുന്നതിനു പകരം ഈ പാനകൾ വെയ്ക്കാമെന്നു പറഞ്ഞ് മകൾ ചിരിച്ചു.

വീട്ടിൽ ആടിനെ വെട്ടുന്ന നേർച്ചച്ചടങ്ങ് നടക്കുന്നു. വളരെ വർഷങ്ങൾക്കു മുമ്പേയുള്ള നേർച്ചക്കടം ഒന്നിച്ചുതീർക്കാനായി അഞ്ച് ആടുകളെയാണ് ഒരേസമയം ബലി കൊടുക്കുന്നത്. അതിനെ മൊത്തം തിന്നു തീർക്കത്തക്കവണ്ണം ബന്ധുക്കളെയും വേണ്ടപ്പെട്ടവരെയും ക്ഷണിച്ചിരുന്നു. ഇറച്ചി മാത്രമായി കൊടുക്കാൻ പറ്റില്ലല്ലോ. നേർച്ചവിരുന്നാണെങ്കിൽ ചാരായം വിളമ്പണം. ഭർത്താവ് ആളുകളെ കൊണ്ടുവന്ന് ആവശ്യത്തിനുള്ള ചാരായം വീട്ടിൽതന്നെ വാറ്റിയെടുത്തു. പത്തു കുപ്പിയെങ്കിലും വേണം. കോട കലക്കിവെക്കാനും വാറ്റിയെടുക്കാനും കുറഞ്ഞത് നാലഞ്ചു വലിയ കലങ്ങൾ വേണം. സർക്കാർ എന്തെല്ലാം നിയന്ത്രണങ്ങൾ കൊണ്ടുവന്നാലും നാട്ടുമ്പുറങ്ങളിൽ ഇത്തരം വിശേഷങ്ങൾക്ക് ചാരായം വാറ്റുന്നതു തടയാൻ ഇതുവരെ കഴിഞ്ഞിട്ടില്ല. ഇപ്പോഴത്തെ വാറ്റുകാർക്ക് മൺകലം ആവശ്യമില്ല. അതുപയോഗിക്കാനും അവർക്കറിയില്ല.

വീട്ടിൽ സൂക്ഷിച്ചിരുന്ന പാനകളിൽ നാലെണ്ണം ഭർത്താവെടുത്ത് വാറ്റുകാർക്ക് കൊടുത്തു. അവളെ വല്ലാതെ ഒന്നു നോക്കിയശേഷമാണ് അയാൾ അതെടുത്തു കൊടുത്തത്. രണ്ടുപേരുടെയും കണ്ണുകൾ പരസ്പരം ഉടക്കിയപ്പോൾ, ഞാനെന്തു ചെയ്യാനാണ്, ആവശ്യമാണ്, വേറെ വഴിയില്ലല്ലോ എന്ന സന്തോഷമാണ് അയാൾ കൈമാറിയത്.

ചാരായമെന്നു കേട്ടാൽ ഉടുത്തിരിക്കുന്ന കോണകംവരെ അഴിച്ചു കൊടുക്കാൻ തയ്യാറാകുന്ന നിങ്ങൾക്ക് ഈ മൺകലങ്ങൾ അത്ര വലിയ കാര്യമാണോ എന്ന് അവളും ഓർമ്മിപ്പിച്ചു. ഇങ്ങനെയൊരു വിശേഷ കാര്യമായതുകൊണ്ട് അവൾ മൗനം പാലിച്ചു. അതിൽ രണ്ടടുക്കുകളിൽ

കോട കലക്കിവെച്ചു. വാറ്റാനെടുത്തതിൽ രണ്ടെണ്ണം ഉടഞ്ഞുപോയി. നഷ്ടപ്പെട്ടുപോയ പാനകളെപ്പറ്റി ഇനി ഓർക്കാനേ പാടില്ലെന്ന് തന്റെ മനസ്സിനെ കൂടെക്കൂടെ ഓർമ്മിപ്പിച്ചുകൊണ്ട്, ഈ നേർച്ചവിരുന്നിൽ സന്തോഷപൂർവ്വം പങ്കെടുക്കുന്നതായി മറ്റുള്ളവരെ ബോധ്യപ്പെടുത്താൻ അവർ പരമാവധി ശ്രമിച്ചു.

ചാരായം വാറ്റാൻ കൊണ്ടുപോയ പാനകൾ പിന്നീട് അവർ കണ്ടിട്ടേയില്ല. ഇരിക്കുന്ന സ്ഥലംപോലും അറിയാതെ ഭദ്രമായി സൂക്ഷിച്ചിരുന്നവയാണ് അവ. ഒരു ഗർഭിണിയെപ്പോലെ പുഷ്ടിയോടും ശോഭയോടും ഇരുന്നവ. അതിനെ വെറും ചാരായം വാറ്റാൻ മാത്രമായി എടുത്തുകൊടുക്കുന്നവൻ എന്തു മനുഷ്യനാണ്, എന്ന് ഭർത്താവിനെ ശകാരിച്ചു തീർത്തു. ആടു വെട്ടാമെന്ന് നേർച്ച പറഞ്ഞതേ അവരാണ്. അതുകൊണ്ട് എല്ലാം മനസ്സിലൊതുക്കി കഴിഞ്ഞുകൂടി.

ഇനി ബാക്കിയുള്ള രണ്ടടുക്കു പാനകളെപ്പറ്റി മാത്രമേ ഇനി ഉൽക്കണ്ഠയുള്ളൂ. ഏതു സമയത്താണോ അതും നശിക്കുന്നത് എന്നു മാത്രമേ ഇനി അറിയാനുള്ളൂ. എല്ലാവരും ചേർന്ന് മനപ്പൂർവ്വം പദ്ധതി തയ്യാറാക്കി അവയെ നശിപ്പിക്കാൻ നോക്കുകയാണെന്ന് അവർക്കു തോന്നി. പാനകളെടുക്കുമ്പോൾ തന്നോട് ആരും അനുവാദംപോലും ചോദിക്കാറില്ല എന്നതാണ് അവരെ ഏറെ സങ്കടപ്പെടുത്തിയത്. ഇന്ന ആവശ്യത്തിനാണ് എടുക്കുന്നതെന്ന ഒരു മുന്നറിയിപ്പെങ്കിലും തന്നിരുന്നെങ്കിൽ മതിയായിരുന്നു. എന്റെ അമ്മവീട്ടിൽനിന്നും സംഭാവനയായി കൊണ്ടുവന്നതാണ് അവ എന്ന കാര്യംപോലും എല്ലാവരും സൗകര്യപൂർവ്വം മറന്നുപോയതുപോലെ തോന്നുന്നു. ഇക്കാര്യം എങ്ങനെയാണ് അവരെ ബോധ്യപ്പെടുത്തുക എന്നതുപോലും അവർക്കറിയില്ലായിരുന്നു.

ഞാൻ ഉറങ്ങിക്കിടക്കുമ്പോഴോ, പുറത്തെവിടെയെങ്കിലും പോയിരിക്കുമ്പോഴോ എടുത്തുകൊണ്ടുപോയാൽ എന്തു ചെയ്യും? ഈ മൺപാനകൾക്കുമേൽ തനിക്കു മാത്രമായി എന്തെങ്കിലും അവകാശം ഇല്ല എന്നുള്ളതും ജീവിച്ചിരിക്കുന്നിടത്തോളം കാലം അവ കണ്ടുകൊണ്ടിരിക്കാൻ കഴിയുമെന്നു മാത്രമേ ഉള്ളൂവെന്നും തിരിച്ചറിയാൻ വളരെ വൈകിപ്പോയി.

ഇളയ മകന്റെ കൂടെപ്പഠിക്കുന്ന ഒരു കുട്ടി വീട്ടിൽ വന്നിരുന്നു. പാനകൾ കണ്ട് ആശ്ചര്യഭരിതനായി എന്തൊക്കെയോ ഉച്ചത്തിൽ തട്ടിവിട്ടു. എത്ര വലിപ്പം എന്നവൻ അത്ഭുതം കൂറി. അവൻ പട്ടണത്തിൽ ജനിച്ചു വളർന്നവനാണ്. എന്തു കണ്ടാലും അത് സ്വന്തമാക്കണമെന്നും അതിൽനിന്നും കിട്ടുന്ന അനുഭൂതികൾ ആവോളം ആസ്വദിക്കണമെന്നും ചിന്തിക്കുന്നവനാണ്. പുരാവസ്തു വകുപ്പ് ആസ്ഥാനപരിസരത്ത് ആരും കാണാതെ കിടക്കുന്ന ഒരു പുരാവസ്തുവിനോട് ആ മൺപാനകളെ അവൻ താരതമ്യം ചെയ്തുനോക്കി. അവ നന്നായി സൂക്ഷിച്ചാണ് വെച്ചിരിക്കുന്നതെങ്കിലും, ഗുഹ പോലെയുള്ള ഈ വീടിന്റെ ഇരുട്ടറയിൽ അവ

പുതഞ്ഞുകിടക്കുകയാണല്ലോ എന്നവൻ ചിന്തിച്ചു. പാനകളെപ്പറ്റി അവരോട് പലതും ചോദിച്ചു. അവർക്ക് എന്തെന്നില്ലാത്ത സന്തോഷം.

തന്റെ ചെറുമക്കൾക്കുപോലും മൺപാനകളുടെ കാര്യം പറഞ്ഞാൽ കേൾക്കാൻ മടിയാണ്. ഒരു കഥ പോലെയാണ് അവർ പറയുന്നത്. ചിലപ്പോൾ മറ്റേതെങ്കിലും കഥകൾ പറയുന്നതിനിടയിൽ പാനകളുടെ കാര്യം തിരുകിക്കയറ്റും. ഭൂതമോ മന്ത്രവാദിയോ മൺകലങ്ങളിൽ ഒളിച്ചിരിക്കുന്നതായി പറഞ്ഞശേഷം ആ പാത്രത്തിന്റെ വിശേഷങ്ങൾ വർണ്ണിക്കും. അതിന്റെ ഭംഗി, മിനുമിനുക്കം, ഉപയോഗം, അതിനോടു നമുക്കുണ്ടായിരിക്കേണ്ട വിശ്വാസം എന്നിങ്ങനെ കഥ നീണ്ടുപോകും. ഇതൊക്കെ കുട്ടികളുടെ മനസ്സിൽ പതിച്ചാൽ ഈ പാനകളെ എക്കാലത്തും സംരക്ഷിക്കാൻ കഴിയുമെന്ന് അവർ ധരിച്ചു. അവരുടെ തന്ത്രം കുട്ടികൾക്ക് മനസ്സിലാകും. കഥ തുടരാൻ കുട്ടികൾ നിർബന്ധിക്കും. എന്നാൽ മൺപാനകളുടെ കാര്യം വീണ്ടും പറഞ്ഞാൽ കുട്ടികൾ എഴുന്നേറ്റു പൊയ്ക്കളയുമെന്ന് അവർക്കറിയാം. അതിനാൽ വേഗം കഥയിലേക്കുതന്നെ തിരിയും.

മകന്റെ കൂട്ടുകാരനോട് മൺപാനകളുടെ മഹത്വം വിവരിച്ചുകൊടുത്തു. തന്റെ അമ്മൂമ്മയുടെ കാലം മുതൽ ഇവിടെ കൊണ്ടുവന്നതുവരെയുള്ള കാര്യങ്ങളെല്ലാം പറഞ്ഞുകൊടുത്തു. പലപ്പോഴായി കുറെ നഷ്ടപ്പെട്ടുപോയെന്നും ഇനി രണ്ടെണ്ണം മാത്രമേ അവശേഷിക്കുന്നുള്ളൂ എന്നും പറഞ്ഞ് അവർ നെടുവീർപ്പിട്ടു. അവർ പറഞ്ഞ കാര്യങ്ങൾ എത്രമാത്രം താത്പര്യം അവനിലുണ്ടാക്കി എന്നതു വ്യക്തമല്ല. അവൻ ഇടയ്ക്കിടെ അവയെ തൊടുകയും തലോടുകയും ചെയ്യുന്നത് അവർ ശ്രദ്ധിച്ചു. മൺപാനകളോടുള്ള അവന്റെ താത്പര്യം കണക്കിലെടുത്ത് അടുക്കളയിൽ അവനുവേണ്ടി പ്രത്യേകം എന്തൊക്കെയോ വിഭവങ്ങൾ തയ്യാറാക്കിക്കൊടുത്തു. ഈ പ്രായത്തിൽ ഒരാൺകുട്ടി മൺപാനകളോട് ഇത്രയും താത്പര്യം കാണിക്കുന്നത് അപൂർവ്വമാണ്. ആൺകുട്ടികളാണെങ്കിൽ ഇങ്ങനെ വേണമെന്ന് തന്റെ മകനോടു പറഞ്ഞ് അവർ ചിരിച്ചു.

മകനും കൂട്ടുകാരനുംകൂടി ഒന്നു ചുറ്റിനടക്കാൻ പുറത്തു പോയപ്പോൾ, തന്റെ അച്ഛൻ കെട്ടിക്കൊണ്ടിരിക്കുന്ന പുതിയ വീടിനു മുന്നിൽ ഒരു ചെറിയ പൂന്തോട്ടം ഉണ്ടാക്കുന്നുണ്ടെന്നും അതിന്റെ നടുവിൽ ഈ മൺപാനകൾ വെച്ചാൽ നല്ല ഭംഗിയായിരിക്കുമെന്നും കൂട്ടുകാരൻ പറഞ്ഞു. ചോദിച്ചാൽ തരുമോ എന്നവൻ സംശയം പ്രകടിപ്പിച്ചു. പഴയ മൺപാനകൾ വീടിനുള്ളിൽ പൊടിപിടിച്ചു കിടക്കുന്നത് ഇഷ്ടപ്പെടാത്ത മകൻ, കൂട്ടുകാരന് ഒരുപായം പറഞ്ഞുകൊടുത്തു. തോട്ടത്തിൽ വെക്കുന്ന കാര്യം പറയേണ്ടെന്നും സ്വീകരണമുറിയിലും പൂജാമുറിയിലും വെക്കാനാണ് എന്നു പറഞ്ഞാൽ മതിയെന്നുമായിരുന്നു ആ ഉപായം. അതു ഫലിച്ചു. ഇപ്പോഴാണ് അവ സൂക്ഷിക്കാൻ അർഹമായ ഒരു സ്ഥലത്തേക്ക് കൊണ്ടുപോകുന്നത് എന്നറിഞ്ഞ് അവർ സന്തോഷിച്ചു. തന്റെ വീട്ടിൽ അതിന്റെ സ്ഥാനം ഒഴിഞ്ഞുകിടക്കുമല്ലോ എന്നത് അവരെ ദുഃഖിപ്പിച്ചില്ല.

എവിടെയായാലും അത് നന്നായിട്ടിരുന്നാൽ മതിയെന്ന് അവർ ആഗ്രഹിച്ചു.

ഒരു മിനി ലോറി കൊണ്ടുവന്ന് മൺപാനകൾ അതിൽ കയറ്റി. കട്ടി ക്കടലാസുകൾ അടിയിൽ നിരത്തി ആടിയുലയാതിരിക്കാൻ രണ്ടാളുകളെ ഇരുവശങ്ങളിലും നിർത്തി സുരക്ഷിതമായി കൊണ്ടുപോകുന്നതു കണ്ട അവർ ആനന്ദക്കണ്ണീർ തൂകി. കാളവണ്ടിയിൽക്കയറ്റി തന്റെ വീട്ടിലേക്ക് വിവാഹസമ്മാനമായി അതു കൊണ്ടുവന്ന കാര്യം അവർ ഓർത്തു കാണും.

അവന്റെ അമ്മയെ നമ്മൾ പറ്റിക്കുകയല്ലേ എന്ന സംശയം കൂട്ടു കാരൻ ഉയർത്തിയപ്പോൾ അവന്റെ മുതുകിൽത്തട്ടി മകൻ നിസ്സാരമായി പറഞ്ഞു.

"വീടിനു വെളിയിലാണ് വെക്കുന്നതെങ്കിലും അളം വീടിന്റെ ഭാഗം തന്നെയല്ലേ? നമ്മൾ പറഞ്ഞ ഒരു ചെറിയ കള്ളം അമ്മയെ സന്തോഷി പ്പിക്കുമെങ്കിൽ അതും നല്ലതുതന്നെയാണല്ലോ!"

ഇതൊക്കെപ്പറഞ്ഞ ശേഷം, "മൺപാനകൾ ഇരിക്കേണ്ട സ്ഥലം തന്നെ അമ്മ കൃത്യമായി കണ്ടുപിടിച്ചല്ലോ." എന്ന് മകൻ അമ്മയെ പരിഹസിച്ചു.

ആ പയ്യന്റെ ഗുണഗണങ്ങളെപ്പറ്റി മകൻ ഇടയ്ക്കിടെ പറഞ്ഞു കൊണ്ടിരുന്നു. ഇനി വരുമ്പോൾ അവനെയും കൂട്ടിവരാൻ അമ്മ നിർബന്ധിക്കും.

"നീ അവന്റെ വീട്ടിൽ പോയിരുന്നോ? പാനകൾ നല്ല ഭദ്രമായി സൂക്ഷി ച്ചിരിക്കുകയല്ലേ?" എന്നെല്ലാം അവർ ചോദിക്കും. ചിലപ്പോൾ എന്തെ ങ്കിലും ഒഴുക്കൻ മറുപടി പറഞ്ഞ് ഒഴിഞ്ഞുകളയും. ചിലപ്പോൾ അവൻ ദേഷ്യപ്പെട്ട് അട്ടഹസിക്കും. സത്യത്തിൽ പാത്രത്തെപ്പറ്റി കൂട്ടുകാരനോട് ഒരക്ഷരംപോലും ചോദിച്ചിരുന്നില്ല. അവൻ പറഞ്ഞതുമില്ല. അത് സംസാരി ക്കാൻ പറ്റിയ ഒരു വിഷയമായിപ്പോലും അവൻ കരുതിയില്ല. ബംഗ്ലാവിന്റെ മുറ്റത്തുള്ള പൂന്തോട്ടത്തിൽ എവിടെയെങ്കിലും ഇരിക്കുന്നുണ്ടാകും. അല്ലെങ്കിൽ കിടക്കുന്നുണ്ടാകും; അത്രതന്നെ!

ഗ്രാമത്തിലെ രഥോത്സവത്തോടനുബന്ധിച്ച് വെള്ളവും സംഭാരവും കൊടുക്കാനുള്ള പന്തലുകൾ കെട്ടി. അവിടെ വെക്കാൻ രണ്ടു പാനകൾ കൊടുക്കാൻ അവർ നിർബന്ധിതയായി. പൊതുക്കാര്യത്തിന് ഒരു സംഭാ വന കൊടുക്കുന്നത് വീടിന് ഐശ്വര്യം വരുത്തുമെന്നും ഉത്സവം കഴിഞ്ഞ് പാത്രങ്ങൾ ക്ഷേത്രത്തിനുള്ളിൽത്തന്നെ സൂക്ഷിക്കുമെന്നും ഉറപ്പുകിട്ടിയ ശേഷമാണ് അവർ അതു നൽകിയത്.

ഈ നാട്ടിലെ മറ്റൊരു വീട്ടിലും ഇതുപോലെയുള്ള മൺപാനകളി ല്ലെന്നും ഇതിന്റെ മാഹാത്മ്യം ഇക്കാലത്ത് ആർക്കാണ് അറിവുള്ള തെന്നും നാട്ടിലെ പ്രമാണിമാർ പറഞ്ഞശേഷം അവയെ ഭദ്രമായി

ഇത്രയുംകാലം കാത്തുസൂക്ഷിച്ചതിന് അവളെ അഭിനന്ദിക്കുകയും ചെയ്തു. 'അഭിനന്ദനം' പോലെ കാര്യസാധ്യത്തിനു പറ്റിയ വേറൊരു ഉപാധിയില്ലല്ലോ!

ഒരു വേനൽക്കാല മദ്ധ്യാഹ്നത്തിൽ വീട്ടുവരാന്തയിൽ വിശ്രമിച്ചു കൊണ്ടിരിക്കെ അറിയാതെ കണ്ണുകൾ കിഴക്കേ ചുവരിനടുത്തേക്കു തിരിഞ്ഞു. ഒരു മൂലയ്ക്ക് ഒരു മൺപാന മാത്രം അവിടെ തനിയെ ഇരിക്കുന്നതു കണ്ടു. എത്ര മൺപാനകൾ നിറഞ്ഞിരുന്ന വീടാണ്. ഇപ്പോഴിങ്ങനെ ഒഴിഞ്ഞുകിടക്കുന്നത് എന്നു മനസ്സിൽക്കരുതി ദീർഘനിശ്വാസം ചെയ്തു. "ഇനി അവശേഷിക്കുന്ന ഒരെണ്ണമെങ്കിലും എന്റെ ജീവിതാവസാനംവരെ സൂക്ഷിച്ചുവെക്കണമെന്ന് തീരുമാനിച്ചു. എന്നാലേ തന്റെയീ ജീവിതത്തിന് ഒരർത്ഥമുണ്ടാകുകയുള്ളൂ" എന്നവർ ഉറച്ചു വിശ്വസിച്ചു. ഒരെണ്ണമേ ഉള്ളൂവെങ്കിലും ഗംഭീരമായ അതിന്റെ ഇരിപ്പ് അവൾക്കൊരു ധൈര്യം കൊടുത്തു. തന്റെ അമ്മയോ അമ്മായിയോ തന്നോടൊപ്പം ഉള്ളപോലെ ഒരു തോന്നൽ. വീട്ടിൽ താൻ തനിച്ചാണല്ലോ എന്ന ചിന്തയേ ഉണ്ടാകാറില്ല.

പ്രായമായ ഒരു സ്ത്രീ വീട്ടിലിരുന്നു തന്നെത്തന്നെ സൂക്ഷ്മമായി വീക്ഷിച്ചുകൊണ്ടിരിക്കുന്നതുപോലെ അവർക്കു തോന്നി. അവർ അതിനെ നോക്കിച്ചിരിക്കാനും വർത്തമാനം പറയാനും തുടങ്ങി.

എന്നാൽ അതേ പാത്രത്തെ അവർതന്നെ വലിച്ചെറിയേണ്ട ഒരു സാഹചര്യമുണ്ടായി. ഒരു ചുണ്ടെലി വരുത്തിവെച്ച വിന! എങ്ങനെയോ വീടിനുള്ളിൽ കടന്നുകൂടിയ ഒരു ചുണ്ടെലി, ഒരു സാധനവും തുറന്നു വെക്കാൻ അനുവദിക്കാത്ത സ്ഥിതിയായി. പച്ചക്കറികൾ കരണ്ടുതിന്നും. ഒരു തക്കാളി മുഴുവൻ തിന്നുതീർത്തെങ്കിൽ നന്നായിരുന്നു. എന്നാൽ ഓരോന്നിലും ഒന്നോ രണ്ടോ കടി കടിച്ചുവെക്കും. തക്കാളി അടച്ചു വെക്കാൻ തുടങ്ങിയപ്പോൾ ഉള്ളിയുടെ നേർക്കായി ആക്രമണം. തൂക്കിയിട്ടിരുന്ന തുണികൾപോലും കടിച്ചുമുറിക്കും. ഒന്നുരണ്ടുതവണ ഓടിപ്പോകുന്നത് നേരിൽ കാണാനും കഴിഞ്ഞിട്ടുണ്ട്. എന്നാൽ അതിനെ പിടികൂടാനും കഴിഞ്ഞില്ല.

അന്നു പകൽ മുഴുവൻ ചുണ്ടെലിയെ വിരട്ടിയോടിച്ച് പിടിക്കാൻ ശ്രമിച്ചു. പുറത്തുപോയിരുന്ന മൂത്ത മകനെ വിളിച്ചു. അങ്ങുമിങ്ങും ഓടിയ ചുണ്ടെലി അവസാനം പാനയുടെ പിറകിലൊളിച്ചു. പാത്രം പിടിച്ചു കുലുക്കിയിട്ടും അതു വെളിയിൽ വന്നില്ല. മകൻ പാന സാവകാശം ഉയർത്തി. പാനയുടെ അടിയിൽ വെച്ചിരുന്ന തിരികയോടു ചേർന്ന് ചുണ്ടെലി കിടന്നിരുന്നു. ചൂലെടുത്ത് ആഞ്ഞൊരടി! ഈ പാനയാണ് അതിന് ഒളിച്ചിരിക്കാൻ ഇടം കൊടുക്കുന്നത്. എന്തിനാണ് ഇത് ഉള്ളിൽ വെച്ചിരിക്കുന്നത് എന്ന് മകൻ ദേഷ്യപ്പെട്ടു. മകന്റെ ദേഷ്യപ്പെടലും ചുണ്ടെലിയുണ്ടാക്കുന്ന തൊന്തരവുകളും ചേർന്ന് അവർക്ക് ആ പാനയോട് അടക്കാൻപറ്റാത്ത ദേഷ്യം തോന്നി. ഇനി മറ്റൊരു എലി കൂടി

വന്ന് അതിനു പിന്നിൽ ഒളിക്കുന്നതിനു മുമ്പ് പാനയെ എങ്ങനെയെങ്കിലും വെളിയിലെടുത്തുകളയാൻ അപ്പോൾത്തന്നെ തീരുമാനിച്ചു.

അവർക്ക് അത് ഉയർത്താൻ കഴിഞ്ഞില്ല. തനിക്കു വയസ്സായിപ്പോയതുപോലെ തോന്നി. മകന്റെ സഹായത്തോടെ അതിനെ വെളിയിൽ കൊണ്ടുവന്നു. വിശാലമായ മുറ്റമുണ്ടായിരുന്നെങ്കിലും അതിനെ സുരക്ഷിതമായ ഒരിടത്തു വെക്കാൻ ഒരിടം തേടി. മുറ്റത്തു പടർന്നു പന്തലിച്ചു നിൽക്കുന്ന വേപ്പുമരത്തിനിടയിൽ പാന വെച്ചു. അതിനുള്ളിൽ കുറെ പഴന്തുണി കെട്ടിവെച്ചിരുന്നു. ഇതിനുള്ളിൽ പാമ്പു കുടിയേറിയാൽപ്പോലും അറിയാൻ കഴിയില്ലെന്ന് മകൻ കുറ്റപ്പെടുത്തി. ഉള്ളിലുള്ളതെല്ലാം പുറത്തെടുത്ത് പാന കമഴ്ത്തി വെച്ചു. മണ്ണിൽനിന്നും മുളച്ചുപൊന്തിയ ഒരു രാക്ഷസന്റെ കുടവയറുപോലെ തോന്നി. അത് ഇവിടെ കൊണ്ടുവരുമ്പോഴുണ്ടായിരുന്ന നിറം ഒട്ടും മങ്ങിയിരുന്നില്ല. ആരു കണ്ടാലും അത് പഴയതാണെന്നു പറയില്ല. അങ്ങനെയുള്ള ഒരു പാനയെ വെളിയിൽ ഉപേക്ഷിക്കുന്ന കാര്യമോർത്ത് അവർ സങ്കടപ്പെട്ടു. ഏതായാലും കൺമുന്നിൽത്തന്നെയുണ്ടല്ലോ എന്ന് ആശ്വസിച്ചു.

മൺപാനകൾ എല്ലാം അടുക്കിവെച്ചിരുന്ന കാലത്തും കുഴപ്പക്കാരായ ചുണ്ടെലികൾ അവയുടെ ഇടയിലൂടെ ഓടിക്കളിച്ചു നടന്നിരുന്നു. വിരട്ടിയും എലിക്കെണി വെച്ചും അവയെ ഓടിച്ചിരുന്നു. ഒരിക്കലും പാനകൾ മാറ്റി വെക്കേണ്ട ഗതികേട് വന്നിട്ടില്ല. എന്നാലിപ്പോൾ ഒരു ചുണ്ടെലിക്കുവേണ്ടി ഉണ്ടായിരുന്ന പാന വെളിയിൽ കൊണ്ടുപോയിടേണ്ടിവന്നു. വെളിയിൽ വരുമ്പോഴെല്ലാം അതു കണ്ണിൽപ്പെടും രാത്രിയിൽ പുറത്തിറങ്ങുമ്പോഴും അതവിടെ ഒരു പാവത്താനെപ്പോലെയിരിക്കുന്നുണ്ടാവും. ഞാനീ വീട്ടിൽ വന്ന ദിവസം തന്നെയാണ് ഈ പാത്രവും ഇവിടെ വന്നത്. ഞങ്ങൾ രണ്ടുപേർക്കും ഈ വീടിനോട് ഒരുപോലെയുള്ള അടുപ്പമാണുള്ളത്. ഇപ്പോൾ താൻ ഉള്ളിൽ, അത് വെളിയിലും. ഒരു ആട്ടിൻകുട്ടി അതിന്റെ മേൽ ചാടിക്കളിക്കുന്നതുകണ്ട് ഓടിവന്ന് അതിനെ വിരട്ടിയോടിച്ചു. അതിനുമേൽ ഒന്നുരണ്ടു ചാക്കുകളിട്ടു മൂടിവെച്ചു. ആരെങ്കിലും വീട്ടിൽ വന്നാൽ അതിന്റെ മുകളിൽ കയറിയിരിക്കാതിരിക്കാൻ അവർ പ്രത്യേകം ശ്രദ്ധിച്ചിരുന്നു. ഒരാളെത്താങ്ങാൻ അതിനു കഴിയും. അത്ര ഉറപ്പുറ്റതാണത്. എങ്കിലും താൻ ശ്രദ്ധിച്ചിരുന്നു.

മൺപാന വെയിലേറ്റു മങ്ങിപ്പോകാതിരിക്കാൻ വേപ്പിന്റെ തണൽ സഹായിച്ചു. എങ്കിലും വീട്ടിനുള്ളിൽ ലഭിക്കുന്ന കുളിർമ്മ ഇവിടെയില്ല. മഴക്കാലത്ത് 'ചറപറ'യെന്ന് അതിന്മേൽ വെള്ളത്തുള്ളികൾ വീണ് ചിതറി. അതിന്റെ വായ്ഭാഗത്തെല്ലാം മണ്ണ് പറ്റിപ്പിടിച്ചിരുന്നു. മഴക്കാലം മാറിയ ഉടൻ നന്നായി തുടച്ച് വായ്ഭാഗത്ത് നല്ല കാറ്റോട്ടം കിട്ടത്തക്ക വണ്ണം വെച്ചു. വായ് മൂടിയിരുന്ന ഭാഗം നനയാതിരുന്നു. തനിക്കു കഴിയുന്ന വിധത്തിലെല്ലാം അതിനെ സംരക്ഷിച്ചുകൊണ്ടിരിക്കുകയാണല്ലോ എന്നോർത്ത് സമാധാനിച്ചു.

വർത്തമാനം പറയാൻ ആരുമില്ലാത്തപ്പോൾ തിണ്ണയിൽ വന്നിരുന്ന് അതിനോട് ഓരോന്ന് പറഞ്ഞുകൊണ്ടിരിക്കും. അതിനോട് സംസാരിക്കാൻ അവർക്ക് ധാരാളം വിഷയങ്ങളുണ്ടായിരുന്നു. അമ്മയ്ക്കും അമ്മായിക്കും പാനയോട് ഇങ്ങനെ വർത്തമാനം പറയാനുള്ള അവസരം ലഭിച്ചിരിക്കുമോ എന്നറിയില്ല.

അവർ തനിക്കുള്ള പ്രശ്നങ്ങളെല്ലാം എണ്ണിയെണ്ണിപ്പറഞ്ഞുകൊണ്ടിരുന്നാലും അത് വെറുതെ കേട്ടുകൊണ്ടിരിക്കുകയേയുള്ളൂ. അവരുടെ വാക്കുകളെയും 'ഉറിഞ്ചി'യെടുത്ത് അത് തന്റെ പെരുവയറിനുള്ളിലൊതുക്കും. അതവർക്ക് എന്തെന്നില്ലാത്ത ആശ്വാസം നൽകും. മൺപാനയോട് വർത്തമാനം പറയാൻ കഴിയാത്ത ചില ദിവസങ്ങൾ വർഷംതോറും അവർക്ക് വീണുകിട്ടും. അന്ന് ചെറുമക്കളെല്ലാം വീട്ടിൽ ഒത്തുകൂടി ആടിത്തിമിർക്കും.

ആ സമയത്ത് അവരുടെ കൂത്താട്ടം കണ്ടു രസിക്കാനും അവരുടെ പിറകെ നടക്കാനും മാത്രമേ സമയം തികയുകയുള്ളൂ. പാത്രം കണ്ണിൽപ്പെടുമെങ്കിലും മനസ്സിൽ പതിയാറില്ല. അപ്പോഴൊക്കെ പാത്രത്തിന് അവളോട് ദേഷ്യം വരികയും മുറുമുറുക്കുകയും ചെയ്യും. ആണ്ടു മുഴുവൻ തന്നെ വേണം; എന്നാൽ ചെറുമക്കളെ കണ്ടുകഴിഞ്ഞാൽതന്നെ ആവശ്യമില്ലെന്ന് അതു കരുതിക്കാണും.

അക്കൊല്ലം മക്കളും മരുമക്കളും കൊച്ചുമക്കളും എല്ലാം വന്നു ചേർന്നു. നിറഞ്ഞ പുഞ്ചിരിയോടെ അവർ പാറിനടന്നു. മരുമക്കൾക്ക് പാചകസംബന്ധമായ നിർദ്ദേശങ്ങൾ കൊടുക്കാനും അവർ ആവശ്യപ്പെടുന്ന സാധനങ്ങളിരിക്കുന്ന സ്ഥലം കാണിച്ചുകൊടുക്കാനുമെല്ലാം അവർക്ക് ഉത്സാഹമായിരുന്നു. ഈ വീടു മുഴുവൻ തന്റെ നിയന്ത്രണത്തിലാണെന്ന ഒരു അഹങ്കാരം ഒരിടത്തിരുന്ന് അവർ പ്രകടിപ്പിക്കും. കുട്ടികൾ കണ്ണുപൊത്തിക്കളി നടത്തിക്കൊണ്ടിരുന്നു. കണ്ടുപിടിക്കാൻ പോകുന്ന കുട്ടികളുടെ കണ്ണുപൊത്തിപ്പിടിച്ച്,

കണ്ണാംപൊത്തീ ലേ... ലേ..

കാട്ടുകുറിഞ്ഞീ ലേ... ലേ..

ഞാൻ വിട്ട കള്ളനെ ഓടിച്ചാടി

പിടിച്ചോണ്ടുവാ..... പിടിച്ചോണ്ടുവാ...

എന്നു പാടി 'ഓടിപ്പോ' എന്നു വിരട്ടിയോടിക്കുന്ന ജോലി അവർക്കുള്ളതായിരുന്നു. ഒരിടത്തിരുന്നുകൊണ്ട് അത് അവർ ഭംഗിയായി നിർവ്വഹിച്ചുകൊണ്ടിരുന്നു. കളി തീവ്രമായി നടന്നുകൊണ്ടിരുന്നു. ചെറുമക്കളിൽ ഏറ്റവും മൂത്തവനായിരുന്നു തേടുവൻ. ഒളിച്ചിരുന്നവരെല്ലാം തിരികെ വന്നു. എന്നാൽ മകളുടെ ചെറിയ പെൺകുട്ടിയെ മാത്രം കണ്ടുപിടിക്കാൻ കഴിഞ്ഞില്ല.

വീടിനുള്ളിലും വീടിനുചുറ്റും കണ്ണെത്തും ദൂരെ വരെയുള്ള വെളി പ്രദേശങ്ങളിലും പരതി നോക്കി. എവിടെയും കണ്ടെത്താൻ കഴിഞ്ഞില്ല. എവിടെയെങ്കിലും ഒളിച്ചിരിക്കുകയായിരിക്കും. അവൾ കുറുമ്പു കാട്ടുകയായിരിക്കുമെന്ന അലസമനോഭാവം സമയം നീണ്ടുപോകുന്തോറും പരിഭ്രമമായി മാറി. മുതിർന്നവരും കുട്ടികളും എല്ലാവരും ചേർന്ന് തേടൽവേട്ട തുടർന്നു. കുട്ടിയുടെ പേരു വിളിച്ചുനോക്കിയിട്ടും ഒരു ഫലവും കണ്ടില്ല. വീടിനു വെളിയിൽ അകലെ ഏതെങ്കിലും കുറ്റിക്കാട്ടിൽ ഒളിച്ചിരിക്കുകയായിരിക്കുമോ? വീടിനു പുറത്തുപോകാൻ പാടില്ല എന്നതായിരുന്നു കളിയുടെ അടിസ്ഥാന നിയമം. എവിടെപ്പോയിക്കാണും?

മകൾ അലമുറയിട്ടു കരയാൻ തുടങ്ങി. താനും കുട്ടികളോടൊപ്പം കളിച്ചുകൊണ്ടിരുന്നതിനാൽ കുട്ടിയെ കണ്ടുപിടിക്കേണ്ട ബാധ്യത ഏറ്റവുമധികം തനിക്കാണുള്ളതെന്ന് അവർ ചിന്തിച്ചു. മറ്റെല്ലാവരേക്കാളും വീടും പരിസരവും നന്നായി അറിയുന്നത് അവർക്കാണ്.

കുട്ടിക്ക് എന്തെങ്കിലും അപകടം സംഭവിച്ചാൽ കുറ്റം മുഴുവൻ അവരുടെ മേൽ വന്നുവീഴും. മാത്രമല്ല, ആണ്ടിലൊരിക്കലുള്ള ഈ വരവും നിലയ്ക്കും. പരിഭ്രമം ഉള്ളിലൊതുക്കി വീടിനു ചുറ്റും നടന്നുനോക്കി വേപ്പിനടിയിലിരുന്ന മൺപാന ഒരു കള്ളച്ചിരി ചിരിച്ചതുപോലെ അവർക്കു തോന്നി. വേഗം അതിനടുത്തേക്ക് ഓടി. അതിന്റെ വായ് തുറന്നിരുന്നു. അവരുടെ ലക്ഷ്യം മനസ്സിലാക്കിയ എല്ലാവരും ചേർന്ന് പാന പിടിച്ചുയർത്തി, ചരിച്ചുപിടിച്ചു. കുട്ടി അതിനുള്ളിൽനിന്നും മണ്ണിലേക്കു വീണു. ഇത്ര വലിയ പാത്രത്തിനുള്ളിൽ കുട്ടി എങ്ങനെ കടന്നു? അതിനുള്ളിൽ പോയി ഒളിക്കാൻ എങ്ങനെ തോന്നി? ഉള്ളിൽക്കടന്ന ശേഷം തിരിച്ചിറങ്ങാൻ കഴിയാതെ പോയതായിരിക്കും. അകത്തുനിന്നു വിളിച്ചാൽ പുറത്തു കേൾക്കാനും വിഷമമാണ്. പാനയുടെ മുകളിൽ ചാക്കുകൾ വിരിച്ചിരുന്നതിനാൽ ഒരു ചെറുശബ്ദംപോലും പുറത്തു വരുമായിരുന്നില്ല. എത്രനേരം നിലവിളിച്ചായിരിക്കും കുട്ടി അവശയായത്.

നല്ല കാര്യം. കുട്ടിക്ക് ഒരു ചെറിയ മയക്കം മാത്രമേ ഉണ്ടായിരുന്നുള്ളൂ. നിലത്ത് കിടത്തി നല്ലതുപോലെ വീശിക്കൊടുത്ത് മുഖത്ത് വെള്ളം തളിച്ചതോടെ കുട്ടി സാവധാനം കണ്ണു തുറന്നു. എല്ലാവരേയും നോക്കി. അവർ പേരക്കുട്ടിയെ വാരിയെടുത്ത് നെഞ്ചോടു ചേർത്തുപിടിച്ച് നിലവിളിച്ചു. അവർ മൺപാനയെ നോക്കി. വാ പിളർന്ന് നേരെ നിന്നിരുന്ന അത് എല്ലാവരേയും പറ്റിച്ച സന്തോഷത്തിൽ വിജയശ്രീലാളിതയായതുപോലെ ഒരു പരിഹാസച്ചിരി ചിരിച്ചു.

അടക്കാൻ പറ്റാത്ത കോപത്തോടെ അവർ മൺപാനയെ തുറിച്ചുനോക്കി. മറ്റു പാത്രങ്ങളെല്ലാം അപ്രത്യക്ഷമായ ശേഷം നീ ഒറ്റയ്ക്കിവിടെയിരുന്ന് മറ്റുള്ളവരുടെ ജീവനെടുക്കാൻ ശ്രമിക്കുകയാണോ? എല്ലാവരും ആഹ്ലാദപൂർവ്വം ആഘോഷിക്കുന്നതു കണ്ടുകൊണ്ട് നിനക്ക് രണ്ടു ദിവസം വെറുതെ ഇരുന്നുകൂടായിരുന്നോ? ഇങ്ങനെ പെരുമാറിയാൽ

നിന്നെ ആരു സഹിക്കും? വായിൽ തോന്നിയ ശാപവാക്കുകളെല്ലാം അതിനു നേർക്ക് ചൊരിഞ്ഞു. പാന ഒന്നും മിണ്ടാതെയിരുന്നു. ഇപ്പോൾ അതിന്റെ വായ് നേരെ മുകളിലേക്ക് തുറന്നിരുന്നു. വളരെ നാളുകൾക്കു ശേഷം ആശ്വാസത്തോടെ ശ്വസിക്കാൻ കഴിഞ്ഞതിലുള്ള സന്തോഷം അത് അനുഭവിക്കുന്നതുപോലെ തോന്നി.

പല്ലു ഞെരിച്ചുകൊണ്ട് അവരുടെ മകൾ ചാടിയെഴുന്നേറ്റു. വെളിയിൽ കിടന്നിരുന്ന ഒരു വലിയ കരിങ്കല്ല് രണ്ടു കൈകൾ കൊണ്ടും താങ്ങിപ്പിടിച്ച് എടുത്തുകൊണ്ടുവന്നു.

"അയ്യോ, വേണ്ട... വേണ്ട..." എന്ന് പെരുമായി അലറിയത് അവൾ ശ്രദ്ധിച്ചതേയില്ല. ഓങ്ങിയ കല്ല് ശക്തിയായി പാനയുടെ മുകളിലേക്ക് എറിഞ്ഞു. ലക്ഷ്യം തെറ്റിയ കല്ല് പാത്രത്തിനപ്പുറം പോയി വീണു. അതിനെ പിടിച്ചുതള്ളി, എത്തിയടിച്ച്, വീണ്ടും ഒരു കല്ലെടുത്ത് അതിന്റെ പെരുവയറിലിടാൻ തുടങ്ങിയപ്പോൾ പെരുമായി ഓടിവന്ന് കുറുക്കിട്ടു നിന്നു.

"വേണ്ടാ.. വിട്ടേക്ക്..." അവർ കെഞ്ചി. വെറിയോടെ മകൾ അവരെ തള്ളിമാറ്റി കല്ല് പാനയുടെ മുകളിലിട്ടു. കല്ല് പാത്രത്തിന്റെ കഴുത്തിൽ വീണ് അവിടെ വലിയ ഒരു ദ്വാരം രൂപംകൊണ്ടു. മകൾ വീണ്ടും ഒരു കല്ലെടുത്തു കൊണ്ടുവന്നു.

'അതിനെ ഒന്നും ചെയ്യല്ലേ" എന്നപേക്ഷിച്ച് അവർ അതിനെ പൊതിഞ്ഞുനിന്നു. അവരുടെ മുഖം കണ്ണുനീരിൽ കുതിർന്നിരുന്നു.

ആരോ വന്ന് അവരെ ബലമായി പിടിച്ചുകൊണ്ടുപോയി. ഏതോ കലാപം പൊട്ടിപ്പുറപ്പെട്ടതുപോലെ ബഹളമയമായ അന്തരീക്ഷത്തിൽ പലരും ഒരേസമയം ഉച്ചത്തിൽ സംസാരിക്കുന്നതിനിടയിൽ മൺപാന ചെറുകഷണങ്ങളായി ഉടഞ്ഞുചിതറുന്നതിന്റെ ശബ്ദം അവരുടെ കാതുകളിൽ കൃത്യമായി മുഴങ്ങി.

■

വാഞ്ഛ

വയറ്റിപ്പിഴപ്പിനുവേണ്ടി ഈ പട്ടണത്തിൽ വന്നുപെട്ടവനാണ് ഞാൻ. എന്തെല്ലാം പ്രയാസങ്ങൾ ഇവിടെയുണ്ടെങ്കിലും അതിനെയെല്ലാം തരണം ചെയ്യാൻ കഴിഞ്ഞ എനിക്ക് ഇവിടെ സ്ഥിരമായ ഒരു താമസസ്ഥലം കണ്ടുപിടിക്കുവാൻ കഴിഞ്ഞില്ല. വളരെ ഇടുങ്ങിയ കാൽപ്പാദത്തിന്റെ പാതിപോലും വെക്കാൻ സ്ഥലമില്ലാത്ത, വീതികുറഞ്ഞ ചവിട്ടുപടികൾ കയറിച്ചെന്നാൽക്കാണുന്ന നാലു മാളങ്ങളിൽ ഒന്നിലാണ് ഇപ്പോൾ എന്റെ താമസം. എപ്പോഴും പതഞ്ഞുപൊങ്ങിക്കിടക്കുന്ന വൃത്തിഹീനമായ കക്കൂസും അഴുക്കുവെള്ളം കെട്ടിക്കിടക്കുന്ന കിണറും പരിസരവുമാണ് ഞങ്ങളുടെ സൗഭാഗ്യം. രാത്രിയും പകലും ഒരുപോലെ പുഴുങ്ങിയെടുത്തതുപോലെ ജീവച്ഛവമായി കിടക്കേണ്ടിവരും. ശരീരത്തിന്റെ പറ്റിയെരിയുന്ന ഉഷ്ണത്തെ ശമിപ്പിക്കുന്നതിനും അല്പം ശുദ്ധവായു ശ്വസിക്കുന്നതിനും വേണ്ടി ഒഴിവുദിവസങ്ങളിൽ വൈകുന്നേരം സൈക്കിളിൽ ഊരുചുറ്റാനിറങ്ങും.

ഏതാണ്ട് ഒരു മണിക്കൂർകൊണ്ട് പട്ടണത്തിന്റെ ഇടുങ്ങിയ തെരുവുകൾ കടന്ന് അങ്ങിങ്ങായി മാത്രം വീടുകളുള്ള സ്ഥലത്ത് എത്തിച്ചേരും. ഒന്നോ രണ്ടോ കോൺക്രീറ്റ് കെട്ടിടങ്ങൾ കൂട്ടത്തിൽ കണ്ടേക്കും. ഇടയ്ക്കിടെ പച്ചപിടിച്ച ചെറിയ തോട്ടങ്ങളുണ്ട്. പിന്നെയും കുറെ ദൂരം പോയാൽ ഇതുവരെ കഴിഞ്ഞുകൂടിയതിൽനിന്നും വ്യത്യസ്തമായ ഒരിടത്ത് എത്തിച്ചേരും. അവിടെ റോഡിന് ഇരുവശങ്ങളിലും കൂടാരം പോലെ പുളിമരങ്ങൾ പടർന്നുപന്തലിച്ചുകിടക്കും. അതുവഴി കടന്നുപോയാൽ ഇരുവശവും വിസ്തൃതമായ വയലുകളും പാറിപ്പറന്നു നടക്കുന്ന പക്ഷികളും കണ്ണിൽപ്പെടും.

വൈകുന്നേരങ്ങളിൽ പുളിമരച്ചില്ലകൾക്കിടയിലൂടെ നൂണുകടന്നു വരുന്ന അരുണകിരണങ്ങൾ ടാറിട്ട റോഡിൽ ചിത്രങ്ങൾ വരച്ചിടും. അപ്പോൾ എന്റെ മനസ്സ് വിശാലമാകും. എത്ര ശ്രമിച്ചാലും ഒഴിവാക്കാൻ പറ്റാത്ത മനുഷ്യത്തലകളുടെ ഞെരുക്കം അവിടെ കാണാറില്ല. അതു മാത്രം മതി ആശ്വസിക്കാൻ. വഴിയരികിൽ അപൂർവ്വമായി കാണപ്പെടുന്ന

മനുഷ്യർ അപരിചിതമായ പക്ഷികളെപ്പോലെ ശാന്തശീലരാണ്. അവർ പെട്ടെന്ന് ഏതെങ്കിലും ചെടികൊടികൾക്കിടയിൽ അപ്രത്യക്ഷരാകുകയും ചെയ്യും. ആഴ്ചയിൽ ഒന്നോ രണ്ടോ പ്രാവശ്യം നടത്തുന്ന ഈ സൈക്കിൾ സവാരി ശരീരത്തിനും മനസ്സിനും നവോന്മേഷം പകർന്നു തരും.

ഓരോ ദിവസത്തേയും മനോനിലയനുസരിച്ച് സൈക്കിളിന്റെ വേഗത കൂട്ടുകയും കുറയ്ക്കുയും ചെയ്തുകൊണ്ടിരിക്കും. ചിലപ്പോൾ വളരെ ദൂരം വരെ ഓട്ടം നീണ്ടുപോകും. ചിലപ്പോൾ അടുത്ത ദിവസം രാവിലെ ആയിരിക്കും പട്ടണത്തിൽ തിരിച്ചെത്തുക.

അന്നത്തെ ദിനം ആകപ്പാടെ ഉത്സാഹഭരിതമായിരുന്നു. സൈക്കിൾ ആഞ്ഞുചവിട്ടിപ്പോകുന്നതിനിടയിൽ താഴ്ന്നുകിടക്കുന്ന പുളിമരച്ചില്ല കളിൽ മുട്ടിയുരുമ്മിപ്പോകും. ഇപ്പോൾ മിതമായ വേഗത്തിലാണ് സൈക്കിൾ ഓടിക്കൊണ്ടിരിക്കുന്നത്. മനസ്സ് അലസമായിരിക്കാൻ ഇഷ്ട പ്പെട്ടില്ല. ചുണ്ടുകൾ കൂർപ്പിച്ച് പക്ഷികളുടെ കളകൂജനത്തിന് മറുചൂളം വിളിച്ച് ഞാൻ മുന്നേറിക്കൊണ്ടിരുന്നു. രണ്ടു കൈകളും വിട്ട് അല്പം ഞെളിഞ്ഞിരുന്നാണ് ഇപ്പോഴത്തെ പോക്ക്! ഹാൻഡിൽബാറിലെ പിടി വിട്ടപ്പോൾ സൈക്കിളിനും അല്പം സ്വാതന്ത്ര്യം കിട്ടിയതുപോലെ തോന്നി. അതിനെ നിയന്ത്രിക്കാൻ ശ്രമിച്ചാൽ അപകടത്തിൽപെട്ടെങ്കിലോ എന്ന് ഭയപ്പെട്ടു. അതിനാൽ അതിനെ അതിന്റെ പാട്ടിനു വിട്ടു. ശരീര ത്തിൽ ഞെരമ്പുകളുണ്ടെന്ന് കാട്ടിത്തരാനുള്ള സന്ദർഭമായിരുന്നു ഇത്. ഏതു ദുർഘടസന്ധിയേയും അനായാസം നേരിടാൻ കഴിയുമെന്നു തോന്നി. ഓടിച്ചാടിക്കളിച്ചു നടന്ന ബാല്യകാലം തിരിച്ചുകിട്ടിയതുപോലെ ഒരു തോന്നൽ. അടഞ്ഞുപോയ വഴികളെല്ലാം തുറന്നുകിട്ടിയതുപോലെ.

അതിവിശാലമായ ആ രാജവീഥിയിൽ ഞാൻ ഒരുവൻ മാത്രം! എനി ക്കുവേണ്ടി മാത്രമായി നിർമ്മിക്കപ്പെട്ട രാജവീഥി. ഒരു നാലഞ്ചു പുളിമര ങ്ങൾക്കപ്പുറം വേരിന്മേൽ ഒരു വൃദ്ധൻ ഇരിക്കുന്നതു കണ്ടു. സൈക്കിൾ സാവധാനം അങ്ങോട്ട് അടുപ്പിച്ചു. അയാൾക്കുചുറ്റും കൂട്ടിയിട്ടിരുന്ന ചെടി കളും വള്ളികളും തരം തിരിച്ചുകൊണ്ടിരുന്നു. അയാളുടെ ജീവിതകാലം മുഴുവൻ ഇതേ ജോലി തന്നെയായിരിക്കും ചെയ്തിരിക്കുക. ഓരോന്നും പെറുക്കിയെടുത്ത് കണ്ണിനടുത്തേക്കു ചേർത്തുപിടിച്ചാണ് തരംതിരിക്കു ന്നത്. ചുറ്റിലും നടക്കുന്നതൊന്നും അയാൾ ശ്രദ്ധിച്ചിരുന്നില്ല. സൈക്കിൾ മണി നിർത്താതെ അടിച്ചുകൊണ്ടിരുന്നു. ആ ശബ്ദം സാധാരണ കേൾവി ക്കാർക്ക് അസ്വസ്ഥതയുണ്ടാക്കാൻ പോരുന്നതായിരുന്നു. എന്നിട്ടും അയാൾ തിരിഞ്ഞുനോക്കിയതേയില്ല. ഉച്ചത്തിൽ വിസിലടിച്ചുനോക്കി. ഒരു വേള ബധിരനായിരിക്കും. തന്റെ മുന്നിൽ ഇപ്പോൾ ആകെയുള്ള ഒരേയൊരു മനുഷ്യൻ. അത്യുത്സാഹത്തോടെ തുള്ളിച്ചാടിവരുന്ന ഒരു യാത്രക്കാരനെ ശ്രദ്ധിക്കാതെ, എന്തോ പാഴ്വേല ചെയ്തുകൊണ്ടിരി ക്കുന്ന അയാളുടെ മൊട്ടത്തലയ്ക്ക് ഒരു കിഴുക്കു കൊടുക്കാനാണ്

തോന്നിയത്. വേഗത്തിൽ അടുത്തേക്ക് വണ്ടിയോടിച്ചു ചെന്ന് പരുന്ത് താഴേക്കു പറക്കുന്നതുപോലെ ഒരു വശം ചരിച്ചു പിടിച്ച്, 'ഹോയ്' എന്ന ശബ്ദത്തോടെ അയാളുടെ തലയിൽ ഒരു 'കൊട്ടു' കൊടുത്തശേഷം നിവർന്ന് വണ്ടിയോടിച്ചുപോയി. സൈക്കിൾ എന്റെ മനസ്സറിഞ്ഞുതന്നെ പ്രവർത്തിച്ചുകൊണ്ടിരുന്നു. അത് ഇത്രനാളും ഇതുപോലെ അനായാസമായി ഓടിയിട്ടുണ്ടായിരിക്കുകയില്ല. കിഴവൻ ഭയന്നുപോയിട്ടുണ്ടാകും. ഞെട്ടിയെഴുന്നേറ്റ് ചുറ്റും നോക്കി. അയാൾ എന്നെ തിരിച്ചറിയാൻ സാധ്യതയില്ല. കിഴവന്റെ ഭയം ഇനിയും ഇരട്ടിക്കട്ടെ!

യാത്ര വനാന്തരങ്ങളും കുന്നുകളും കടന്നുപൊയ്ക്കൊണ്ടിരുന്നു. എന്റെ ആഹ്ലാദം കൊടുമുടി കയറി. അല്പമകലെ ഒരു സ്ത്രീ നടന്നുപോകുന്നതു കണ്ടു. ഇതേപോലൊരു സ്ഥലത്ത് മനുഷ്യർ തന്നെ വിരളമാണ്. അങ്ങനെയുള്ള ഒരിടത്ത് ഒരു പെണ്ണ്! ഉയർത്തിക്കെട്ടിയ മുടിയും പൂഴിമണ്ണേറ്റു ചെമ്പിച്ച ചപ്രത്തലമുടിയും അവളിവിടെ അടുത്തുതന്നെയുള്ളവളാണെന്ന് കാട്ടിത്തരുന്നു. വെള്ളസാരിയും നിറംമങ്ങിയ ബ്ലൗസും അവളുടെ മെലിഞ്ഞ ശരീരത്തിന് തീരെ യോജിക്കുന്നതായിരുന്നില്ല. വിജനമായ സ്ഥലം. പോകുന്ന പോക്കിൽ അവളുടെ ഇടുപ്പിൽ ഒന്നു തലോടണമെന്ന മോഹം. ഇതേപോലൊരു സാഹസത്തിനുള്ള മുൻപരിചയക്കുറവും ജന്മനായുള്ള ഭീരുത്വവും എന്നെ പിൻതിരിപ്പിച്ചു. പുളിമരത്തിന്റെ പിന്നിലുള്ള കുറ്റിക്കാട്ടിൽനിന്നും ഒരു പറ്റം ഗ്രാമീണ സ്ത്രീകൾ തന്റെ മേൽ ചാടിവീഴുമോയെന്ന് ഭയപ്പെട്ടു. അവശനായ എനിക്കതു താങ്ങാൻ കഴിയുമായിരുന്നില്ല. എങ്കിലും അവളെ അങ്ങനെയങ്ങു വിട്ടുകളഞ്ഞുപോയാൽ എന്താ ഒരു രസം? ഇവിടെ മറ്റാരുമില്ലല്ലോ എങ്ങനെയായാലെന്താ എന്ന അഹങ്കാരത്തിൽ അവളും റോഡിന്റെ നടുവിൽക്കൂടിയാണ് പൊയ്ക്കൊണ്ടിരുന്നത്. സൈക്കിളിന്റെ യാതൊരു ശബ്ദവും കേൾപ്പിക്കാതെ, പൂച്ചയെപ്പോലെ, പതുങ്ങിപ്പതുങ്ങി അടുത്തുചെന്ന് 'കിണി, കിണി'യെന്ന് ഉച്ചത്തിൽ തുടർച്ചയായി മണിമുഴക്കി. അപ്രതീക്ഷിതമായി ചെവിക്കീഴിൽ മുഴങ്ങിക്കേട്ട ശബ്ദത്തിൽ ഭയചകിതയായിത്തീർന്ന അവൾ റോഡരികിലേക്ക് ഓടിമാറി. അവൾ കടന്നുപോകട്ടെ എന്നു കരുതി ഞാനും വഴിയോരത്തേക്കു മാറിനിന്നു. അവൾ റോഡിൽക്കൂടി ഓടാൻ തുടങ്ങി. സൈക്കിൾ അവളെ പിൻതുടർന്നു. അവൾ പരിഭ്രമം മറച്ച് മനസ്സുകൊണ്ട് രസിച്ചതുപോലെ, അലക്ഷ്യമായി നടപ്പു തുടർന്നു. കളി മതിയാക്കാമെന്നു കരുതി ഉച്ചത്തിൽ അവളെ ശകാരിച്ചുകൊണ്ട് മുന്നേറി.

"റോഡിന്റെ വശത്തുകൂടി നടന്നു തൊലയ്ക്കരുതോ?"

തെറ്റു മുഴുവൻ അവളുടേതാക്കാനുള്ള ശ്രമമായിരുന്നു അത്. ഞാൻ കാതു കൂർപ്പിച്ചു നിന്നു. ഞാൻ പറഞ്ഞതിൽ അശ്ലീലപദങ്ങളില്ലാതിരുന്നത് ഒരു കുറവായിത്തോന്നി. എന്നാലെന്താ, വഴിയിൽ ഇനിയും ആരെയെങ്കിലും കിട്ടാതിരിക്കുമോ?

അരച്ചൊഴിച്ച മണൽക്കുഴമ്പുപോലെ അന്തിവെയിൽ അവിടെയെല്ലാം പരന്നൊഴുകി. അതു സൈക്കിളിനെ പൊൻകതിരുകളാൽ കുളിപ്പിച്ചു. അപ്പോൾ എന്നെ ഒരു ദേവനാക്കി സ്വയം ചിത്രീകരിച്ചു നോക്കി. എന്റെ വഴിത്താരയിലെ തടസ്സങ്ങളെല്ലാം നീങ്ങിയതുപോലൊരു തോന്നൽ. സൈക്കിൾ എന്നെ ഒരു കൽപ്പകവൃക്ഷത്തോട്ടത്തിൽ കൊണ്ടെത്തിക്കും. പൂക്കൾ തുന്നിപ്പിടിപ്പിച്ച തൂവാല കൊണ്ടു പുതച്ചതുപോലെ തോന്നിക്കുന്ന പാത. എന്നെപ്പറ്റിയല്ലാതെ മറ്റാരെക്കുറിച്ചും വേവലാതിപ്പെടേണ്ട കാര്യമില്ല. ഈ പെരുവഴിയിൽ ഞാൻ മാത്രം! ഞാൻ മുന്നേറിക്കൊണ്ടിരിക്കുന്നു.... വേഗത്തിൽ... കൂടുതൽ വേഗത്തിൽ... അർത്ഥമില്ലാത്ത ചില വാക്കുകൾ പിറുപിറുത്തുകൊണ്ട് അതിവേഗം പാഞ്ഞുകൊണ്ടിരുന്നു.

എതിർദിശയിൽനിന്ന് ഒരു കുട്ടി വന്നുകൊണ്ടിരുന്നു. സ്കൂൾബാഗ് തലയിൽത്തൂക്കി ഒരു ചുള്ളിക്കമ്പ് കാലുകൊണ്ട് തട്ടി നീക്കിനീക്കി, ഒരു ക്ഷീണവും തോന്നാത്ത മുഖഭാവത്തോടെ വന്നവനെ കണ്ടയുടൻ പുതിയൊരു ഇരയെക്കിട്ടിയ സന്തോഷം തോന്നി.

കിഴവനോടും ആ പെണ്ണിനോടും പെരുമാറിയതിൽനിന്നും വ്യത്യസ്തമായ രീതിയിൽ വേണം ഇവനെ കൈകാര്യം ചെയ്യാൻ. കൊച്ചു പയ്യൻ! സൈക്കിളിനെപ്പറ്റി അവന് എന്തറിയാം? വളരെ ദൂരെനിന്നേ നടന്നാണ് വരവ്. ചിലപ്പോൾ സൈക്കിളിൽ തൊട്ടുനോക്കിയിട്ടുണ്ടാകും. അല്ലെങ്കിൽ അല്പദൂരം തള്ളിക്കൊണ്ടു നടന്നിട്ടുണ്ടാകും. അങ്ങേയറ്റം പോയാൽ പെഡലിൽ ഒറ്റക്കാൽവെച്ച് കുരങ്ങിനെപ്പോലെ ഡൊക്, ഡൊക്കെന്ന് തുള്ളിച്ചാടിയിരിക്കും. അത്രതന്നെ! ഇവനെ തിരിച്ചയയ്ക്കാൻ ഒരു 'ലൊടുക്കുവിദ്യ' കാട്ടുകയല്ലാതെ വേറെ വഴിയില്ല. അക്കാര്യത്തിൽ എന്റെ സൈക്കിളിനും അത്യധികമായ താത്പര്യമുണ്ടായിരിക്കും. വിസിലടി ഉച്ചത്തിലായി. കൈകൾ പിന്നിൽക്കെട്ടി സൈക്കിളിനെ നടുറോഡിലേക്കു തിരിച്ചു. അവിടെ നീണ്ട വെള്ള ചതുരത്തിൽ റോഡിന്റെ ദിശ സൂചിപ്പിക്കുന്ന വരകൾ ഇടവിട്ട് കാണാമായിരുന്നു. വരകൾക്കിടയിലുള്ള കള്ളിയിൽക്കൂടി കടന്ന്, അടുത്ത കള്ളിയിലേക്ക് വളച്ചു വളച്ച് സർക്കസ് കാണിക്കാൻ തുടങ്ങി. നീളമുള്ള ഒരു പാമ്പ് വളഞ്ഞുപുളഞ്ഞ് പോകുന്ന ലാഘവത്തോടെ അതു കാണിക്കാൻ എനിക്കു കഴിഞ്ഞു. ഇടയ്ക്കിടെ അവനെ ഒളികണ്ണിട്ട് നോക്കിക്കൊണ്ടിരുന്നു.

അവൻ പരിഭ്രമിച്ചതുപോലെ അങ്ങനെതന്നെ നിന്നുപോയി. കണ്ണിമയ്ക്കാതെ, വായ് പിളർന്ന് തന്നെത്തന്നെ നോക്കിനിന്ന അവനോട് ഒരു വാക്കുപോലും ഉരിയാടിയില്ല. അവനെക്കടന്ന് വളരെ ദൂരം ചെല്ലുന്നതുവരെ തന്റെ വിദ്യ തുടർന്നുകൊണ്ടിരുന്നു. എന്റെ മുതുകിൽ അവന്റെ കണ്ണുകൾ ഉറച്ചിരുന്നത് തിരിച്ചറിഞ്ഞു. ആ ഉറുത്തൽ ഒന്നു മാറിയയുടൻ പൂർവ്വസ്ഥിതിയിലെത്തിച്ചേർന്നു. വളരെ നേരം ഈ അഭ്യാസം തുടർന്നിരുന്നെങ്കിലും ക്ഷീണം തോന്നിയിരുന്നില്ല. അതിനെയെല്ലാം തരണം ചെയ്യാൻ കഴിവുള്ള എന്തോ ഒന്ന് തന്നെ നിയന്ത്രിച്ചുകൊണ്ടിരിക്കുന്നതായി തോന്നി. ഇനി എത്രയോ ദൂരം കടന്നുപോകേണ്ടതാണ്. ഈ

കൊച്ചുപയ്യനു കാണിച്ചുകൊടുത്ത വിദ്യകൊണ്ട് ഞാൻ ക്ഷീണിച്ചു പോകുമോ?"

വേഗത കുറയ്ക്കാതെതന്നെ മുന്നോട്ടു പൊയ്ക്കൊണ്ടിരുന്നു. ചുറ്റുമുള്ള കാഴ്ചകളെല്ലാം കണ്ണിൽനിന്നും മാഞ്ഞു. റോഡും അവിടെയുള്ള ആളുകളും മാത്രമേ കാണാനുണ്ടായിരുന്നുള്ളൂ. ആ സമയത്ത് എന്റെ മുന്നിൽ സാമാന്യം നല്ല വേഗത്തിൽ ഒരാൾ സൈക്കിളോടിച്ചുകൊണ്ടിരുന്നു. എന്റെ ശരീരം തുടിക്കാൻ തുടങ്ങി. അവനെ എന്തു ചെയ്യണമെന്ന് ആലോചിക്കാൻപോലും കഴിഞ്ഞില്ല. അതിനിടയിൽ അവനേക്കാൾ വേഗത്തിൽ എന്റെ സൈക്കിൾ ഓടിക്കൊണ്ടിരുന്നു. സൈഡൊഴിഞ്ഞ് വേണമെങ്കിൽ അവന്റെ മുന്നിൽ ഓടിച്ചുകയറാം. എന്നാൽ വേഗത അല്പം കുറച്ച് തലതിരിച്ച് ചിറികോട്ടി അവനെ നോക്കി ഒരു ചിരി ചിരിച്ചു. സത്യത്തിൽ ഞാൻ പോലുമറിയാതെ അതങ്ങു സംഭവിച്ചുപോയതാണ്. അവനെ പ്രകോപിപ്പിക്കണമെന്ന ഉദ്ദേശ്യമൊന്നും എനിക്കുണ്ടായിരുന്നില്ല.

അവനാണെങ്കിൽ എന്റെ വികൃതമായ ചിരി കണ്ട് രക്തം തിളയ്ക്കാൻ തുടങ്ങിയിരിക്കും. ഒരു നാലടി ദൂരം താണ്ടിക്കാണില്ല. ശക്തമായ കാറ്റടിക്കുന്നതുപോലെ ഒരു ശബ്ദം എന്റെ ചെവിയിലുരസി കടന്നുപോയി. എന്റെ മുന്നിൽ അവൻ!

അമിതവേഗത്തിൽ എന്നെ കടന്നുപോയ അവൻ തലതിരിച്ച് എന്നെ നോക്കിച്ചിരിച്ചു. രക്തവർണ്ണത്തിലുള്ള അവന്റെ ചുണ്ടുകൾ എന്റെ ഉള്ളിലേക്ക് ഒരു തീപ്പന്തമെറിഞ്ഞു. അവൻ വെല്ലുവിളിക്കുകയാണെന്ന് ഉറപ്പായി. ഇതൊന്നും ഞാൻ പ്രതീക്ഷിച്ചിരുന്നതല്ല. എങ്കിലും അതു തുടങ്ങിവെച്ചത് ഞാൻ തന്നെയാണല്ലോ? ഇവിടെവെച്ച് അത് അവസാനിപ്പിക്കണം. അല്ല. തുടരണം. ആലോചിച്ചു നിൽക്കാൻ നേരമില്ല. എന്നെ ക്കടന്ന് അവൻ ബഹുദൂരം പോകാനുള്ള സാധ്യതയുണ്ട്. മുമ്പെങ്ങും കണ്ടിട്ടില്ലാത്ത മുഖമാണെങ്കിലും ഒരു ചുവടു മുന്നോട്ടുവെച്ച സ്ഥിതിക്ക് ഇനി പിൻതിരിയാൻ കഴിയില്ല. കാലുകൾ അതിന്റെ ഇഷ്ടത്തിന് ചലിക്കാൻ തുടങ്ങി. കൈയിലൊരു വാളില്ല. ഉണ്ടായിരുന്നെങ്കിൽ അതുംകൊണ്ട് അവനെ പിന്തുടർന്നാൽ നല്ല രസമായിരുന്നേനേ.

എന്നാൽ എന്റെ ആയുധം സൈക്കിളാണ്. ആ ഒരേയൊരു കാര്യത്തിൽ മാത്രമാണ് ഞങ്ങൾ തമ്മിലൊരു ഐക്യം. എന്റെ സൈക്കിൾ എന്നെ കയ്യൊഴിയുകയില്ല. എത്ര വർഷത്തെ പരിചയമാണ് അതുമായിട്ട്! ഇതിനെയൊന്നു നേരെയാക്കിയെടുക്കാൻ എത്രമാത്രം പാടുപെട്ടിരിക്കുന്നു. എന്റെ മുഴങ്കാലിനു താഴെയുള്ള എല്ലാ വൃത്തികെട്ട അടയാളങ്ങളും ഈ സൈക്കിൾ കാരണമാണ് ഉണ്ടായിട്ടുള്ളത്. മുട്ടുപൊട്ടി, തലകുത്തിവീണ്, ചോരയൊലിക്കുന്ന വ്രണങ്ങളോടെ; മറ്റുള്ളവരുടെ പുലഭ്യങ്ങൾ കേട്ട്, അങ്ങനെ എന്തെല്ലാം പെടാപാടുപെട്ടിരിക്കുന്നു? ഇനിയൊരിക്കലും തലകുത്തി വീഴരുത്. ഞാൻ വേഗത കൂട്ടുന്നത് ഏറുകണ്ണിട്ടു നോക്കി മനസ്സിലാക്കിയ അവൻ വീണ്ടും വേഗത കൂട്ടി. എന്തിലും ഞങ്ങൾ

തമ്മിലുള്ള ദൂരം കുറഞ്ഞുവരുന്നത് അവന്റെ പിൻഭാഗം കാണുന്നതിൽ നിന്നും ഞാൻ മനസ്സിലാക്കി. അവനെ പിൻതള്ളി മുന്നേറാൻ കഴിയുമെന്ന ആത്മവിശ്വാസം എനിക്കുണ്ടായി.

ഒരു ഘട്ടത്തിൽ രണ്ടുപേരും ഒപ്പത്തിനൊപ്പമെത്തി. അപ്പോഴാണ് ഞങ്ങൾ പരസ്പരം ആദ്യമായി കാണുന്നത്. ഓരോ ജന്മത്തിലും ഞങ്ങൾ പരസ്പരം വിദ്വേഷത്തിലാണ് കഴിഞ്ഞിരുന്നതെന്ന് ഇപ്പോഴാണ് ബോധ്യമായത്. സൈക്കിളാണ് ഞങ്ങളുടെ വിജയികൾക്കുള്ള കാരണമെന്നതുപോലും ഞങ്ങൾ മറന്നുപോയി. സൈക്കിളിൽനിന്ന് ഇറങ്ങാൻ കഴിഞ്ഞിരുന്നെങ്കിൽ ഞങ്ങൾ നായ്ക്കളെപ്പോലെ പരസ്പരം കടിച്ചുകീറുമായിരുന്നു. ഇപ്പോൾ ഞങ്ങൾ രണ്ടുപേരും ക്ഷീണിച്ചിരുന്നില്ല എന്നത് ബോധ്യപ്പെട്ടു. അവൻ കൂടെക്കൂടെ എന്നെയും ചിലപ്പോൾ മുന്നോട്ടും നോക്കിക്കൊണ്ട് സൈക്കിൾ ഓടിച്ചുകൊണ്ടിരുന്നു.

രണ്ടുപേരും പ്രതീക്ഷിക്കാത്തതാണ് അവിടെ നടന്നത്. ഒരു ഇരട്ടക്കാളവണ്ടി അവരുടെ മുന്നിൽ ആടിയാടി പൊയ്ക്കൊണ്ടിരുന്നു. അവൻ സൈക്കിൾ വെട്ടിത്തിരിച്ച് കടന്നുപോകേണ്ടതാണ്. അതാണ് പറ്റിയ സന്ദർഭം. ഞാൻ മനസ്സറിഞ്ഞ് മുന്നോട്ടു നീങ്ങിയാൽ മാത്രമേ അവന് ഒഴിഞ്ഞുമാറാൻ കഴിയൂ! ഞാൻ കാളവണ്ടിയോടു ചേർന്നാണ് ഓടിച്ചുകൊണ്ടിരുന്നത്.

കാളവണ്ടിയുടെ അടുത്തെത്തിയപ്പോൾ അവന് ബ്രേക്കിട്ട് വണ്ടിയുടെ വേഗത കുറയ്ക്കേണ്ടിവന്നു. എതിർവശത്തേക്കു മാറി, വെള്ള വര മറികടന്ന് ഞാൻ മുന്നേറിക്കൊണ്ടിരുന്നു. റോഡുനിയമമാണ് ലംഘിക്കപ്പെട്ടതെങ്കിലും അവിടെ എന്തിനാണ് ഈ നിയമങ്ങൾ? ആ നിയമത്തിലെ പഴുതുകൾ അറിഞ്ഞുകൊണ്ടുതന്നെ പ്രവേശിക്കുകയോ, അതിനെ വെല്ലുവിളിക്കുകയോ ആണല്ലോ ചെയ്യുന്നത്! അവരവരുടെ സാമർത്ഥ്യം പോലെ എന്തുവേണമെങ്കിലും നേടിയെടുക്കാം. ആർക്കും നിയന്ത്രിക്കാൻ പറ്റാത്ത കാര്യങ്ങളാണിവ. എന്റടത്ത് അവനെക്കിട്ടിയിരുന്നെങ്കിൽ അരിഞ്ഞുവീഴ്ത്തിയേനേ! അവനെക്കൊണ്ടു സാധിക്കുമെങ്കിൽ അവനും ചെയ്തോട്ടെ. റോഡുനിയമങ്ങളെല്ലാം ലംഘിക്കാൻ പോവുകയാണ്.

ഞങ്ങൾക്കു പോകേണ്ട ഇടതുവശത്ത് മഴയിൽ മണ്ണൊലിച്ച് കുണ്ടും കുഴിയുമായി കിടക്കുകയാണ്. വളവുതിരിഞ്ഞ് പെട്ടെന്ന് ബ്രേക്ക് പിടിച്ചു മാത്രമേ പോകാൻ കഴിയൂ. വാഹനഗതാഗതം തീരെയില്ലാത്ത ഇവിടെ ഏതു വഴിയിൽക്കൂടി പോയാലെന്താ? ഞാൻ റോഡിന്റെ വലതുവശത്തേക്കു തിരിഞ്ഞു.

അവൻ കാളവണ്ടിയെ കടന്ന് പാഞ്ഞുവരുന്നത് ഒരു പൊട്ടുപോലെ കാണാം. മനസ്സിനുള്ളിൽ അവനെ കാറിത്തുപ്പി. എന്നെ കടന്നുപോകാൻ അവനെന്തു യോഗ്യതയാണുള്ളത്? സംതൃപ്തിയോടെ ഒരു കൈ ഹാൻഡിൽബാറിൽ പിടിച്ച് നിവർന്നിരുന്ന് സാവധാനം സൈക്കിളോടിച്ചു.

അവൻ വേഗത്തിൽ വന്നുകൊണ്ടിരുന്നു. വരട്ടെ, അടുത്തു വരട്ടെ. കുറെക്കൂടി അടുത്തുവരുമ്പോൾ തന്റെ വേഗത അവനെ ബോധ്യപ്പെടുത്തിക്കൊടുക്കാം. എന്നെ സമീപിക്കുന്നതിലുള്ള ആ സ്വല്പസന്തോഷം കുറെ നേരത്തേക്ക് അവൻ അനുഭവിച്ചുകൊള്ളട്ടെ! ഒരു മഹാമനസ്കനെപ്പോലെ ഞാനെന്റെ മിടുക്ക് മറച്ചുവെച്ചു. എന്റെ കണക്കുകൂട്ടലുകളെല്ലാം തെറ്റിപ്പോയി. വലതുവശത്തുകൂടി ഞാൻ പൊയ്ക്കൊണ്ടിരിക്കുമ്പോൾ എനിക്കെതിരായി ഒരു കാർ അമിതവേഗത്തിൽ പാഞ്ഞുവന്നുകൊണ്ടിരുന്നു. പെട്ടെന്ന് എനിക്കൊന്നും ചെയ്യാൻ കഴിഞ്ഞില്ല. ഒഴിഞ്ഞുമാറാമെന്ന വിശ്വാസത്തിൽ വെട്ടിത്തിരിച്ചു. പുളിമരങ്ങൾക്കിടയിലുള്ള ഒരു കുഴിയിൽപ്പോയി ഇടിച്ചുനിന്നു. പെട്ടെന്നുള്ള ഷോക്കിൽ എന്റെ നാഡീസ്പന്ദനം നിലച്ചുപോയതുപോലെ തോന്നി. കഠിനമായ വേദന തോന്നിയെങ്കിലും അതൊന്നും പുറത്തുകാണിക്കാതെ മുഖംപോലും ചുളിക്കാതെ നിന്നു. ഉറച്ച മനസ്സ് ഏതു വേദനയെയും സഹിക്കാനുള്ള കെൽപ്പു നൽകും. ഒന്നും സംഭവിക്കാത്തതുപോലെ സാവധാനം സൈക്കിൾ പൊക്കിയെടുത്തു.

അവന് എന്നെ പിന്നിലാക്കി മുന്നേറാൻ കഴിയുമെന്ന് എനിക്കറിയാമെങ്കിലും, അവന്റെ ആഹ്ലാദം കണ്ടുനിൽക്കാനോ പരിഹസിച്ചുള്ള അവന്റെ പുഞ്ചിരി നേരിടാനോ ഉള്ള ത്രാണി എനിക്കില്ലായിരുന്നു. ഞാൻ റോഡിലേക്കു നോക്കിയതേയില്ല. പക്ഷേ അവൻ വെറുതെ വിടുമോ?

സിനിമാസ്റ്റൈലിൽ "ഹോയ്.. ഹമ്മ... ഹമ്മ..." എന്നു ശബ്ദിച്ച് കടന്നുപോയി. ഞാൻ കണ്ടില്ലെങ്കിലും അവന്റെ മുഖം എങ്ങനെ പ്രകാശിച്ചു കാണുമെന്നും അവന്റെ മനസ്സിൽ എത്രമാത്രം ആഹ്ലാദം പതഞ്ഞുപൊങ്ങിക്കാണുമെന്നും ഞാൻ ഊഹിച്ചു. മുഴങ്കാലിൽ പെഡൽ വന്നിടിച്ചതിന്റെ വേദന ഇനിയും മാറിയിരുന്നില്ല. മുൾക്കാടുകൾക്കിടയിൽ കുടുങ്ങിയിരുന്ന സൈക്കിൾ വലിച്ചെടുത്ത് സ്റ്റാന്റിൽ നിർത്തി. വീൽ ഒരു പ്രാവശ്യം കറക്കി നോക്കി വണ്ടിയിൽ കയറി.

എഴുന്നേറ്റുനിന്ന് എന്നെ കളിയാക്കിക്കൊണ്ട് വേഗത്തിൽ ഓടിച്ചുപോയ അവന് എത്രദൂരം ചെന്നെത്താൻ കഴിയും? എന്നാൽ കണ്ണെത്തുന്ന ദൂരത്തെങ്ങും അവനെ കാണാൻ കഴിഞ്ഞില്ല.

എല്ലാം അവസാനിച്ചു എന്നു കരുതാൻ മനസ്സ് സമ്മതിക്കുന്നില്ല. താൻ ജയിച്ചുകഴിഞ്ഞെങ്കിലല്ലേ കളി അവസാനിപ്പിക്കാൻ കഴിയൂ. കഴിയുന്നിടത്തോളം ഒന്നു ശ്രമിച്ചു നോക്കുകതന്നെ! സൈക്കിൾ 'പുഷ്പംപോലെ' പൊയ്ക്കൊണ്ടിരുന്നു. എന്നും തുടച്ച് എണ്ണയിട്ടു മിനുക്കി സൂക്ഷിച്ചതിന്റെ പ്രത്യുപകാരമായി അത് എന്നോട് വിശ്വാസപൂർവ്വം സഹകരിച്ചു. എത്ര വേഗത്തിൽ പോയി നോക്കിയിട്ടും അവനെ കണ്ടുപിടിക്കാൻ കഴിഞ്ഞില്ല. ഇത്ര വേഗതയിൽ ഞാനിതുവരെ ഓടിച്ചിട്ടില്ല. ആകെയൊരു മടുപ്പു തോന്നി. മാത്രമല്ല നേരം ഇരുട്ടാനും തുടങ്ങിയിരുന്നു. നിരാശയോടെ വേഗത കുറച്ച് പൊയ്ക്കൊണ്ടിരുന്നു. പെട്ടെന്ന് മങ്ങിയ ഒരു രൂപം

പ്രത്യക്ഷപ്പെട്ടു. നിശ്ചയമായും അത് അവൻ തന്നെയായിരിക്കും. വീണ്ടും കാലുകളിലേക്ക് സർവ്വശക്തിയും സമാഹരിച്ചു. പുഴുക്കൾ കാലിൽക്കൂടി അരിച്ചുകയറുന്നതുപോലെ, ഊർജ്ജം കാലുകളിൽ നിന്ന് മുകളിലേക്ക് പടർന്നുകൊണ്ടിരുന്നു.

അടുത്തു ചെല്ലുന്തോറും കാര്യങ്ങൾ വ്യക്തമായി. സൈക്കിൾ സ്റ്റാൻഡിൽ നിർത്തിയിരുന്നു. അവൻ നിലത്തിരുന്ന് എന്തോ ചെയ്തു കൊണ്ടിരിക്കുന്നു. പഞ്ചറായതായിരിക്കും. അല്ലെങ്കിൽ ചെയിൻ ഇളകിയ തായിരിക്കും. അവനെ വ്യക്തമായി കാണാൻ കഴിഞ്ഞതോടെ ഉത്സാഹം വർദ്ധിച്ചു. സൈക്കിൾ സീറ്റിലിരുന്ന് വിളിച്ചുകൂവി. അവൻ എന്റെ ശബ്ദം തിരിച്ചറിഞ്ഞിരിക്കും. സൈക്കിളിൽത്തന്നെ ശ്രദ്ധ കേന്ദ്രീകരിച്ച് അവൻ കുനിഞ്ഞിരുന്നു. എന്തോ ചെയ്തുകൊണ്ടിരുന്നു. ഒരു നിമിഷം ഇറങ്ങി അവനെയൊന്നു സഹായിക്കണമെന്ന് എന്റെ നല്ല മനസ്സ് മന്ത്രിച്ചു. ഇതിൽപ്പരം ഒരവസരം ഇനി കിട്ടാനുണ്ടോ? അവനുതന്നെ ചെയ്യാൻ കഴി യുന്ന എന്തോ ചെറിയ കാര്യമായിരിക്കും. അതുകൊണ്ടായിരിക്കും അവ നിത്ര ശ്രദ്ധാപൂർവ്വം ജോലി ചെയ്യുന്നത്. വണ്ടി നന്നായിക്കഴിഞ്ഞാൽ അവൻ തീർച്ചയായും എന്നെ പിന്തുടരും. ഇത് ഒരിക്കലും അവസാനി ക്കാൻ പോകുന്നില്ല. അവസാനിച്ചുവെന്ന് ഞാൻ പറയാൻ പാടില്ല. എല്ലാം അവസാനിച്ചുവെന്ന് ആരു പറയുന്നോ അവനാണ് തോറ്റവൻ. ഞാൻ വേഗത കുറയ്ക്കാതെ പൊയ്ക്കൊണ്ടിരുന്നു. ഏതു നിമിഷവും അവൻ വന്നേക്കാം. എന്നെ മറികടന്നു പോകുവാൻ അവൻ ശ്രമിക്കും. അതു മനസ്സിൽ വെച്ചുകൊണ്ട് വേഗത കൂട്ടി.

ഇതിനിടയിൽ ഞാൻ പട്ടണത്തിന്റെ ഒരു കോണിൽ എത്തിച്ചേർന്നി രുന്നു. വർണ്ണവിളക്കുകളാൽ പ്രശോഭിതമായ ആ നഗരം എന്നെ അതി നുള്ളിലേക്ക് ആവാഹിച്ചു. ഇനിമേൽ എന്നെ കണ്ടുപിടിക്കാൻ അവനു കഴിയില്ല. ഒരുപക്ഷേ ഏതെങ്കിലുമൊരു ഇടവഴിയിൽനിന്നും പെട്ടെന്ന് എന്റെ മുന്നിൽ പ്രത്യക്ഷപ്പെട്ടേക്കാം. അനേകം സൈക്കിളുകളിൽ ഒന്നായി എന്റേതും മാറി.

എന്നാൽ ഒരു സൈക്കിളും എന്നെ മറികടക്കാതിരിക്കാൻ ഞാൻ ശ്രദ്ധിച്ചിരുന്നു. ഇനിമേൽ ഞാൻ അങ്ങനെതന്നെ ആയിരുന്നേ മതിയാകൂ...

■

*നിന്നതുപോലെ, കിടന്നതുപോലെ

അക്കാലത്ത് നീലന്റെ കളി മുഴുവൻ വിശാലമായ കുളക്കരയിലായിരുന്നു. ചെമ്മൺ നിറത്തിൽ അലയടിക്കുന്ന വെള്ളം കണ്ടുകൊണ്ട് കളികളിലേർപ്പെടുന്നത് അവന് ഏറ്റവും ഇഷ്ടപ്പെട്ട വിനോദമായിരുന്നു. സൂര്യനസ്തമിച്ച്, നേരം ഇരുട്ടാൻ തുടങ്ങുന്നതുവരെ അവിടെ കൂത്താടി നടക്കുന്ന കുറുമ്പുകളുടെ കൂട്ടം കോലാഹലത്തോടെ വീടുകളിലേക്കോടും. അക്കൂട്ടത്തിൽ ഏറ്റവും അവസാനക്കാരൻ നീലനായിരിക്കും. വെള്ളത്തിലെ തിരയിളക്കത്തേക്കാളും പക്ഷികളുടെ കളകൂജനങ്ങളേക്കാളും ഉച്ചത്തിൽ എപ്പോഴും കുട്ടികളുടെ കലപില ശബ്ദം കേട്ടുകൊണ്ടിരിക്കും. കുളക്കരയിലെ ചെറുകുന്നിൻമുകളിൽ പുതിയതായി ഒരു കുടിൽ മുളച്ചുപൊന്തിയശേഷം അവിടെ കുട്ടികളുടെ വരവ് പറഞ്ഞുറപ്പിച്ചതുപോലെ നിന്നുപോയി.

അമ്മമാർ കുളക്കരയിൽപ്പോകുന്ന കുട്ടികൾക്ക് അടി, തൊഴി, ചൂടുവയ്പ് തുടങ്ങിയ അനേകം ശിക്ഷാമുറകൾ പതിവായി നൽകിക്കൊണ്ടിരുന്നു. മുതിർന്നവരെല്ലാം കുട്ടികളുടെ ശത്രുക്കളായി മാറി. 'വേണ്ട' എന്ന വാക്കിനോടുള്ള വിരക്തി പെരുകി, ദിവസവും ഒരു പ്രാവശ്യമെങ്കിലും ഏതെങ്കിലുമൊരു സമയത്ത് കുട്ടികൾ കുളക്കരയിലെത്തും. മുതിർന്നവരിൽനിന്നും വ്യത്യസ്തമായി കുളം അവരെ സ്നേഹപൂർവ്വം സ്വീകരിച്ചു.

കുളക്കരയിലെ പുതിയ കുടിലിൽ വല്ലപ്പോഴും ഒരു തടിയൻ പ്രത്യക്ഷപ്പെടുന്നതല്ലാതെ അവിടെ മറ്റൊരു മാറ്റവുമുണ്ടായിട്ടില്ല. കുട്ടികളുടെ ഒരു കാര്യത്തിലും അയാൾ ഇടപെടുന്നതായി തോന്നുന്നില്ല. അയാൾ എന്തെങ്കിലും സംസാരിക്കുന്നത് കുട്ടികളാരും കേട്ടിട്ടുമില്ല.

കുട്ടികളെ നിയന്ത്രിക്കാൻ കഴിയാത്ത മുതിർന്നവർ അവരെ ഭയപ്പെടുത്തുന്ന കഥകൾ പറഞ്ഞുകേൾപ്പിക്കും. കുളക്കരയിലെ കുടിലിൽ

---

* മഹാവിഷ്ണു തിരുപ്പതിയിൽ നിൽക്കുന്നതുപോലെയും ശ്രീരംഗത്ത് കിടക്കുന്നതുപോലെയുമാണ്.

താമസിക്കുന്നയാൾ ഒരു മന്ത്രവാദിയാണെന്നും അയാൾ കുട്ടികളെ വശീകരിച്ച് കൂട്ടിക്കൊണ്ടുപോയി ബലികഴിക്കുമെന്നും പറഞ്ഞ് ഭയപ്പെടുത്തും. ബഹളമുണ്ടാക്കുന്ന കുട്ടികളുടെ വായ് മൂടിക്കെട്ടി ഊമയാക്കിത്തീർക്കാൻ അയാൾക്കു കഴിയും. കുടിലിനു മുന്നിൽ കളിക്കുന്ന കുട്ടികളുടെ കാലുകൾ തളർത്തി മുടന്തരാക്കി മാറ്റാനുള്ള മന്ത്രം അയാൾക്കറിയാമെന്ന് കുട്ടികളെ ബോധ്യപ്പെടുത്തി. അതു മാത്രമല്ല, കുളത്തിലുണ്ടാകുന്ന തിരയിളക്കങ്ങളെ ഒറ്റനോട്ടത്തിലൂടെ നിശ്ചലമാക്കാൻവരെ കഴിവുള്ളവനാണ് അയാളെന്ന മറ്റൊരു കഥയും പ്രചരിക്കാൻ തുടങ്ങി.

ഈ കഥകൾകൊണ്ടെല്ലാം ഒരു ഫലമുണ്ടായി. കുട്ടികൾ ഭയപ്പെട്ട് കുളക്കരയിലേക്കു വരാതെയായി. കളിക്കാൻ ഒരിടമല്ലെങ്കിൽ മറ്റൊരിടം കിട്ടും. പുതിയ കളിസ്ഥലങ്ങൾ കണ്ടുപിടിക്കാനും അത് ഉപയോഗപ്രദമാക്കി മാറ്റാനും കുട്ടികൾക്ക് നിഷ്പ്രയാസം കഴിയുമെങ്കിലും കുളക്കര വിട്ടുപോകാൻ നീലനു കഴിഞ്ഞില്ല. ഭയപ്പാടോടെ പാത്തും പതുങ്ങിയും അവൻ കുളക്കരയിലെത്തും. കുട്ടികളുടെ സാന്നിധ്യം ഇല്ലാതിരുന്നതിനാൽ അവിടം വിരസമായിക്കിടക്കും. കുളത്തിൽ കാറ്റടിക്കുമ്പോഴുണ്ടാകുന്ന തിരയിളക്കം വേദനാജനകമായിരുന്നു. ജനസാന്നിധ്യമില്ലാത്ത ഇടങ്ങളെല്ലാം ശോകമൂകമായിരിക്കും. കുടിലിൽ നിന്നു നോക്കിയാൽ കാണാൻ കഴിയാത്തവിധം ഒളിഞ്ഞിരുന്നു കളിക്കാൻ പറ്റിയ ധാരാളം സ്ഥലങ്ങൾ കുളക്കരയിലുണ്ടായിരുന്നു. അങ്ങനെയുള്ളയിടങ്ങളിൽ എത്രനേരം ഒറ്റയ്ക്ക് കളിക്കാൻ കഴിയും? കൂട്ടുകാർക്കു പകരം ഞണ്ടുകളോടും തവളകളോടും എത്രനേരമാണ് കളിക്കുന്നത്. കൊക്കുകളും നീണ്ട ചുണ്ടും കാലുകളുമുള്ളയിനം പക്ഷികളും പറന്നുകളിക്കുന്ന കുളക്കരയിലെ ആകാശത്തേക്ക് എത്രനേരം വെറുതെ നോക്കിയിരിക്കാൻ കഴിയും?

നീലന്റെ ശ്രദ്ധ ക്രമേണ കുടിലിലേക്കു തിരിഞ്ഞു. മിക്ക പകലുകളിലും കുടിലിന്റെ വാതിൽത്തട്ടി അടഞ്ഞുതന്നെ കിടക്കും. ആൾപ്പെരുമാറ്റമില്ലാത്ത കുടിലും ഏകാന്തതയിൽ സങ്കടപ്പെടുകയായിരിക്കും. നീലൻ കളി നിർത്തിപ്പോകുമ്പോഴും അയാൾ കുടിലിൽ എത്തിയിട്ടുണ്ടാവില്ല. ഇല്ലാത്ത ഒരാളെപ്പറ്റിയുള്ള ഭീകരകഥകൾ കുറെ അധികമായിപ്പോയെന്ന് അവനു തോന്നി. അയാളില്ലെന്ന ധൈര്യത്തിൽ തുമ്പികളെ പിൻതുടർന്ന് കുളക്കരയിൽ മുഴുവൻ ഓടിക്കൊണ്ടിരുന്ന ഒരു സായാഹ്നനേരത്ത് അകലെ നിന്നും അയാൾ നടന്നടുക്കുന്നതു കണ്ടു. യാദൃച്ഛികമായി തിരിഞ്ഞു നോക്കുമ്പോഴാണ് അവൻ കണ്ടത്. ഞെട്ടിവിറച്ച് അവൻ പൊന്തക്കാട്ടിലൊളിച്ചു.

അയാളെ അടുത്തുനിന്നു വ്യക്തമായി കണ്ടു. ഒത്ത ഉയരം, പിരിച്ചുവെച്ച മീശ, ഉച്ചിക്കുടുമി. മുട്ടിനു മേൽ നിൽക്കുന്ന ചെറിയ മുണ്ട്. അതും മടക്കിക്കുത്തിയതല്ല. അതിന് അത്രയും നീളമേയുള്ളൂ. ഒരുപക്ഷേ, ഒരു തോർത്തായിരിക്കാം. കോണകത്തിന്റെ വാൽ തൂങ്ങിക്കിടന്നിരുന്നു. അതല്ലാതെ മറ്റു വസ്ത്രങ്ങളൊന്നും തന്നെയില്ല. ചെരുപ്പുപോലുമുണ്ടായിരുന്നില്ല. എങ്ങോട്ടോ തുറിച്ചുനോക്കുന്ന കണ്ണുകൾ, പേടിച്ചുവിറച്ച്

ചെടികൾക്കിടയിൽ പതുങ്ങിയിരുന്നു. വിജനമായ ഒരു ദ്വീപിൽ ഒരു അത്ഭുതജീവിയുടെ മുന്നിലകപ്പെട്ടതുപോലെ അവനു തോന്നി. തന്നെ കാട് പൂർണമായി മറച്ചുപിടിച്ചിരുന്നു. അവൻ ചലനമറ്റിരുന്നു.

കുടിലിന്റെ വാതിൽ തുറക്കുന്നത് അറിഞ്ഞു. കുറേ നേരത്തേക്ക് ആളെക്കുറിച്ച് ഒരു വിവരവുമില്ല. വാതിൽ തുറന്നുതന്നെ കിടന്നിരുന്നു. ഉള്ളിൽക്കടന്നാലുടൻ അപ്രത്യക്ഷമാകാനുള്ള മന്ത്രം അറിയാമായിരിക്കുമോ? അതോ പുറമേ മനുഷ്യനെപ്പോലെയും ഉള്ളിൽ പിശാചിനെപ്പോലെയുമുള്ള ഒരു ജീവിയായിരിക്കുമോ? അവന് പതുങ്ങിയിരിക്കുന്നിടത്തുനിന്നും പുറത്തുകടക്കാനും ഭയം. വളരെ നേരം ഒരിടത്തുതന്നെ പതുങ്ങിയിരുന്നതിന്റെ മുഷിവു മാറ്റാൻ കരുതലോടെ ഇടംമാറിയിരുന്നു.

ഒരു മരക്കൊമ്പിനിടയിലൂടെ നോക്കിയ നീലൻ ഒരു അത്ഭുതക്കാഴ്ച കണ്ടു. ആ കുടിലിനുള്ളിലെ സ്ഥലം മുഴുവൻ അപഹരിച്ചു കിടക്കുന്ന ഒരു വിചിത്രമായ കാഴ്ച. ഒരു പായ പോലുമില്ല. വെറുംതറയിൽ മലർന്നു കിടക്കുന്നു. കൈകൾ ഇരുവശത്തും വിടർത്തി വെച്ചിരുന്നു. അല്പം അകത്തിവെച്ച കാലുകൾ. ഒരു ചെറുചലനം പോലുമില്ല. കൊത്തിവെച്ച ഒരു ശില്പംപോലെ! കാണുംതോറും ആ ചിത്രത്തിന് വശ്യത കൂടിക്കൂടി വരുന്നതുപോലെ അവനു തോന്നി.

അവനിരുന്ന കുറ്റിക്കാട്ടിലും പരിസരത്തും ഇരുൾമൂടാൻ തുടങ്ങി. ആ അത്ഭുതകാഴ്ച കണ്ടുകൊണ്ട് ആ കുറ്റിക്കാട്ടിലെ ഒരു ജീവിയായി. അവിടെത്തന്നെ കഴിച്ചുകൂട്ടാൻ അവനാഗ്രഹിച്ചു. എന്നാൽ ചുറ്റിലും ഇരുൾ പടർന്നതിനാൽ തുടർന്നുകാണാൻ കഴിഞ്ഞില്ല. മനസ്സില്ലാമനസ്സോടെ അവൻ അവിടം വിട്ടു. എന്നാൽ വീട്ടിൽപ്പോകാൻ ഇഷ്ടമില്ലാതെ അലക്ഷ്യമായി നടന്നു.

ആകാശത്തിൽ നക്ഷത്രങ്ങൾ തീക്കനൽപോലെ മിന്നിക്കിടന്നു. നീണ്ടുനിവർന്നു കിടക്കുന്ന ആ ആജാനുബാഹുവിന്റെ രൂപം അവന്റെ മനസ്സിൽ വിട്ടൊഴിയാതെ കിടന്നു. ഇന്നുവരെ അവൻ കണ്ടിട്ടുള്ള കാഴ്ചകളിലൊന്നും തോന്നാത്ത ഒരു വശ്യത. എപ്പോഴാണ് വീട്ടിലെത്തിയതെന്നോ, എന്തൊക്കെ ചെയ്തെന്നോ, എപ്പോൾ ഉറങ്ങിയെന്നോ ഒന്നും തന്നെ ഇപ്പോൾ ഓർമ്മയില്ല. തന്റെ ചഞ്ചലമായ മനസ്സിന്റെ പരിധിക്കുള്ളിൽ ഒരേയൊരു കാഴ്ച മാത്രമേ നിറഞ്ഞുനിന്നിരുന്നുള്ളൂ. ഉറക്കമുണർന്നയുടൻ താൻ ഏതോ വലിയ തെറ്റു ചെയ്തു എന്ന ബോധത്തോടെ എഴുന്നേറ്റ് ഓടാൻ തുടങ്ങി. കുളക്കരയിലുള്ള അതേ പൊന്തക്കാട്ടിൽ വന്നൊളിച്ചു. കുടിലിലേക്കു നോക്കി. ശൂന്യത മാത്രം! കുടിലിന്റെ വാതിൽ മൂടിയിരുന്നു. പെട്ടെന്ന് ഓർമ്മ വന്നതുപോലെ സമയമറിയാൻ മേലോട്ടു നോക്കി. സൂര്യൻ നെറ്റിക്കു നേരെ നിൽക്കുന്നു. അപ്പോഴവനുണ്ടായ നഷ്ടബോധം വൈകുന്നേരംവരെ നിലനിന്നു.

ഇരുട്ടുന്നതുവരെ കാത്തിരുന്നിട്ടും കുടിലിന്റെ നേർക്ക് നടന്നുവരുന്ന ആ കാലടികൾ കാണാൻ കഴിഞ്ഞില്ല. നിരാശയോടെ തിരിച്ചുനടന്നു. ആദ്യദിവസം വൈകീട്ട് കണ്ണിൽപ്പെട്ട നിൽക്കുന്നതുപോലെയുള്ള ആ

അത്ഭുതദൃശ്യത്തേക്കാൾ മികച്ചതായിരുന്നു ആ കുടിലിന്റെ വാതിൽക്കൽ കണ്ട മറിമായം. രാത്രി മുഴുവൻ ഉറക്കംവരാതെ ചിന്തകളിൽ മുഴുകിക്കഴിഞ്ഞ മനസ്സ് പുലർച്ചെ ഉറങ്ങിപ്പോയി. എന്നിട്ടും തലേദിവസത്തേക്കാൾ മുമ്പേ ഉണർന്ന് കുളക്കരയിലേക്ക് ഓടി.

കുളത്തിൽ മുങ്ങിക്കയറി കുടിലിലേക്കു നടന്നുപോകുന്ന ആ വിശ്വരൂപം കുറ്റിക്കാട്ടിൽ മറഞ്ഞിരുന്ന നീലൻ അത്ഭുതത്തോടെ നോക്കി. കുളത്തിലെ നീരലകൾക്ക് ഭയചകിതമായ വിചിത്ര സ്വരം! കാറ്റ് നീർപ്പരപ്പുകളിൽ മാത്രം കടന്ന് ചുഴറ്റിയടിക്കുന്ന കാഴ്ച! നീർപ്പരപ്പിനെ ചിതറിത്തെറിപ്പിച്ച കാറ്റ് ആ വിശ്വരൂപത്തിനു വഴിമാറിക്കൊടുത്തു. കുടിലിനു മുന്നിൽ ചെറിയ ഒരാൾക്കൂട്ടം. ഒരു പത്തുപേർ കണ്ടേക്കും. തളർന്നുപോയ കൂനിക്കൂടിയ ശരീരങ്ങൾ! കടുത്ത ദുഃഖത്തിന്റെ മൂർദ്ധന്യത്തിൽ വാടിത്തളർന്നുപോയ ജന്മങ്ങൾ. ഉള്ളിലേക്കു പോയ ആ രൂപം കുറേ നേരത്തേക്ക് അപ്രത്യക്ഷമായി. വെള്ളം ഇറ്റുവീഴുന്ന മുടിച്ചുരുളുകളോടെ, കൈയിലൊരു ഭസ്മത്തട്ടുമായി ആ സ്വരൂപം പുറത്തുവന്നു. കൂടിനിന്നവർ എരിഞ്ഞുകൊണ്ടിരുന്ന കർപ്പൂരനാളത്തിൽ കൈകൾ വെച്ച് നീട്ടിത്തൊഴുത് തിരുഭസ്മം ഏറ്റുവാങ്ങി. അവരുടെമേൽ ആ രൂപം ഭസ്മം വിതറി. കൂടിനിന്നവർ ക്രമേണ പിരിയാൻ തുടങ്ങി. അല്പം കഴിഞ്ഞ് ആരോടൊപ്പമോ ആ സ്വരൂപം വടക്കുദിക്കിലേക്ക് നടക്കാൻ തുടങ്ങി. അന്നത്തെ ദർശനം ഇത്രമാത്രം!

നീലൻ എത്ര നേരത്തെ എഴുന്നേറ്റ് ഓടിവന്നാലും അതിനുമുമ്പേ ആ സ്വരൂപം ഉണർന്നുകഴിഞ്ഞിരിക്കും. ദിവസവും വ്യത്യസ്തരായ ജനക്കൂട്ടം എവിടെനിന്നൊക്കെയോ വന്നുപൊയ്ക്കൊണ്ടിരുന്നു. എല്ലാവരുടെ മുഖങ്ങളിലും ഒരേ നിസ്സംഗത! ഒരേ ഛായ! ഒരേ സങ്കടം! ഒരേ പ്രാർത്ഥന! ചിലപ്പോൾ ആ സ്വരൂപം ഭസ്മം കൈയിലെടുത്ത് കണ്ണുകളടച്ച് ദീർഘനേരം മന്ത്രിച്ചു നൽകുന്നതു കാണാം. ആ ഭസ്മം കൂടിനിൽക്കുന്നവരുടെമേൽ വീശിയെറിയുമ്പോൾ ഒരു തരിപോലും നിലത്തുവീഴാതെ കാറ്റിൽ എങ്ങോട്ടോ പോയ്മറയും. അതിനു കാരണമായ ഉത്തരവ് എന്താണെന്നു മനസ്സിലാകുന്നില്ല. അവന്റെ കാഴ്ചയ്ക്കപ്പുറത്തുള്ള ഉയരങ്ങളിലേക്ക് അത് പറന്നുകൊണ്ടിരുന്നു. ഏതെങ്കിലും ഒരാളോടൊപ്പമാണ് ആ രൂപം എന്നും നടന്നുപോകുന്നത്. നടക്കാൻ കഴിയാത്ത രോഗികളെപ്പോലും അങ്ങോട്ട് എടുത്തുകൊണ്ടുവന്നിരുന്നു. അവരെ രൂപം ശകാരിക്കുന്നത് ചുണ്ടുകളുടെ ചലനങ്ങളിൽനിന്നും തിരിച്ചറിയാം. കൂട്ടുകൂടിയുള്ള കളി അവസാനിച്ചെന്നും പകരം മറ്റൊരു കളിയുമായി ബന്ധം സ്ഥാപിതമായെന്നും നീലനു മനസ്സിലായി. ഇത് ശൂന്യവുമായുള്ള കളിയാണ്. നിയമങ്ങളൊന്നും അറിയാത്ത ഒരു കളി. വെറും കണ്ണുകൾ മാത്രം ഇടപെട്ടു നടക്കുന്ന കളിയാണിത്.

ജിജ്ഞാസ അടക്കാൻ പറ്റാത്ത ഒരു പകൽനേരത്ത് അവൻ സാവധാനം കുടിലിനെ സമീപിച്ചു. വാതിലിൽ ചതുരവടിവിൽ ചാണകം മെഴുകിയിരുന്നു. ഉള്ളിലും ഇങ്ങനെതന്നെയായിരിക്കും. ആരായിരിക്കും

ഇതു ചെയ്തത്? ആ രൂപം പുറത്തുപോയിക്കഴിഞ്ഞയുടൻ കുറ്റിക്കാട്ടിൽ നിന്നും പുറത്തുവന്ന അവന് താൻ കബളിപ്പിക്കപ്പെട്ടതുപോലെ തോന്നി. അവൻ കതകിൽ ആഞ്ഞുതൊഴിച്ചു. നിഷ്പ്രയാസം വാതിൽ ഉള്ളിലേക്കു മറിഞ്ഞു.

നേരേ മുന്നിൽ മഹാകാളിയുടെ ഫ്രെയിം ചെയ്ത വലിയ ഒരു ചിത്രം! ചുവരിന്റെ പകുതി ഉയരംവരെ കാണും. അതിനു മുന്നിൽ ഭസ്മത്തട്ട്. മുറി മുഴുവൻ കാളിയുടെ സമ്പൂർണ്ണ സാന്നിദ്ധ്യം അനുഭവപ്പെട്ടു. മറ്റൊന്നും അവിടെ ഉണ്ടായിരുന്നില്ല. ചുറ്റും നന്നായി പരിശോധിച്ചു.

പാത്രങ്ങൾ, തുണിമണികൾ, മറ്റുപകരണങ്ങൾ എന്നിവ ഒന്നുംതന്നെ യില്ല. അതിനുള്ളിൽത്തന്നെ ഇരിക്കാൻ അവൻ ആഗ്രഹിച്ചു. ഇത് ഒരു വീടല്ല. കുടിലിനും പുറമേയുള്ള സ്ഥലത്തിനും തമ്മിൽ യാതൊരു വ്യത്യാസവും ഉണ്ടായിരുന്നില്ല. കുടിൽ അയാളുടെ സാമീപ്യം അറിയി ക്കാനുള്ള ഒരു അടയാളമാണ്. അത്രമാത്രം! അതിനുള്ളിൽ അനുഭവ പ്പെടുന്ന ഈർപ്പവും കുളിരും കുളത്തിലെ വെള്ളത്തിനുപോലും ഇല്ലാ യിരുന്നു. കൽപ്പാന്തകാലത്തോളം സുരക്ഷിതമായി ഇരിക്കാവുന്ന ഒരു ഗർഭഗൃഹംപോലെ അവിടം കാണപ്പെട്ടു. അതിൽനിന്നും പുറത്തുകട ക്കാൻ അവൻ ഇഷ്ടപ്പെട്ടില്ല. എന്നാൽ സൂര്യാസ്തമനത്തിന്റെ ലക്ഷണ ങ്ങൾ തുറന്നുകിടന്ന വാതിലിലൂടെ കാണാൻ തുടങ്ങി. തന്റെ സൂക്ഷ്മ മായ കാൽച്ചുവടുകളെ ഉള്ളിൽത്തന്നെ വിട്ട് അവൻ പുറത്തിറങ്ങി. കുറ്റി ക്കാട്ടിൽ പോയി ഒളിച്ചിരിക്കാനുള്ള നേരം അവനു കിട്ടിയില്ല.

അന്നു മുതൽ പകലുകളെല്ലാം കുടിലിനുള്ളിൽ കഴിച്ചുകൂട്ടുന്നത് അവൻ ശീലമാക്കി. അതിനുള്ളിലായിരിക്കുമ്പോൾ വിശപ്പ്, ദാഹം മുത ലായവയൊന്നും അനുഭവപ്പെട്ടതേയില്ല. ഒരു ഭയവും തോന്നിയതുമില്ല. എന്നാൽ തനിക്കുചുറ്റും ആരോ ഒരു സംരക്ഷണവലയം തീർന്നിരിക്കു ന്നതുപോലെ അവനു തോന്നി. ഉള്ളിൽ എന്താണ് ചെയ്തുകൊണ്ടിരു ന്നത് എന്നതിനെപ്പറ്റി ഒരോർമ്മയും ഉണ്ടായിരുന്നില്ല. എങ്കിലും ഉള്ളിൽത്തന്നെ ഇരുപ്പു തുടർന്നു.

എണ്ണമറ്റ ഇല്ലായ്മകളുടെ സുഖാനുഭൂതിയിൽ മുഴുകിയിരുന്ന ഒരു നട്ടുച്ച നേരത്ത് ഏതോ രണ്ടു കണ്ണുകൾ അവനെത്തന്നെ ഉറ്റുനോക്കി യിരിക്കുന്നതായി തോന്നി. ചിന്തകളെല്ലാം അലങ്കോലപ്പെട്ട് പെട്ടെന്നു വാതിൽക്കലേക്കു നോക്കി. ഒന്നും കാണാനില്ല. വാതിലിനു വെളിയിൽ ആ രൂപം അവനെത്തന്നെ ഉറ്റുനോക്കി നിൽക്കുന്നു! ചാടിപ്പിടഞ്ഞെഴു ന്നേറ്റ് ഓടിയൊളിക്കാനൊരു ശ്രമം നടത്തി. ഏതാനും അടി ദൂരംപോലും കടക്കുന്നതിനു മുമ്പ് 'ടേയ്...' എന്ന ആജ്ഞാസ്വരത്തിലുള്ള വിളി അവനെ പിന്നിലേക്ക് കെട്ടിവലിച്ചു. കുറ്റബോധവും ഭയവും അവനെ വേട്ടയാടി.

"ഇരിക്കുകയായിരുന്നോടാ...?" രൗദ്രഭാവത്തിലുള്ള ചോദ്യം.

"ഇരുന്നില്ല..."

"എന്നാൽ ശരി" എന്നു പറഞ്ഞ് ആ രൂപം ചിരിച്ചു.

സ്നേഹത്തോടെയുള്ള ആ മറുപടി നീലനെ സംതൃപ്തനാക്കി. അയാളുള്ളപ്പോഴും ഇല്ലാത്തപ്പോഴും കുടിലിനുള്ളിൽത്തന്നെ ഇരുന്നുകൊള്ളാൻ അനുവാദം നൽകി. അയാളുടെ എല്ലാ പ്രവൃത്തികളും അടുത്തറിഞ്ഞു കാണാനുള്ള അവസരം ലഭിച്ചു. ചില കാര്യങ്ങളിൽ അവനും പങ്കാളിയായി.

വിവരമറിഞ്ഞ നീലന്റെ അമ്മ കലിതുള്ളി രംഗത്തുവന്നു. അവനെ കാണുമ്പോഴെല്ലാം "തീട്ടം തിന്നാൻ പെറന്നവനായിപ്പോയല്ലോടാ നീ..." എന്ന് നെഞ്ചത്തടിച്ചു നിലവിളിക്കും. അവൻ ഒരു മറുപടിയും പറയാറില്ല. അവന്റെ മൗനം ഉറച്ച തീരുമാനത്തിന്റെ പ്രതിഫലനമായി.

അവനെ പ്രസവിച്ചത് വലിയ ശിക്ഷയായിപ്പോയി എന്ന തരത്തിലായിരുന്നു അവരുടെ വാക്കുകൾ.

"വായിനോക്കി, ഊരുതെണ്ടി നടക്കാനായി ജനിച്ചവനായിപ്പോയല്ലോടാ നീ... എപ്പോക്കിട്ടിയ ശാപത്തിന്റെ ഫലമാണോ നീയിങ്ങനെ തീട്ടം തീനിയായിപ്പോയത്...?"

അവളുടെ വിലാപത്തിനുള്ള കാരണം അവന് മനസ്സിലായതേയില്ല. അവൾ പ്രയോഗിക്കുന്ന കുത്തുവാക്കുകളുടെ ഗൂഢാർത്ഥങ്ങൾ ചികഞ്ഞെടുക്കാനുള്ള ക്ഷമ അവനുണ്ടായിരുന്നില്ല. വീട്ടിലേക്കുള്ള വരവുതന്നെ കുറഞ്ഞുകുറഞ്ഞു വന്നു. കുളക്കരയും ആ കുടിലും അവന്റെ മുഴുനേര വിഹാരകേന്ദ്രമായി മാറി. വെളുപ്പാൻകാലത്ത് അയാൾ കുളിക്കുന്ന സമയത്ത് അവനും കൂടെ കുളിക്കാൻ തുടങ്ങി.

അയാൾ കാലടിയെടുത്തു വെച്ചാലുടൻ ആ ജലനിരപ്പുതന്നെ ഉന്മാദം കൊള്ളും. കുളിർകാലങ്ങളിൽ വെള്ളം ഇളംചൂടുള്ളതായും അത്യുഷ്ണകാലത്ത് വെള്ളം കുളിരുള്ളതായും മാറ്റാൻ അയാൾക്ക് കഴിയുമായിരുന്നു. മീനുകൾ അയാളുടെ ഇഷ്ടത്തിനനുസരിച്ച് തുള്ളിക്കളിക്കും. എല്ലാം മറന്ന് അയാൾ ചിരിച്ചുമറിഞ്ഞ് കുളിച്ചുകൊണ്ടിരിക്കുമ്പോൾ മീനുകൾ താത്പര്യപൂർവ്വം അയാൾക്കു ചുറ്റും നീന്തിത്തുടിക്കും. തീവ്രമായ ധ്യാനത്തിലോ ചിന്തയിലോ അയാൾ മുഴുകിയിരിക്കുമ്പോൾ ആ കുളത്തിൽ മീനുകളുടെ സാന്നിദ്ധ്യംപോലും അറിയാൻ കഴിയില്ല.

നോക്കെത്താത്ത ആഴത്തിനുള്ളിൽ അവ ഒളിച്ചിരുന്നാൽ കണ്ടുപിടിക്കുക അസാധ്യമാണ്. അയാളിൽനിന്നും പത്തടി ദൂരെ മാറിനിന്നാണ് നീലൻ കുളിക്കുന്നത്. കൂട്ടുകാരോടൊപ്പം കൂത്താടി നടന്ന കാലങ്ങളെപ്പറ്റിയുള്ള അവന്റെ ഓർമ്മകൾ മങ്ങിത്തുടങ്ങിയിരുന്നു.

ആഴത്തിൽ ഇത്രയും രഹസ്യങ്ങൾ ഒളിഞ്ഞിരിക്കുന്നത് അവനെ അത്ഭുതപ്പെടുത്തി. അയാൾ പ്രസരിപ്പിക്കുന്ന ഊർജ്ജകണങ്ങൾ നിലനിൽക്കുന്നതുവരെ അവൻ വെള്ളത്തിൽത്തന്നെ കഴിഞ്ഞുകൂടും. അയാൾ കരയേറിക്കഴിഞ്ഞാലും ആ സുഖം അനുഭവിക്കാൻ അവനു കഴിയും. അവനെ നോക്കിച്ചിരിച്ചുകൊണ്ട് അയാൾ കയറിപ്പോകുന്ന ദിവസങ്ങളിൽ അവൻ കൂടുതൽ നേരം വെള്ളത്തിൽ കിടക്കും. ചില ദിവസങ്ങളിൽ അയാളുടെ പിന്നാലെ അവനും കരകയറി ഓടേണ്ടിവരും.

ഒരു മാസത്തിൽ ചില പ്രത്യേക ദിവസങ്ങളിൽ രാത്രിയിൽ അയാൾ കുടിലിൽ എത്താറില്ല. സമീപത്തുള്ള ഏതെങ്കിലും ഒരു ഗ്രാമത്തിൽ നിന്നും അയാളുടെ നേരിയ ശബ്ദം അവന്റെ കാതുകളിൽ വന്നുപതിക്കും. കുളക്കരയിൽ വന്നിരുന്നാൽ കാറ്റ് അയാളുടെ ശബ്ദത്തെ വഹിച്ചു കൊണ്ടുവരും. ഉടുക്കുവാദ്യത്തോടൊപ്പം കേൾക്കുന്ന അയാളുടെ സ്വര ഗാംഭീര്യം ഏതൊരാളേയും കീഴ്പ്പെടുത്തും. 'വാ' എന്നു വിളിക്കുമ്പോൾ വരാനും 'പോ' എന്നു പറയുമ്പോൾ പോകാനുമുള്ള ചില സൂചനകൾ ആ പാട്ടിൽ അടങ്ങിയിരിക്കും.

"ഏതു നാട്ടിൽ ചണ്ഡാലക്കാലനാടാ നീ...
ഞാനറിയും എന്റെ സ്വാമി പറയുമെടാ...
നാടേത്, പേരേത് എന്നതെല്ലാം
മറയ്ക്കാതെ എന്റെ സ്വാമി കാട്ടുമെടാ..."

എന്നിങ്ങനെയാണ് ആ പാട്ടിന്റെ തുടക്കം. അതിൽ അടങ്ങിയിരിക്കുന്ന ഭീഷണി അവന് നന്നായി ഇഷ്ടപ്പെടും. ചില ദിവസങ്ങളിൽ കടുത്ത ഭക്തിപാരവശ്യത്തിൽ ഭദ്രകാളിയെ സ്തുതിച്ചു പാടും,

"ഒന്നെന്നാലൊന്നു തന്നമ്മേ,
ഈ ഉലകമെല്ലാമൊന്നു താനമ്മേ..."

പത്തുവരി പാടുന്നതിനിടയിൽ കാളി പ്രത്യക്ഷപ്പെടും. പാട്ടിന്റെ ഗതി മാറുമ്പോൾ അക്കാര്യം നമുക്കു ബോധ്യമാകും. ആ സംഭവത്തെ എത്ര വർണ്ണിച്ചാലും മതിവരികയില്ല.

തന്നെ എപ്പോഴാണ് കൂടെക്കൊണ്ടുപോകുന്നത് എന്ന് പ്രതീക്ഷ യോടെ നീലൻ കാത്തിരുന്നു.

അവന്റെയുള്ളിൽ എന്തെല്ലാം ചോദ്യങ്ങളാണ് ഉയർന്നുവന്നിട്ടുള്ളത്?

"എന്താണ് തന്നെ കൂടെക്കൂട്ടാൻ മടിക്കുന്നത്?"

"ഒരു പാട്ടു തനിക്കു പറഞ്ഞുതന്നാലെന്താ...?"

"ദീപത്തട്ട് കൈയിൽ പിടിച്ചു ചൊല്ലുന്ന മന്ത്രങ്ങൾ എന്നെ പഠിപ്പി ക്കാത്തതെന്താണ്?"

എന്നെല്ലാം ചിന്തിച്ച് സങ്കടപ്പെടും.

മീശയൊക്കെ നരയ്ക്കാൻ തുടങ്ങിയ പ്രായം. വേഗത്തെ ക്ഷമയോടെ കീഴ്പ്പെടുത്തിയതിനാൽ അദ്ദേഹം തികച്ചും ശാന്തശീലനായി മാറി ക്കൊണ്ടിരുന്നു. ഈ കുടിലിനുള്ളിൽ ആദ്യമായി കാലുകുത്തിയപ്പോൾ കിട്ടിയ സന്തോഷവും ഉത്സാഹവുമൊക്കെ എവിടെപ്പോയി? ഇതെല്ലാം അറിയാനുള്ള ആഗ്രഹം മനസ്സിൽ പെരുകിക്കൊണ്ടിരുന്നു. എന്നാൽ തന്റെ സ്വപ്നങ്ങളെല്ലാം വാടിക്കരിഞ്ഞ് അനിശ്ചിതത്വം മാത്രം നില നിൽക്കുന്നതോർത്ത് നീലൻ ദുഃഖിച്ചു.

ഓടിക്കളിക്കുന്ന മീനുകളോടൊപ്പം സന്തോഷത്തോടെ നീരാടി ക്കൊണ്ടിരുന്ന ഒരു സുപ്രഭാതത്തിൽ ഈ ചോദ്യങ്ങൾ അദ്ദേഹത്തോടു

ചോദിക്കുവാൻ അവൻ തീരുമാനിച്ചു. അടുത്ത ഒരു ഗ്രാമത്തിൽ പുതച്ചു വെച്ചിരുന്ന ഒരു തകിട് കണ്ടുപിടിച്ചെടുക്കാൻ, അന്നു രാവിലെ പുറപ്പെടാൻ തുടങ്ങുകയായിരുന്നു. ഇപ്പോൾ മുതൽ തന്റെ ആഗ്രഹം സഫലമാകാനുള്ള ശ്രമങ്ങളിൽ ഏർപ്പെടാൻ നീലൻ തീരുമാനിച്ചു. അവൻ ഏറ്റവും സന്തോഷവാനായി കാണപ്പെട്ട ദിനങ്ങളായിരുന്നു അവ. അതിനാൽ നല്ല ധൈര്യശാലിയായി കാണപ്പെട്ടു. മനസ്സിൽ വിചാരിച്ചിട്ടുള്ള കാര്യങ്ങൾ നന്നായി നടക്കാനുള്ള ആഗ്രഹത്തിൽ അദ്ദേഹത്തെ മൃദുവായ സ്വരത്തിൽ വിളിച്ചു.

"സ്വാമീ..." അവന്റെ സ്വരം അവനുപോലും കേൾക്കാൻ കഴിയുമായിരുന്നില്ല. തൊണ്ട ശരിപ്പെടുത്തി വീണ്ടും വിളിച്ചു. "സ്വാമീ..." ഇപ്പോൾ സ്വരം വ്യക്തമായി കേൾക്കാമായിരുന്നു. 'എന്താണ്' എന്ന അർത്ഥത്തിൽ അദ്ദേഹം പുരികം ചുളിച്ചു. മീനുകളോടൊപ്പം കളിച്ചുകൊണ്ടുതന്നെ അദ്ദേഹം അവൻ പറയുന്നതു കേൾക്കാൻ സന്നദ്ധനായി. അവൻ നേരെ കാര്യം പറഞ്ഞു.

"ഇന്ന് ഞാനും കൂടെ വരുന്നു..."

മീനുകൾ വെള്ളത്തിൽ നാലുപാടും ചിതറി. അദ്ദേഹത്തിന്റെ മുഖം ഇരുണ്ടു. നീരലുകളും ചലനമറ്റു കിടന്നു. അദ്ദേഹം ഉച്ചത്തിൽ പൊട്ടിച്ചിരിച്ചു. നീലൻ സമനില വീണ്ടെടുക്കാനായി വെള്ളത്തിൽ മുങ്ങിപ്പൊങ്ങി. അതിനിടെ അദ്ദേഹം കരയ്ക്കു കയറി നടക്കാൻ തുടങ്ങിയിരുന്നു. അവനും പിറകെ ഓടി. അദ്ദേഹം മൗനമായി നടന്നു. താനെന്തോ തെറ്റു ചെയ്തു എന്ന ഭാവത്തിൽ മൗനമായ കാലടികളോടെ അവൻ പിൻതുടർന്നു. അദ്ദേഹം കുളക്കരയിൽ കുന്നിൻമുകളിൽ നിലയുറപ്പിച്ചു. കുടിലിനു മുന്നിൽ ചില തലകൾ പ്രത്യക്ഷപ്പെട്ടിരുന്നു.

കിഴക്ക് ഉദിച്ചുയരുന്ന അരുണകിരണങ്ങളെ, നിന്നുകൊണ്ട് അദ്ദേഹം വണങ്ങി. നീലനും അദ്ദേഹത്തെ അനുകരിച്ചു. അകലെയെവിടെയോ ദൃഷ്ടികൾ പായിച്ചുകൊണ്ട് അദ്ദേഹം ചോദിച്ചു.

"ആഗ്രഹം തോന്നുന്നോ? എങ്കിൽ ശരി!" ചുറ്റുപാടുമുള്ള എല്ലാ ശബ്ദങ്ങളും നിലച്ച് അദ്ദേഹത്തിന്റെ വാക്കുകൾ മാത്രം എവിടെനിന്നോ പ്രതിധ്വനിച്ചു. ആ ശബ്ദത്തിന്റെ ഉറവിടം കണ്ടുപിടിക്കാൻ നീലനു കഴിഞ്ഞില്ല. എങ്കിലും അവന്റെ കണ്ണുകൾ അയാളിൽത്തന്നെ പതിഞ്ഞു നിന്നു. ചെറുമൗനത്തിനുശേഷം വീണ്ടും ചില വാക്കുകൾ,

"വളരെ കഷ്ടപ്പെടാണ്. കഴിയുമോ?" അദ്ദേഹം പറഞ്ഞവസാനിപ്പിക്കുന്നതിനു മുമ്പ് അവർ പറഞ്ഞു.

"കഴിയും സ്വാമീ..."

അദ്ദേഹത്തിന്റെ ചുണ്ടുകൾ ലേശം വിടർന്ന് ചിരിക്കുന്നതുപോലെ കാണപ്പെട്ടു.

"മലം തിന്നു ശീലിച്ചിട്ടു വാ... പോ..."

അദ്ദേഹം കുടിലിനുള്ളിലേക്കു പോയത് നിഴലുകളുടെ ചലനത്തിൽ നിന്നും അവൻ മനസ്സിലാക്കി. അതേ നിൽപിൽ എത്ര നേരം നിന്നുകാണുമെന്ന് അവനുപോലും നിശ്ചയമില്ലായിരുന്നു. എന്നാൽ പതിവുപോലെ സന്ധ്യ കഴിഞ്ഞയുടൻ അവൻ വീട്ടിൽ തിരിച്ചെത്തി. അവൻ തേങ്ങിക്കരയുന്നതുപോലെ അമ്മയ്ക്കു തോന്നി. അവർ ചോദിച്ച ചോദ്യങ്ങളൊന്നും അവന്റെ കാതിൽ വീണതേയില്ല. അവന്റെ പരിതാപകരമായ അവസ്ഥ കണ്ട് അവർ വാവിട്ടു നിലവിളിക്കാൻ തുടങ്ങി. ആ വിലാപത്തിന്റെ കതിരൊലി താങ്ങാനാവാതെ അവൻ അമ്മയോട് മൃദുവായി ചോദിച്ചു.

"അമ്മേ... ഞാൻ മലം തിന്നണോ?" അമ്മയ്ക്ക് സന്തോഷമായി.

"അതൊരു പെഴപ്പാണോടാ മോനേ... നാട്ടിലെല്ലാം തെണ്ടിനടന്നു പെഴയ്ക്കണോ... ഛീ... നായയുടെ പെഴപ്പാണ്." എന്നിങ്ങനെ അവൾ ശകാരം തുടർന്നു. അമാവാസി രാത്രികളിൽ മുടങ്ങാതെ പൂർണ്ണനഗ്നനായി കൈകൾ പുറകിൽ കെട്ടി, ഒരു വലിയ പന്നിയെപ്പോലെ കുനിഞ്ഞു നിന്ന് മലം കപ്പിത്തിന്നുന്ന ആ കാഴ്ച അവർ വിവരിച്ചു. ഇങ്ങനെ ചെയ്താൽ മാത്രമേ മന്ത്രം ഫലിക്കുകയുള്ളൂ എന്ന് അവർ ഉറപ്പിച്ചു പറഞ്ഞു.

അപ്പോഴാണ് പഴയ സ്മരണകൾ അവന്റെ മനസ്സിൽ ഓടിയെത്തിയത്. അമാവാസി ദിവസങ്ങളിൽ 'പോ' എന്ന ഒറ്റവാക്കിൽ അവനെ ഓടിച്ചുവിടുമായിരുന്നു. അത് എന്തിനാണെന്നു ചോദിക്കാൻ അവനു തോന്നിയിരുന്നില്ല.

അന്നു രാത്രി, എത്ര നിർബന്ധിച്ചിട്ടും ഭക്ഷണം കഴിക്കാതെ നീലൻ ഉറങ്ങാൻ കിടന്നു. പാത്രത്തിൽ വിളമ്പി വെച്ചിരുന്ന ചോറ് മലക്കൂമ്പാരമായി അവനു തോന്നി. രാത്രി മുഴുവൻ ഒരുപാടു ചിത്രങ്ങൾ അവനു മുന്നിൽ തെളിഞ്ഞുകണ്ടു. മുന്നിൽ പലതരത്തിലുള്ള മലക്കൂമ്പാരങ്ങൾ. അവ പരസ്പരം മത്സരിച്ച് വളരാൻ തുടങ്ങി. അത് ഒരു കുന്നുപോലെ വളർന്ന് അവനെ അതിനുള്ളിൽ പുതച്ചുമൂടി. അമ്മ അതിനുചുറ്റും നെഞ്ചത്തടിച്ച് നിലവിളിച്ചുകൊണ്ട് ഓടിനടന്നു. ഇരുളിനെ തകർത്തെറിഞ്ഞ് പൂർണ്ണനഗ്നനായി നടന്നുപോകുന്ന ഒരു രൂപം. ഇമവെട്ടാതെ കണ്ണുകൾ തുറന്നുപിടിച്ച് മലക്കൂമ്പാരങ്ങളിൽ മൂക്കുംവായും പൂഴ്ത്തി, ചിരിക്കുന്ന മുഖം. അകലെനിന്നും,

"ഒന്നെന്നാലൊന്നുതന്നമ്മേ,
ഈ ഉലകമെല്ലാം ഒന്നു താനമ്മേ..."

എന്ന മൃദുസ്വരം കേട്ടുകൊണ്ടിരുന്നു. കുളത്തിലെ ജലം മുഴുവൻ മലത്തിന്റെ നിറത്തിൽ കുഴമ്പുപോലെ കിടന്ന കാഴ്ച അവനെ ചൂഴ്ന്നു നിന്നു.

അടുത്ത ദിവസം അതിരാവിലെ വിളിച്ചുണർത്താൻ അമ്മ ചെല്ലുമ്പോൾ അവന്റെ കിടക്ക ശൂന്യമായിരുന്നു. ■

ഇടപെടൽ

വീടിന്റെ പടിഞ്ഞാറുവശത്തുള്ള ഭിത്തിയുടെ തണലിൽ കുട്ടികൾ കളിച്ചുകൊണ്ടിരുന്നു. അവർ മൂന്നുപേർ. തലയിൽ തുണിയിട്ടു മുഴങ്കാൽ വരെ പിന്നിയിട്ടിരുന്ന പെൺകുട്ടിക്ക് ആറേഴു വയസ്സ് കാണും. കൂട്ടത്തിൽ മൂത്തത് അവളാണ്. അതുകൊണ്ട് നേതൃസ്ഥാനം ഏറ്റെടുത്ത് എല്ലാവരെയും നിയന്ത്രിക്കേണ്ട ചുമതല അവൾക്കാണ്. മറ്റുള്ളവരിൽ ഒരാളിന് അഞ്ചും മറ്റേതിന് രണ്ടും വയസ്സു കാണും. ഒന്നു പെണ്ണും മറ്റേത് ആണും. മൂത്തവൾ അമ്മയുടെ വേഷത്തിലാണ്. മറ്റു രണ്ടുപേരും അവരുടെ മക്കൾ. അവരുടെ കളി അവർ പുതിയതായി കണ്ടുപിടിച്ചതൊന്നുമല്ല. എന്നും അവരുടെ കൺമുന്നിൽ കാണുന്ന സംഭവങ്ങൾ അതേപടി അഭിയിക്കുകയായിരുന്നു അവർ.

അമ്മവേഷക്കാരി – അമ്മക്കുട്ടി – തന്റെ രണ്ടു മക്കളേയും വിളിക്കുന്നു.

“മേലൊക്കെ നോക്കിയേ... ആകെ അഴുക്കായിരിക്കുന്നു...” എന്ന് കർശനമായി പറഞ്ഞശേഷം മുഖത്ത് വാത്സല്യം പ്രകടിപ്പിക്കുന്നു. എന്നിട്ട് വളരെ കഷ്ടപ്പെട്ട് വലിയ ഒരു പാത്രം തൂക്കിയെടുത്തുകൊണ്ടുവന്നു വെച്ചു. ഒരു കുടം വെള്ളം ഒക്കത്തുവെച്ചുകൊണ്ടുവന്ന് അതിലേക്ക് ഒഴിക്കുന്നു. തുടർന്ന് ഒരു കുട്ടിയെ അടുത്തുപിടിച്ചുനിർത്തി കുളിപ്പിക്കാൻ തുടങ്ങി. രണ്ടു കൈപ്പത്തികളും ചേർത്തുപിടിച്ച് താഴേക്കു കൊണ്ടുപോയാൽ വെള്ളം കോരിയെടുക്കുന്നു എന്നർത്ഥം. അതു മുകളിലേക്ക് കൊണ്ടുപോയി കമഴ്ത്തിയാൽ വെള്ളമൊഴിക്കുന്നു എന്നും. കുഞ്ഞു മനസ്സുകളിൽ എത്ര വിചിത്രമായ ഭാവനകളാണ് ഉണരുന്നത്?

സ്വന്തം അമ്മമാർ കുളിപ്പിക്കുമ്പോൾ വാവിട്ടു നിലവിളിക്കുന്ന കുട്ടികൾ ഈ കളിയമ്മയുടെ മുന്നിൽ എത്ര സ്നേഹത്തോടെയാണ് പെരുമാറുന്നത്? തിരിഞ്ഞുനിൽക്കാൻ പറഞ്ഞാലുടൻ ഒരു മടിയുമില്ലാതെ തിരിഞ്ഞുനിൽക്കും. കണ്ണുകളടയ്ക്കാൻ പറഞ്ഞാൽ ഉടൻ അടയ്ക്കും.

“സോപ്പ് കണ്ണിൽ വീണാൽ എരിക്കും. കരയല്ലേ...” എന്നു പറഞ്ഞാൽ അതേപടി അനുസരിക്കും.

“എന്തൊരഴുക്കാ ഇത്? മൂക്കള എത്ര കഴുകിയിട്ടും പോകുന്നില്ല...” എന്നൊക്കെ അമ്മ നിർത്താതെ പറഞ്ഞുകൊണ്ടിരിക്കും. കുട്ടികൾക്ക് കുട്ടികളായിത്തന്നെ അഭിനയിക്കാൻ താത്പര്യം കുറവാണെന്നു തോന്നുന്നു. പാവകളെപ്പോലെ അമ്മ പറയുന്നതെല്ലാം കുട്ടികൾ അതേ പടി അനുസരിക്കുന്നു. തോർത്തെടുത്ത് തല തുവർത്തുന്നു. വസ്ത്രങ്ങൾ ധരിപ്പിക്കുന്നതായി അഭിനയിക്കുന്നു. ഒന്നിനും കുട്ടികൾ ഒരെതിർപ്പും കാണിക്കുന്നില്ല. എനിക്ക് ആ തുണി വേണ്ട; മറ്റേതു മതി എന്നു പോലും പറയുന്നില്ല. മൂത്തവർക്ക് ഇഷ്ടപ്പെടുന്നതിനനുസരിച്ച്, അനുസരണയുള്ള കുട്ടികളായി അവർ പെരുമാറുന്നു.

അവരുടെ മുത്തശ്ശി എത്തിനോക്കി. ‘നിങ്ങളിവിടെയുണ്ടോ?” എന്നു ചോദിച്ചുകൊണ്ട് അവർ അവിടേക്കു വന്നു. അമ്മേക്കുട്ടി, ‘ഞങ്ങൾ കളിക്കുവാ’ എന്ന് ലജ്ജയോടെ പറഞ്ഞു. അതുകേട്ട് ചെറിയ കുട്ടികൾ രണ്ടു പേരും ഒരേ ശബ്ദത്തിൽ, “ഞങ്ങള് കളിച്ചുവാ...” എന്ന് കൊഞ്ചിക്കൊണ്ടു പറഞ്ഞു. അവരുടെ വാക്കുകളിലെ സൂക്ഷ്മത മുത്തശ്ശിക്കു മനസ്സിലായില്ല. പ്രായമായവർക്കാണ് ഇക്കാര്യങ്ങൾ മനസ്സിലാക്കാൻ ബുദ്ധിമുട്ടുള്ളത്.

നിഴലിന്റെ ഒരരികുപറ്റി ഇരുന്ന മുത്തശ്ശി ‘കുളിച്ചോ, കുളിച്ചോ’ എന്ന് അവർക്ക് അനുവാദം കൊടുത്തു. കൊടുംവെയിലിൽ അങ്ങുമിങ്ങും അലയാതെ തണലിൽ ഒരിടത്ത് ഒതുങ്ങിയിരിക്കുന്ന കുട്ടികളെക്കണ്ട് മുത്തശ്ശി സന്തോഷിച്ചു. അവരെ തേടിനടക്കുന്നതും കണ്ടുപിടിച്ചു കൊണ്ടുവരുന്നതുമെല്ലാം ‘മെനകെട്ട’ പണിയാണ്. ഇന്ന് അതിന്റെ ആവശ്യം വരാതിരുന്നതിനാൽ അമ്മൂമ്മയ്ക്ക് സമാധാനത്തോടെ ഒരിടത്തിരിക്കാം.

കുട്ടികൾ വീണ്ടും കളികളിൽ മുഴുകി. തുണിയുടുപ്പിക്കലൊക്കെ അവസാനിച്ചു. ഇനി അമ്മ ഭക്ഷണമുണ്ടാക്കാൻ പോവുകയാണെന്ന് ഓർമ്മിപ്പിക്കുന്നു. പാചകം തുടങ്ങി. ചെറിയ ചെറിയ ഡപ്പികളും മരസാധനങ്ങളും എല്ലാംകൂടി ധാരാളം പാത്രങ്ങളുണ്ടായിരുന്നു. അമ്മ അതെല്ലാം കഴുകിക്കൊടുക്കുന്നു. കുട്ടികൾ അതു വാങ്ങി ഒരിടത്ത് ഒതുക്കി വെക്കുന്നു. ഒരെണ്ണം ആൺകുട്ടി വാങ്ങിയാൽ അടുത്തത് പെൺകുട്ടിക്കാണ്. പരസ്പരം ബന്ധമില്ലാത്ത വാക്കുകൾ പാട്ടുപോലെ ചേർത്ത് ഈണത്തിൽ പാടിക്കൊണ്ട് അങ്ങോട്ടുമിങ്ങോട്ടും നടക്കുന്നതും ജോലി ചെയ്യുന്നതും കണ്ട് അമ്മൂമ്മയ്ക്ക് അഭിമാനം തോന്നി.

ഇത്ര ചെറുപ്പത്തിൽ ഇതെല്ലാം എവിടെ നിന്നാണ് പഠിച്ചതെന്നും തന്റെ പേരക്കുട്ടികൾ എത്ര ഉത്തരവാദിത്വബോധത്തോടെയാണ് ഇതെല്ലാം ചെയ്യുന്നതെന്നുമുള്ള സന്തോഷം അവർക്ക്! അവരുടെ ഓരോ ചലനങ്ങളും അമ്മൂമ്മയ്ക്ക് എന്തു സന്തോഷമാണ് നൽകാത്തത്? രണ്ടു വയസ്സുപോലും തികയാത്ത ആ ആൺകുഞ്ഞിന് എത്ര അറിവാണ്? സാധനങ്ങളൊക്കെ എത്ര ഭംഗിയായും വരിവരിയായുമാണ് അടുക്കി വെക്കുന്നത്? കളിക്കാൻ അമ്മൂമ്മയും അവരോടൊപ്പം കൂടി.

“ചോറു വെക്കണ്ടായോ?” അമ്മയുടെ ചോദ്യം കേട്ട് കുട്ടികൾ തല കുലുക്കി. കളിയുടെ രീതി തന്നെ മാറാൻ തുടങ്ങി. എല്ലാവരും പാചക ജോലികളിൽ മുഴുകി. പാചകം ചെയ്യുന്നത് ഇത്ര സന്തോഷകരമായ ജോലിയാണെന്ന് അമ്മൂമ്മയ്ക്ക് ഇതുവരെ അറിയില്ലായിരുന്നു. അത്ഭുത ത്തോടെ അമ്മൂമ്മ, “എനിക്കും ഇത്തിരി ചോറു തരുമോ?” എന്നു ചോദിച്ചു.

“വേകുമ്പം തരാം... കൊറച്ചു നേരം ഇരിക്ക്...” അമ്മുക്കുട്ടി വേഗം മറുപടി പറഞ്ഞു.

“അമ്മൂമ്മയ്ക്ക് ഇനി ചോറു തരേണ്ടത് നിങ്ങളാ...” അവർ കാര്യ മായിത്തന്നെ പറഞ്ഞു. ആ അപേക്ഷ കുട്ടികൾ ശ്രദ്ധിച്ചതുപോലെ തോന്നിയില്ല. അതിന്റെ പൊരുൾ അവർക്കു പിടികിട്ടിക്കാണുകയില്ല. എങ്കിലും അമ്മൂമ്മയ്ക്ക് തൃപ്തി തോന്നി. ഈ കുട്ടികൾ ഭാവിയിൽ തന്നെ സംരക്ഷിച്ചുകൊള്ളുമെന്ന് അമ്മൂമ്മ ആത്മാർത്ഥമായി വിശ്വസിച്ചതു പോലെ തോന്നി.

“പോയി അരി വാങ്ങിച്ചോണ്ടു വാ...” അമ്മുക്കുട്ടി പറഞ്ഞു. പെൺകുട്ടി ഒരു സാധനം എടുക്കുന്നു. ആൺകുട്ടി അതു വേണമെന്നു പറഞ്ഞ് വാശി പിടിച്ച് തട്ടിപ്പറിക്കുന്നു.

“ടേയ്, വഴക്കൊണ്ടാക്കാതെ കളിക്കണം.” അമ്മൂമ്മ ഓർമ്മിപ്പിച്ചു.

“ശരി, നീ തന്നെ പോയി വാങ്ങിക്കൊണ്ടുവാ... ഞാന് പച്ചക്കറി വാങ്ങിക്കാം...” പെൺകുട്ടി ഇതു പറഞ്ഞതോടെ വഴക്കു തീരുന്നത് അതി ശയത്തോടെ അമ്മൂമ്മ നോക്കിയിരുന്നു.

ആൺകുട്ടി കുറെ ദൂരെ മാറി തന്റെ പാത്രത്തിൽ മണ്ണുവാരി നിറ യ്ക്കുന്നു. അതിൽനിന്നും കല്ലുകൾ പെറുക്കിമാറ്റി നല്ല പൂഴിമണ്ണാക്കി മാറ്റിക്കൊണ്ടിരുന്നു. ഇതുകണ്ട് മുത്തശ്ശിക്കു സഹിച്ചില്ല.

“ടേയ്, മണ്ണുവാരിക്കളിക്കാതെടാ... അണുക്കളും കൃമിയുമൊക്കെ പിടിക്കുമെന്നു പറഞ്ഞ് നിന്റമ്മ വഴക്കു പറയും.” അവർ ഉച്ചത്തിൽ പറഞ്ഞു. കുട്ടികൾക്ക് അണുബാധയുണ്ടാകുമെന്നതിനേക്കാൾ തന്നെ വഴക്കു പറയുമോ എന്ന ആധിയായിരുന്നു അവർക്ക്.

ഇരുന്നിടത്തുനിന്നും എഴുന്നേൽക്കാൻ അമ്മൂമ്മയ്ക്കു കഴിഞ്ഞില്ല. ശബ്ദം മാത്രം മതിയെന്ന് അവർ തീരുമാനിച്ചു. പയ്യൻ കോപത്തോടെ അമ്മൂമ്മയെ അടിക്കാൻ കയ്യോങ്ങുന്നതുപോലെയും ചുണ്ടിൽ ചൂണ്ടു വിരൽ ചേർത്തുവെച്ച് മിണ്ടരുത് എന്നു പറയുന്നതുപോലെയും ഭാവിച്ചു. ഇതുകണ്ട് ഓടിച്ചെന്ന് അവനെ വാരിപ്പുണരണമെന്ന് അമ്മൂമ്മയ്ക്കു തോന്നി. അവൻ കയ്യോങ്ങുന്നതുകണ്ട് ഭയപ്പെടാനുള്ളപോലെ അമ്മൂമ്മ അഭിനയിച്ചു.

അവൻ തന്റെ ഡപ്പി നിറയെ മണ്ണുമായി ‘അമ്മ’യുടെ അടുത്തേക്കു പോയി. പച്ചക്കറി വാങ്ങാൻ പോയവൾ ഓരോ ചെടിയുടെയും മുന്നിൽ വിലപേശാനെന്നപോലെ നിന്ന്, ഓരോ ഇല പറിച്ച് പാത്രത്തിലിടും.

“ചെടിയെല്ലാം പറിച്ചുകളയല്ലേടീ... പിന്നെങ്ങനാ അതു കായ്ക്കുന്നത്?” അമ്മൂമ്മയുടെ ശബ്ദം ഉയർന്നുകേട്ടു.

“ചുമ്മാതിരി...” എന്നവൾ ആംഗ്യം കാട്ടി വീണ്ടും മൂന്നുനാലിലകൾ പറിച്ചെടുത്തു. ഇതിനിടെ അടുപ്പുകൂട്ടി പാത്രംവെച്ച് അമ്മക്കുട്ടി അരികഴുകി അരിച്ചെടുക്കാൻ തുടങ്ങി. ഒരായുധവും അവിടെ ഇല്ലെങ്കിലും അതെല്ലാം അവിടെയുണ്ടെന്ന് പെരുമാറ്റത്തിൽനിന്നും ബോധ്യമാവും. അമ്മക്കുട്ടിയുടെ കൈകൾ എത്ര അനായാസമാണ് ആ ആയുധങ്ങൾ കൈയാളുന്നത്! ചുവന്നുള്ളിയും വെളുത്തുള്ളിയുമെല്ലാം അവിടെ തയ്യാർ!

“അപ്പപ്പോ...” ഇന്നു വിരുന്നൂണു കഴിക്കാമെന്നുവരെ അമ്മൂമ്മയ്ക്കു തോന്നി.

“വെള്ളം വേണം.” അമ്മക്കുട്ടി പറഞ്ഞയുടൻ കുട്ടികൾ ഞാൻ മുമ്പേ, ഞാൻ മുമ്പേ എന്ന ഭാവത്തിൽ മത്സരിച്ച് ഓടാൻ തുടങ്ങി. വെള്ളം കോരുന്നതും അത് പാത്രങ്ങളിലേക്ക് പകരുന്നതും കുട്ടികൾക്ക് ഏറെ ഇഷ്ടപ്പെട്ട വിനോദമാണ്. ഇവിടെ യഥാർത്ഥ വെള്ളം തന്നെയാണ് കൊണ്ടുവരുന്നത്.

തൊട്ടിയിലുണ്ടായിരുന്ന വെള്ളം, പബ്ലിക് ടാപ്പിനു മുന്നിൽ വളരെ നേരം കാത്തുനിന്ന് ബുദ്ധിമുട്ടി എടുത്തുകൊണ്ടുവരുന്നതുപോലെയാണ് അവരുടെ അഭിനയം. അമ്മുക്കുട്ടിതന്നെ നേരിട്ടുപോയി കുറെ വെള്ളമെടുത്തുകൊണ്ടുവരും. അപ്പോഴും വെള്ളമെടുക്കാൻ പോയിരുന്ന കുട്ടികൾ തിരികെ വന്നിരുന്നില്ല. അമ്മൂമ്മ അവരോട് ഉച്ചത്തിൽ വിളിച്ച് തൊണ്ടയടച്ചുപോയതുപോലെ തോന്നി. പെട്ടെന്ന് ചാടിയെഴുന്നേൽക്കാൻ ശരീരം അനുവദിക്കുന്നില്ല. ഇരുന്നിടത്തുതന്നെ ഇരുന്നുകൊണ്ടാണ് അമ്മൂമ്മ അവരെ വിളിച്ചുകൊണ്ടിരുന്നത്. എന്നാൽ ആ ശബ്ദം അന്തരീക്ഷത്തിൽ വിലയം പ്രാപിച്ചതേയുള്ളൂ.

“വെള്ളത്തിൽ കളിക്കാതെടാ... ഇങ്ങോട്ടു വാടാ..., പറയുന്നതു കേക്കുന്നോ അതോ വടി എടുത്തോണ്ട് ഞാനങ്ങോട്ടു വരണോ...?”

അമ്മക്കുട്ടി മണ്ണിൽ വെള്ളമൊഴിച്ചു കുഴയ്ക്കാൻ തുടങ്ങിയയുടൻ രണ്ടുപേരും ഓടിവന്നു. ഒരു കളി മടുക്കുമ്പോൾ അനായാസം മറ്റു കളികളിലേക്കു മാറ്റാൻ കുട്ടികൾക്ക് എളുപ്പമാണ്. വെള്ളത്തിൽ കളിക്കുന്നതിനേക്കാൾ ചേറു കുഴയ്ക്കുന്നത് പരമാനന്ദമായി അവർക്കു തോന്നി. നാലഞ്ചു പാത്രങ്ങളിൽ മണ്ണും വെള്ളവും ചേർന്ന് അവർ കുഴയക്കാൻ തുടങ്ങി. ശരീരമാസകലം ചെളിയിൽ മൂടി. ഇപ്പോൾ അവരെക്കണ്ടാൽ വയലിൽ പണികഴിഞ്ഞു കയറിവരുന്നവരെപ്പോലെ തോന്നും. ആൺകുട്ടിയുടെ മുഖം മുഴുവൻ ചെളി നിറഞ്ഞിരുന്നു.

“ഇത്രേം ചളി മേത്തു പറ്റിച്ചാൽ ആരാടാ കഴുവുന്നേ...?”

“ഇവരോട് കെടന്നലയ്ക്കാൻ എന്നെക്കൊണ്ട് പറ്റത്തില്ലേ...”

“ആ കൊച്ചുങ്ങള് കഴുതകളാ... ഈ മുതുകഴുതയ്ക്കെങ്കിലും ബോധം വേണ്ടായോ?”

അമ്മൂമ്മ പറയുന്നതൊന്നും കുട്ടികൾ കാര്യമായി എടുത്തതേയില്ല. അവരുടെ കളി നിർബാധം തുടർന്നുകൊണ്ടിരുന്നു. ചേറുകുഴച്ച് അരിയാക്കി അടുപ്പത്തിട്ടു. മറ്റൊരടുപ്പിൽ കറി. അതൊരു സാധാരണ അടുക്കളപോലെ കാണപ്പെട്ടു. ആൺകുട്ടി വിറകു കൊണ്ടുവരാൻ പോയി. ചുവരിൽ ഒരിടത്ത് ചാരിവെച്ചിരുന്ന ചൂലെടുത്ത് ഈർക്കിൽ ഊരിയെടുക്കാൻ തുടങ്ങി. ഇതുകണ്ട് അമ്മൂമ്മ ഉച്ചത്തിൽ അവനെ ഭള്ളു പറയാൻ തുടങ്ങി.

“അത് ഊരിക്കളയാതെടാ... പിന്നെങ്ങനാ തൂക്കുന്നത്...?”

അമ്മൂമ്മയുടെ വാക്കുകൾ ഗൗനിക്കാതെ അവരുടെ നേരെ മുഖം കോട്ടിക്കാണിച്ചു. അവൻ ഈർക്കിൽ ഊരിയെടുക്കുന്നത് തുടർന്നു. അവൻ ഊരിയെടുക്കുന്ന ഈർക്കിലുകൾ ഒടിച്ച് ഒരു സ്ഥലത്ത് അവൾ കൂട്ടിവെച്ചു. അമ്മൂമ്മയ്ക്ക് അടങ്ങിയിരിക്കാൻ കഴിഞ്ഞില്ല. അവർ വളരെ പണിപ്പെട്ട് എഴുന്നേറ്റു. ചൂല് പിടിച്ചുവാങ്ങി അവർക്ക് എത്തിയെടുക്കാൻ കഴിയാത്ത ഉയരത്തിൽ വെച്ചു. അതെടുത്തു തരണമെന്ന് ആവശ്യപ്പെട്ട് കുട്ടി അമ്മൂമ്മയുടെ കൈകളിൽ കടിക്കാനും അടിക്കാനും തുടങ്ങി. അവൻ കരയാൻ തുടങ്ങിയാൽ പെട്ടെന്നൊന്നും നിർത്തുകയില്ല. ഈ ബഹളത്തിൽ അടുക്കളജോലി തീർക്കാൻ കഴിയില്ലെന്ന് അമ്മക്കുട്ടി സങ്കടപ്പെട്ടു.

അമ്മൂമ്മയെ രൂക്ഷമായി നോക്കിക്കൊണ്ട് തന്റെ മുന്നിലിരുന്ന പാചക സാമഗ്രികൾ, പാത്രങ്ങൾ എന്നിവയെല്ലാം ചവിട്ടിമെതിച്ച്, വലിച്ചെറിഞ്ഞു കളഞ്ഞു. ചോറും കറികളും കൂടിക്കുഴഞ്ഞ് എല്ലായിടത്തും പടർന്നു കിടന്നു. ഇനി ഇതൊന്നും കൂട്ടിച്ചേർക്കാൻ കഴിയില്ല. പെൺകുട്ടി സങ്കടത്തോടെ വന്നു ചോദിച്ചു, “അമ്മേ, ചോറായില്ലേ?”

അമ്മക്കുട്ടി, അമ്മയുമല്ല, കുട്ടിയുമല്ലാത്ത അവസ്ഥയിൽ എന്തു ചെയ്യണമെന്നറിയാതെ ഒരു പെൻഡുലംപോലെ അങ്ങോട്ടുമിങ്ങോട്ടും ചാഞ്ചാടി നിന്നു. അവസാനം തന്നെക്കൊണ്ട് ഇനിമേൽ അമ്മയായി വേഷം കെട്ടാൻ സാധ്യമല്ലെന്ന് ബോദ്ധ്യമായി. വാക്കുകൾ തോന്നിയ പടി ഉതിർന്നു.

“എല്ലാം പട്ടി തിന്നിട്ടുപോയി.”

ഇറുകിയ മുഖത്തോടെ മറുപടി പറഞ്ഞ് അമ്മക്കുട്ടി, ഒരു വെറും കളിക്കുട്ടിയായി ചുവരുകൾക്കപ്പുറത്തേക്ക് ഓടിമറഞ്ഞു. പെൺകുട്ടിയും അവളെ പിന്തുടർന്നു.

ആൺകുട്ടിയുടെ ഉച്ചത്തിലുള്ള നിലവിളിക്കിടയിൽ അവരുടെ സംഭാഷണം അമ്മൂമ്മയ്ക്ക് ഒട്ടും കേൾക്കാൻ കഴിഞ്ഞില്ല.

■

കുട്ടിപ്പൂതം

"പൂതത്തിന്റെ കഥ പറഞ്ഞുതാച്ഛാ." കുഞ്ഞ് ഒരു നായ്ക്കുട്ടിയെപ്പോലെ കാലുകളിൽ ഉരസിക്കൊണ്ട് ഒരു ഇരുപത്, ഇരുപത്തഞ്ചുതവണയെങ്കിലും ആവശ്യപ്പെട്ടിട്ടുണ്ടാകും. കണ്ണുകൾ മൂടിയും പാതി തുറന്നും 'ഉം' എന്ന് പല പ്രാവശ്യം പല ശബ്ദത്തിൽ പറഞ്ഞുനോക്കി. ഇതുകേട്ട് കുറേ നേരത്തിനുള്ളിൽ മനസ്സുമടുത്ത് കുഞ്ഞ് കളിക്കാൻ പൊയ്ക്കോളുമെന്ന് അയാൾ കരുതി. ഈ സമയത്ത് കൂടെക്കളിക്കാൻ ആളില്ലപോലും! താൻ വിചാരിക്കുന്ന കാര്യം നടപ്പാക്കിയെടുക്കാൻ സമർത്ഥനായിരുന്നു കുഞ്ഞ്. ചിണുങ്ങലും കൊഞ്ചലും മാറിമാറി പരീക്ഷിച്ച് അവസാനം അത് വിതുമ്പലായി പരിണമിച്ചു. 'നിലവിളി' എന്ന വജ്രായുധം കുഞ്ഞ് വീണ്ടും വീണ്ടും പ്രയോഗിച്ചുകൊണ്ടിരുന്നു. കൈകളിൽ ഇഴഞ്ഞുനടക്കുന്ന പ്രാണിയെ വെറുപ്പോടെ തൂത്തെറിയുന്നതുപോലെ കുഞ്ഞിനെ എങ്ങനെയെങ്കിലും ഒഴിവാക്കണമെന്ന് അയാൾക്ക് തോന്നി. ശരീരക്ഷീണം കാരണം കിടക്കയിൽ ഉരുണ്ടുപിരണ്ടു കിടന്നതല്ലാതെ ഒരക്ഷരം സംസാരിക്കാനുള്ള ശേഷി അയാൾക്കില്ലായിരുന്നു. വീട്ടിലെത്തിയാൽ അല്പം വിശ്രമിക്കാൻ അനുവദിക്കാതെ കുഞ്ഞിനെ ഇങ്ങനെ വിട്ടിട്ട് എന്താണ് ചെയ്യുന്നതെന്ന് അയാൾ ഭാര്യയെ കുറ്റപ്പെടുത്തി.

കുഞ്ഞിനെ നെഞ്ചിൽക്കിടത്തി വളരെ നേരം കൊഞ്ചിച്ച് പലതരം കഥകൾ പറഞ്ഞുകൊടുക്കണം. അതിന്റെ കിളിക്കൊഞ്ചലുകൾക്ക് മുഖം ചുളിക്കാതെ മറുപടി കൊടുക്കണം, കുഞ്ഞിന്റെ ഇഷ്ടമറിഞ്ഞ് അതിനോടൊപ്പം കളികളിലേർപ്പെട്ട് സന്തോഷിക്കണം. അതിന്റെ ഈറൻ മാറാത്ത ഉമ്മകൾകൊണ്ട് മുഖം നിറയ്ക്കണം, പിഞ്ചുമനസ്സിന്റെ ഭാവനയിൽ വിടരുന്ന സ്വപ്നഭൂമികളിലെല്ലാം ആമോദത്തോടെ സഞ്ചരിക്കണം എന്നെല്ലാം തീരുമാനിച്ച് ഉറപ്പിച്ചിരുന്നതാണ്. സങ്കല്പങ്ങളെല്ലാം നടപ്പാക്കാൻ കഴിയുന്നവിധമായിരുന്നില്ല ഓരോ ദിവസവും കടന്നുപോയിരുന്നത്. എന്നാലിപ്പോൾ ആ കിളിക്കൊഞ്ചലുകൾ അലോസരമായിത്തോന്നുന്നു. കുഞ്ഞിന്റെ ആവശ്യങ്ങളെല്ലാം ശല്യപ്പെടുത്തലായി തോന്നിത്തുടങ്ങി. അതു താങ്ങാനാവാതെ ചിലപ്പോൾ എഴുന്നേറ്റ് പൊയ്ക്കളയും. അല്ലെങ്കിൽ രണ്ടടി കൊടുക്കും. എന്നിട്ടും കലി

അടങ്ങാതെ വന്നാൽ രണ്ട് ചീത്തവാക്കുകൾ പറഞ്ഞാലേ കലി അടങ്ങൂ. കുഞ്ഞിന്റെ പൂമേനിയിൽ ചാട്ടവാറുകൾപോലെ വീഴുന്ന വിരലടയാളങ്ങളോർത്ത് കണ്ണുകൾ നിറയും. തന്റെ ക്രൂരതയിൽ പശ്ചാത്തപിക്കുകയും മനസ്സിൽ കുഞ്ഞിനോടുള്ള വാത്സല്യം അണപൊട്ടിയൊഴുകുകയും ചെയ്തു.

പശ്ചാത്താപത്തോടെ അതിന്റെ മുഖത്തേക്ക് നോക്കി. കാപട്യലേശമില്ലാത്ത ഓമനമുഖം. വാരിയെടുത്ത് ഉമ്മവെക്കാൻ തോന്നിപ്പിക്കുന്ന അർത്ഥമറ്റ വാക്കുകൾ; ഒളിപ്പിക്കാനറിയാത്ത ശോകം മുറ്റിനിൽക്കുന്ന ആ മുഖം കാണെക്കാണെ തന്നോടുതന്നെയുള്ള വെറുപ്പ് കൂടിക്കൂടി വന്നു. ഒരു കഥ കേൾക്കുമ്പോൾ അതിന്റെ മുഖത്തു വിരിയുന്ന സന്തോഷവും സംതൃപ്തിയും ഉടൻ അനുഭവിക്കാൻ അയാൾ വെമ്പൽകൊണ്ടു. ശരീരത്തിന്റെ ക്ഷീണം മറന്ന് മനസ്സുണർന്നു. കുഞ്ഞിനെ അടുത്തു വിളിച്ച് കൊഞ്ചിച്ച് ഉമ്മവെച്ചു. അയാളുടെ പെട്ടെന്നുള്ള ഈ മനംമാറ്റം കുട്ടിയെ അത്ഭുതപ്പെടുത്തിയിരിക്കും. ഇതുവരെയുണ്ടായിരുന്നതിൽ നിന്നും വ്യത്യസ്തമായി 'മോന് എന്തു കഥയാ വേണ്ടത്' എന്നു ചോദിച്ചു. ലജ്ജയാൽ അയാളുടെ തല കുനിഞ്ഞുപോയി. അയാൾ കഥ പറയാൻ പോകുകയാണെന്ന വിശ്വാസം കുഞ്ഞിനുണ്ടായി. അയാളുടെ മാറിടത്തിലെ ചുരുണ്ട രോമങ്ങളിൽ വിരലോടിച്ചുകൊണ്ട് കുഞ്ഞു പറഞ്ഞു.

"പൂതത്തിന്റെ കത..."

"പൂതക്കഥയോ?" എന്നു ചോദിച്ചുകൊണ്ട് അയാൾ മനസ്സിലുള്ള ഭൂതകഥകൾ തെരയാൻ തുടങ്ങി. പെട്ടെന്ന് അയാൾ കണ്ട 'അലാവുദ്ദീനും അത്ഭുതവിളക്കും' എന്ന സിനിമയുടെ കഥ ഓർമ്മയിലെത്തി. കുറെക്കൂടി ആഴത്തിൽ ചികഞ്ഞപ്പോൾ 'പട്ടണത്തിൽ ഭൂതം' എന്ന സിനിമയും ഓർത്തു.

ഒരുകാലത്ത് സിനിമാക്കമ്പം തലയ്ക്കു പിടിക്കുകയും മുടങ്ങാതെ ചിത്രങ്ങൾ കാണുക മാത്രമല്ല, അതിലെ പാട്ടുകൾ, അതെഴുതിയവർ, പാട്ടുകാർ, സംവിധായകർ എന്നിവരെപ്പറ്റിയുള്ള വിവരങ്ങൾ എഴുതി സൂക്ഷിക്കുകയും ചെയ്യുന്ന ഒരു ശീലം തനിക്കുണ്ടായിരുന്നു. ഇപ്പോഴും പഴയ സിനിമയെപ്പറ്റിയുള്ള ചർച്ചകൾ വന്നാൽ അയാൾ തന്റെ പാണ്ഡിത്യം വെളിവാക്കാൻ മുന്നോട്ടുവരും. പെട്ടെന്ന് ഓർമ്മയിലെത്തിയ രണ്ടു ചിത്രങ്ങളുടെ കഥ ഓർത്തെടുക്കാൻ ശ്രമിച്ചു. എന്നാൽ അതൊന്നും കുട്ടികൾക്ക് പറഞ്ഞുകൊടുക്കാൻ പറ്റുന്നവയായിരുന്നില്ല. എത്ര ശ്രമിച്ചിട്ടും അതൊന്നും ഓർത്തെടുക്കാൻ കഴിഞ്ഞില്ല. അതിൽ ഏതോ 'ഭൂതം' ഉണ്ടായിരുന്നതു മാത്രമേ ഓർക്കാൻ കഴിഞ്ഞുള്ളൂ. മറ്റൊന്നും ഓർമ്മയിലെത്താത്തത് അയാളെ പരിഭ്രാന്തനാക്കി.

തനിക്ക് പരിചിതമായ അല്പസ്വല്പം സാഹിത്യകൃതികളിൽ ഭൂതത്തിന് കാര്യമുള്ളതായി തോന്നിയിട്ടില്ല. കേട്ടു പരിചിതമായതും വായിച്ചിട്ടുള്ളതുമായ എത്രയോ കഥകൾ മനസ്സിനുള്ളിൽ പതിഞ്ഞിട്ടുണ്ടെന്നും

ആവശ്യമുള്ളപ്പോൾ അവ ഓർത്തെടുക്കാൻ കഴിയുമെന്നുമുള്ള തന്റെ വിശ്വാസം തെറ്റായിരുന്നോ? ഭൂതത്തെപ്പറ്റി ഒരു കഥയും മനസ്സിലുണ്ടായിരുന്നില്ല. മൊത്തം ഒരു ശൂന്യത. അയാളുടെ അലസമായ ആലോചനയും മുഖത്തെ താത്പര്യമില്ലായ്മയും കണ്ട് കുഞ്ഞ് വീണ്ടും "പൂതക്കതാ.. പൂതക്കതാ..." എന്ന് ആവർത്തിക്കാൻ തുടങ്ങി.

അല്പം കഴിഞ്ഞ് ഒരു പുഞ്ചിരി വരുത്തി അയാൾ "പൂതക്കതയല്ലേ..." എന്നു ചോദിച്ചു. അയാളുടെ വയറ്റത്തു കയറിയിരുന്ന കുഞ്ഞ് അയാളെ സൂക്ഷിച്ചു നോക്കി. "പോ അച്ചാ..." എന്ന് അയാളെ തള്ളിമാറ്റി കുഞ്ഞ് ഇറങ്ങിപ്പോയെങ്കിലോ എന്നയാൾ ഭയപ്പെട്ടു. "എന്റച്ചന് ഒരു പൂതക്കതപോലും അറിഞ്ഞൂടാ..." എന്നു പറഞ്ഞ് തന്നെ മാനം കെടുത്തുമോ എന്നയാൾ ഭയപ്പെട്ടു. എത്രയും വേഗത്തിൽ കഥ തുടങ്ങിയേ പറ്റൂ.

"ഒരു പൂതം എങ്ങനിരിക്കുമെന്ന് അറിയാമോ?" അയാൾ ചോദിച്ചു. കുഞ്ഞിന്റെ മുഖത്ത് കഥ കേൾക്കാനുള്ള താത്പര്യം പ്രകടമായി. ഒരു ഭൂതത്തിന്റെ ആകൃതി മനസ്സിലേക്ക് ആവാഹിച്ചുകൊണ്ട് അയാൾ കഥ പറയാൻ തുടങ്ങി.

"വലിയ രണ്ടു കൈകൾ, കണ്ണുകൾ പനമ്പഴംപോലെ; ഓരോ കാലും ഓരോ തൂണുപോലെയാ... വായയ്ക്ക് ഒരു കിണറിന്റെ അത്രയും വലിപ്പം; ഒരു മനുഷേനെ പിടിച്ചാൽ 'ടപക്' എന്ന് ഒരൊറ്റ വിഴുങ്ങു വിഴുങ്ങും."

കുട്ടിയുടെ മുഖത്ത് ഒരു താത്പര്യക്കുറവ് പ്രകടമായി. ഈ വർണ്ണന അല്പം നീട്ടിക്കൊണ്ടുപോകാമെന്നുള്ള പ്രതീക്ഷ അസ്തമിച്ചു. പൂതത്തെ വർണ്ണിക്കാൻ താനുപയോഗിച്ച ഉപമകൾ കുഞ്ഞിന് മനസ്സിലാക്കാൻ കഴിയാത്തതായിരുന്നോ? അതോ നേരത്തെ അമ്മ പറഞ്ഞു കേട്ടിട്ടുള്ളതായിരിക്കുമോ? അതോ താൻ അവതരിപ്പിച്ച രീതി കുഞ്ഞിന് ഇഷ്ടപ്പെടാതെ പോയിരിക്കുമോ? ശബ്ദം ഒന്നു മാറ്റിപ്പറഞ്ഞുനോക്കാമെന്നു കരുതി.

"പൂതം എങ്ങനാ മിഴുങ്ങുന്നേ...? എന്ന് സാധാരണമട്ടിൽ ചോദിച്ച ശേഷം കണ്ണുകൾ തുറിച്ച്, വായ് പരമാവധി തുറന്ന്, 'ലപക്' എന്ന് കുഞ്ഞിനെ വിഴുങ്ങാൻ പോകുന്നതുപോലെ അഭിനയിച്ചു കാട്ടി. അത് കുറച്ചു ഫലം കണ്ടതുപോലെ തോന്നി. കുഞ്ഞ് വാവിട്ടു ചിരിച്ചു. എന്നാൽ ആ രീതി വീണ്ടും ആവർത്തിക്കാതിരിക്കാൻ കുഞ്ഞ്, "അച്ചാ... തെങ്ങുംപൂതത്തിന്റെ കത മതി..."

അയാളുടെ ഭാര്യ കുഞ്ഞിനെ ഒക്കത്തുവെച്ച് ചോറൂട്ടുന്നതിനിടയിൽ അടുത്ത പുരയിടത്തിലെ തെങ്ങു ചൂണ്ടിക്കാട്ടി, "തെങ്ങുംപൂതം..." എന്നു പറഞ്ഞുകൊടുക്കുന്നത് അയാൾ പലപ്പോഴും കേട്ടിട്ടുണ്ട്. അന്നത് ശരിയായി കേൾക്കേണ്ടതായിരുന്നുവെന്ന് ഇപ്പോൾ തോന്നുന്നു. എങ്കിലും തെങ്ങിൽ കുടിയിരിക്കുന്നതായിരിക്കുമല്ലോ - തെങ്ങുംപൂതം! എങ്ങനെയെങ്കിലും ഒപ്പിക്കാമെന്ന് അയാൾ തീരുമാനിച്ചു. കഥ പറയാൻ തുടങ്ങി. "ആ പൂതം തെങ്ങിന്റെ മോളിലാ ഇരിക്കുന്നേ... എവിടെങ്കിലും

കുഞ്ഞുങ്ങൾ കരയുന്നുണ്ടോ... കരയുന്നുണ്ടോ...ന്ന് കാതുകൂർപ്പിച്ച് കേട്ടിരിക്കും. എവിടെങ്കിലും കരച്ചിലുകേട്ടാലൊടനെ..." അതിന്റെ ബാക്കി ഭാഗം കുഞ്ഞിനു നന്നായി അറിയാമായിരുന്നു. 'കരയാൻ പാടില്ല', 'നിർബന്ധം പിടിക്കരുത്' എന്നൊക്കെയുള്ള മുന്നറിയിപ്പോടെ അവസാനിക്കുന്ന കഥ.

മുഖം ചുളിച്ച് കുഞ്ഞ് ആവർത്തിച്ചു. "അച്ചാ... കത്തിപ്പൂതത്തിന്റെ കത മതി..." വളരെ ശ്രമപ്പെട്ട് ഓർമ്മയിൽനിന്നും ഒരു പൂതത്തിന്റെ കഥ പറഞ്ഞുകൊണ്ടിരിക്കുന്നതിനിടയിൽ മറ്റൊരു പൂതത്തിനു കടന്നുവരാനുള്ള സാധ്യത എത്രയുണ്ടെന്ന് അയാൾ ചിന്തിച്ചു. ഞാൻ കഥ തുടങ്ങിയവിധം വളരെ ശ്രമകരമായിരുന്നു. മനസ്സിൽ കരുണയും സഹാനുഭൂതിയും തോന്നിയിരുന്നെങ്കിൽ ഇതിലും നന്നായി അവതരിപ്പിക്കാമായിരുന്നു. കുഞ്ഞ് അത് നല്ലതുപോലെ ഇഷ്ടപ്പെടുമായിരുന്നു.

"കത്തിപ്പൂതമാണോ മോനേ...?" അത് എപ്പോഴും കൈയിലൊരു വലിയ കത്തി വെച്ചിരിക്കും. അതുകൊണ്ടാ കത്തിപ്പൂതമെന്ന് പേരു കിട്ടിയത്. എതിരേ ആരെങ്കിലും വന്നാ... ഒറ്റ വെട്ടിന് അവരെ ശരിയാക്കി തിന്നുകളയും... അതിഭയങ്കരനായ പൂതമാ അത്..."

"അച്ചാ, അപ്പം തെങ്ങുംപൂതമോ?"

"അതും ഭയങ്കര പൂതം തന്നെയാ... തെങ്ങുംപൂതം പെണ്ണാണ്, കത്തിപ്പൂതം ആണാ..."

അതുകേട്ട് കുഞ്ഞ് ചിരിച്ചു.

ആണ്, പെണ്ണ് എന്നീ പിരിവുകൾക്ക് ഇത്രയും വശ്യതയുണ്ടെന്ന കാര്യം അയാളെ അത്ഭുതപ്പെടുത്തി. ഇനി കഥ നന്നായി അവതരിപ്പിക്കാൻ കഴിയുമെന്ന ഒരു ആത്മവിശ്വാസം അയാൾക്കുണ്ടായി.

"കത്തിപ്പൂതത്തിനു മീശയൊണ്ടോ? അമ്മ അതു പറഞ്ഞില്ലല്ലോ...?"

മീശ ആണുങ്ങളുടെ അടയാളമാണെന്ന് ഇപ്പോഴേ കുഞ്ഞിന്റെ മനസ്സിൽ ഇടംപിടിച്ചിരിക്കുന്നു. കുഞ്ഞിന്റെ കുശാഗ്രബുദ്ധിയിൽ അയാൾക്ക് അഭിമാനം തോന്നി.

"അമ്മയ്ക്ക് അതറിഞ്ഞൂടാ മോനേ... കത്തിപ്പൂതത്തിന് വലിയ കപ്പടാമീശയൊണ്ട്... അത് രണ്ടുവശത്തോട്ടും തൂങ്ങിക്കെടക്കും. കുട്ടികൾക്ക് അതിൽപ്പിടിച്ച് ഊഞ്ഞാലാടാം." അയാൾ ഇരുകൈകളും ആട്ടി മീശയെപ്പറ്റി കാട്ടിയ അഭിനയം കുഞ്ഞിനു നന്നായി രസിച്ചതുപോലെ തോന്നി. അത് വായ തുറന്നു ചിരിച്ചു. മീശയിൽ പിടിച്ചുതൂങ്ങി ഊഞ്ഞാലാടുന്ന കാഴ്ച ഓർത്തോർത്ത് കുഞ്ഞ് ചിരിച്ച ചിരി ആ മുറി മുഴുവൻ മുഴങ്ങി. ഇത്രയെളുപ്പത്തിൽ കുഞ്ഞിനെ ആഹ്ലാദിപ്പിക്കാൻ കഴിഞ്ഞത് അയാളെ അത്ഭുതപ്പെടുത്തി. അയാളുടെ താടിയിൽ പിടിച്ചുകൊണ്ട് കുഞ്ഞ് ചോദിച്ചു. "അതിന് താടിയുമുണ്ടോ?"

ആ ചോദ്യം അയാളെ സന്തോഷിപ്പിച്ചു.

"അതിന് ദിവസോം പൊറത്തു പോണമല്ലോ; അതുകൊണ്ട് എന്നും ഷേവ് ചെയ്യുമാരിക്കും..."

"പിന്നെ...?"

"കത്തിപ്പൂതം പകലെല്ലാം പൊറത്ത് ചുറ്റിനടക്കും. എവിടുന്നേലും എന്തെങ്കിലും തിന്നാൻ കിട്ടുമോ, ഏതെങ്കിലും കുട്ടികൾ നിലവിളിക്കുന്നുണ്ടോ ആരെങ്കിലും തനിയേ നടന്നുവരുന്നുണ്ടോ... എന്നിങ്ങനെ നോക്കിനടക്കുംപോലും... ഉണ്ടെങ്കില് അവരെ പിടികൂടി, 'ലപക്' എന്ന് ഒറ്റ അമുക്കലാണ്."

'ലപക്' എന്ന വാക്ക് വീണ്ടും കുഞ്ഞിനെ ചിരിപ്പിച്ചു. ചിരിക്കിടയിൽ 'അമുക്കി' എന്ന വാക്ക് കുഞ്ഞ് ആവർത്തിച്ചുകൊണ്ടിരുന്നു.

"അമുക്കിക്കടിച്ച് തിന്നുംപോലും... മാംസത്തെ 'വവുക്' എന്ന് കടിച്ചു പറിച്ചു തിന്നും. എല്ലെല്ലാം താഴെയിടും. അവസാനം ഇതെല്ലാം വാരിക്കൂട്ടി പോക്കറ്റിലിട്ട് വീട്ടിൽ കൊണ്ടുപോകും."

കടിക്കുന്നതുപോലെ അഭിനയിച്ച് കുഞ്ഞിന്റെ ശരീരത്ത് അങ്ങുമിങ്ങും മൃദുവായി കടിച്ചപ്പോൾ കുഞ്ഞ് ഞെളിഞ്ഞുപിരിഞ്ഞു ചിരിച്ചു.

"കുഞ്ഞിനെ അധികം ചിരിപ്പിക്കല്ലേ... രാത്രി അതിനു വയറു വേദനിക്കും." എന്ന് വീട്ടിനുള്ളിൽനിന്നും കേട്ട അശരീരി അയാൾ കേട്ടതേയില്ല. കുഞ്ഞിന്റെ ചിരിമഴയിൽ അതെല്ലാം മുങ്ങിപ്പോയി.

"അച്ചാ... തെങ്ങുംപൂതം എന്തൊക്കെ ചെയ്യും?"

കുറെനേരം ആലോചിച്ചെടുത്ത തെങ്ങുംപൂതത്തിന്റെ കഥയിലേക്ക് വീണ്ടും തിരിഞ്ഞു.

"തെങ്ങുംപൂതം എപ്പഴും വീട്ടിൽത്തന്നെ ഇരിക്കും. വെളിയിലെങ്ങും പോകുന്നില്ല... കത്തിപ്പൂതം കൊണ്ടുവരുന്നത് വേവിച്ചുകൊടുക്കും. അതുവഴി ആരേലും പോയാല് അവരേയും പിടികൂടും. വീട്ടില് രണ്ടുമൂന്നു കുട്ടിപ്പൂതങ്ങളും ഉണ്ടായിരിക്കും. അതിനെയെല്ലാം നോക്കുന്ന ജോലിയും തെങ്ങുംപൂതത്തിനാണ്..."

"കുട്ടിപ്പൂതം എന്തോപോലാ ഇരിക്കുന്നേ...?"

"കുട്ടിപ്പൂതം വളരെ ചെറുതായിരിക്കും... അതിന് ഒന്നും അറിയത്തില്ല. വെറുതേ അങ്ങോട്ടുമിങ്ങോട്ടും ഓടിനടക്കും. അമ്മ പറഞ്ഞാലൊന്നും അനുസരിക്കത്തില്ല. എപ്പോഴും എന്തേലും കുസൃതി കാണിച്ചോണ്ടിരിക്കും. തെങ്ങുംപൂതമാ കുട്ടിപ്പൂതങ്ങളെ വളർത്തുന്നത്. കത്തിപ്പൂതം ഒന്നും കൊണ്ടുവരാതെ വന്നാല് തെങ്ങുംപൂതം കോപിക്കും. തെങ്ങുംപൂതം സമയത്ത് ചാപ്പാടു വെച്ചുകൊടുത്തില്ലേല് നിർത്താതെ കത്തിക്കത്തി വഴക്കു പറഞ്ഞോണ്ടിരിക്കും. അതുകൊണ്ടാ കത്തിപ്പൂതം എന്ന പേരു വന്നത്."

ഈ മറുപടി കുഞ്ഞിന് തൃപ്തികരമായിരുന്നു.

അടുക്കളയിൽ സാധനങ്ങൾ ചടപടാ താഴെ വീഴുന്നതിന്റെയും പ്രഷർ കുക്കറിന്റെയും അപശബ്ദങ്ങൾ ഇടവിട്ട് കേട്ടുകൊണ്ടിരുന്നു. കഥ നന്നായി മുന്നേറിക്കൊണ്ടിരിക്കുന്നതായി അയാൾക്കു തോന്നി. കഥ പറയാനുള്ള തന്റെ കഴിവ് മേൽക്കുമേൽ വർദ്ധിച്ചുവരുന്നതിൽ അയാൾ സന്തോഷിച്ചു. കഥ തുടരുന്നതിനു മുമ്പ് കുഞ്ഞ് ചോദിച്ചു, "കത്തിപ്പൂതം കത്തി വെച്ചിരിക്കുമെന്നു പറഞ്ഞില്ലേ?" കുഞ്ഞിന്റെ ഓർമ്മശക്തിയെ മനസ്സാ പുകഴ്ത്തി

"അതേ മോനേ... കത്തിയുമുണ്ടായിരിക്കും. എന്നാലല്ലേ മറ്റുള്ളവർ അതിനെ കണ്ടാൽ പേടിക്കൂ. അതിനുവേണ്ടിയാ." അയാൾ സ്വയം പുകഴ്ത്തി.

കത്തിപ്പൂതത്തിന്റെയും തെങ്ങുംപൂതത്തിന്റെയും കഥ അയാളുടെ യുള്ളിൽ പടർന്നു പന്തലിച്ചു വിലസാൻ തുടങ്ങി. സർവ്വകഴിവുകളും കുട്ടിയുടെ മുന്നിൽ തുറന്നുകാട്ടാൻ അയാൾ ശ്രമിച്ചു. കുട്ടിയും ആവേശ ത്തോടെ "പിന്നെ... പിന്നെ..." എന്ന് അയാളെ പ്രോത്സാഹിപ്പിച്ചുകൊണ്ടി രുന്നു.

"പിന്നെ കത്തിപ്പൂതവും തെങ്ങുംപൂതവും ശണ്ഠകൂടാൻ തുടങ്ങി. രണ്ടും വായ്പൊളിച്ച് പരസ്പരം കടിച്ചുകീറാൻ അടുത്തുകൊണ്ടിരുന്നു. ഓരോ പല്ലിനും കോടാലിയുടെ വലിപ്പം!! അത് ഇതിനെ കടിക്കും, ഇത് അതിനെ കടിക്കും; രണ്ടിന്റെയും വായ് നിറയെ ചോര! എന്നിട്ടും പിൻ മാറാൻ തയ്യാറല്ല. ഉരുണ്ടുപെരളും. തെങ്ങുംപൂതം മുടിയഴിച്ചുലച്ച് നില വിളി തുടങ്ങി.

"എന്റമ്മ വീട്ടിലേക്ക് ഞാൻ പോവാണ്..." ഉടനെ കത്തിപ്പൂതം, "നീ എവിടെ വേണേലും പോയിത്തൊലയ്..." എന്നലറി വീണ്ടും അടിക്കാൻ തുടങ്ങി. പൂതങ്ങൾ ഉരുണ്ടുപെരളുന്ന കാഴ്ച കൺമുന്നിൽ വർണിച്ചു കാട്ടി. കണ്ണുകളടച്ച് ലേശം ഭയത്തോടെ മൃദുവായി ചോദിച്ചു,

"കുട്ടിപ്പൂതം എന്താച്ചാ ചെയ്യുന്നേ..?"

"കുട്ടിപ്പൂതങ്ങളെല്ലാം പാവമാ... ഒരിടത്ത് ഒതുങ്ങിയിരുന്ന് കരയും..."

"എങ്ങനാ കരയുന്നേ...?"

"ഊ... ഊ... എന്ന് നിന്നെപ്പോലാ അത് കരയുന്നത്..."

"ഒന്നു പോ അച്ചാ..."

കൂട്ടത്തോടെ കുഞ്ഞ് അയാളുടെ മാറിൽ ആഞ്ഞടിച്ച് താഴെയിറങ്ങി ഓടി.

■

മുന്നേറ്റം

ഈ ശാന്തത എത്രനേരം നീണ്ടുനിൽക്കുമെന്ന് ഒരു നിശ്ചയവുമില്ല. എന്തായാലും അധികസമയം നീണ്ടുനിൽക്കാൻ സാധ്യതയില്ല. രണ്ടു കുട്ടികളും താത്പര്യത്തോടെ കളികളിൽ ഏർപ്പെട്ടിരിക്കുന്നതു കണ്ടാൽ ഇതിലെന്തു തടസ്സം നേരിടാനാണ് എന്നേ ആർക്കും തോന്നുകയുള്ളൂ. ചെറിയ റീപ്പർക്കഷണങ്ങൾ വെച്ച് ബസ്സോടിച്ചു കളിക്കുകയാണവർ. പെൺകുട്ടിയുടെ ഇഷ്ടവിനോദമാണ് വണ്ടിയോടിക്കൽ.

അതിൽ ധാരാളംപേർ പങ്കെടുക്കും എന്നുള്ളതും കുറുകിയ ദൂരത്തിനുള്ളിൽ ഇടയ്ക്കിടെ നിർത്തുമെന്നുള്ളതും മാത്രമല്ല കാരണം. “ടിക്കറ്റ്, ടിക്കറ്റ്” എന്നു വിളിച്ചുപറഞ്ഞുകൊണ്ടുവരുന്ന കണ്ടക്ടറാണ് അവളെ വിസ്മയിപ്പിക്കുന്നത്. ടിക്കറ്റു കൊടുത്ത്, കാശുവാങ്ങി സഞ്ചിയിൽ നിക്ഷേപിക്കുന്നതും നിൽക്കുന്നതിനും പോകുന്നതിനും വിസിലടിക്കുന്നതും ഉൾപ്പെടെ എന്തെല്ലാം ജോലികളാണ് ഒരു കണ്ടക്ടർക്കുള്ളത്! ചിലപ്പോൾ ഡ്രൈവർസീറ്റിലിരുന്ന് കുറച്ചുനേരം വണ്ടിയോടിക്കും. അതു കഴിഞ്ഞാൽ മുഴുവൻ സമയവും അവൾ തന്നെ കണ്ടക്ടർ! സ്ഥലത്തിന്റെ പേരു പറഞ്ഞ് ആളുകളെ ഇറക്കും. ആളുകളെ ഒതുക്കി നിർത്തും. ദീർഘദൂരം ബസ്സിൽ യാത്ര ചെയ്തു കിട്ടിയ പരിചയമാണ് കളിയോട് ഇത്രമാത്രം താത്പര്യം അവൾക്കുണ്ടാക്കിയത്. അവളേക്കാൾ പ്രായം കുറഞ്ഞവനും വാക്കുകൾ ശരിയായി ഉച്ചരിക്കാൻപോലും കഴിയാത്തവനുമായ കുട്ടിക്ക് ട്രാക്ടർ ഓടിക്കാനാണ് ഏറെ താത്പര്യം.

അവരുടെ വീടിനടുത്തുകൂടി ഏറ്റവും കൂടുതൽ ഓടുന്നത് ട്രാക്ടറുകളാണ്. ‘പീ... പ്പീ...’ എന്നു ശബ്ദിച്ച്, റീപ്പർ കട്ടകളിൻമേലാണ് വണ്ടി ഓടിക്കൊണ്ടിരിക്കുന്നത്. അവന്റെ ഇഷ്ടത്തിനനുസരിച്ച് മണ്ണോ കല്ലോ ആയിരിക്കും ട്രാക്ടറിലുള്ളത്. ട്രാക്ടറിന്റെ പിൻഭാഗം ഉയർത്തി അതെല്ലാം താഴെയിറക്കുമ്പോൾ അവന്റെ മുഖത്ത് തെളിയുന്ന ഗൗരവം അത്ഭുതാവഹമാണ്.

ചില സമയങ്ങളിൽ ട്രാക്ടർ നിലമുഴുന്ന ജോലിയും ഏറ്റെടുക്കും. വളവുകളിൽ നന്നായി തിരിച്ച് ഉഴവുജോലി നടത്തും. ഇടയ്ക്കിടെ ‘ഗിയർ’

മാറ്റുന്നതാണ് അവന് ഏറ്റവും ഇഷ്ടപ്പെട്ട വിനോദം. രണ്ടുപേരുടെയും വാഹനങ്ങൾ പ്രത്യേകം പ്രത്യേകം റോഡുകളിലാണ് സഞ്ചരിച്ചുകൊണ്ടിരിക്കുന്നത്.

അതിനാൽ തനിക്ക് സ്വസ്ഥമായി ഒരിടത്തിരുന്ന് പുസ്തകം വായിക്കാൻ കഴിയുന്നു. "പീ... പ്പീ..." എന്നും "ടർർർ..." എന്നും ശബ്ദമുണ്ടാക്കി വരുന്ന വാഹനങ്ങൾ നേർക്കുനേർ വന്നുചേരുമ്പോൾ, വഴിമാറി, രണ്ടും രണ്ടു വഴിക്ക് സമാധാനപരമായി പോകുന്നത് നടക്കാത്ത കാര്യമാണ്. കൂട്ടിമുട്ടലും പരസ്പരം വഴക്കുകളും സാധാരണയായി ഉണ്ടാകും. അപകടമൊന്നും ഉണ്ടാകാതിരിക്കാനും ഉണ്ടായാൽ ഓടിച്ചെന്ന് സഹായിക്കാനും ഞാനുണ്ട്. മേൽനോട്ടം എന്ന ചുമതല എന്നെ ഏൽപ്പിച്ചാണ് അവൾ പോയിരിക്കുന്നത്.

കൈയിലിരിക്കുന്ന പുസ്തകം വെറുതെ നോക്കിക്കൊണ്ടിരിക്കാനേ കഴിയുന്നുള്ളൂ... മനസ്സ് പൂർണമായും കളികളിലാണ്. കളിയുടെ അവസാനം എങ്ങനെയായിരിക്കുമെന്നുള്ളത് ബോധ്യമുള്ള കാര്യമാണ്. എങ്കിലും ഇന്നത് നടക്കരുതേയെന്ന് മനസ്സ് മന്ത്രിച്ചുകൊണ്ടിരിക്കും. കളി തുടങ്ങുന്നത് നല്ല മനസ്സോടെയാണ്.

"കഞ്ഞി വെച്ചിട്ട് കളി തൊടങ്ങാമോടാ..." എന്ന് ചേച്ചി ചോദിക്കും. അനിയൻ 'മ്' എന്നു പറയും. രണ്ടുപേർക്കും പ്രത്യേകമായി വീതിച്ചിട്ടുള്ള സാധനങ്ങൾ എടുത്തുവെയ്ക്കും. ചോറ്, കറി, രസം എന്നിങ്ങനെ രണ്ടു വീടുകളിലും പാചകം തുടരും.

പെട്ടെന്ന് അനിയന്റെ വീട്ടിൽ പ്രശ്നങ്ങൾ തുടങ്ങും. രസം ഒഴിച്ചു വെക്കാനോ, കറി മൂടിവെക്കാനോ ഉള്ള പാത്രങ്ങൾ ഉണ്ടായിരിക്കുകയില്ല. ഉടനെ ചേച്ചിയുടെ വീട്ടിലേക്കു പോകും. ചോദ്യവും പറച്ചിലുമൊന്നുമില്ല. അവനു വേണ്ടത് ചെന്നെടുക്കും. ചേച്ചി പാത്രത്തിൽ പിടിച്ചു വലിക്കും. അവൻ കൈയിലുള്ള പാത്രം കൊണ്ട് ചേച്ചിയെ അടിക്കും. തിരിച്ചടിക്കാൻ അവൾക്കു ഭയമാണ്. അതിനു കാരണവുമുണ്ട്. അവൻ കൊച്ചുകുഞ്ഞാണ്. അതു മാത്രമല്ല, കൂടെക്കൂടെ പനി, കഫക്കെട്ട് മുതലായ എന്തെങ്കിലും അസ്വാസ്ഥ്യങ്ങൾ ഉണ്ടായിക്കൊണ്ടിരിക്കും. അതുകൊണ്ട് അവന് ഞങ്ങളുടെ കൂട്ടത്തിൽ പ്രത്യേക പരിഗണനയുണ്ട്. അവനെ അടിക്കുകയോ വഴക്കുപറയുകയോ ചെയ്യാറില്ല. ചേച്ചി അവനെ അടിച്ചാൽ ഞങ്ങളവനെ ശകാരിക്കും.

"അവൻ കുഞ്ഞല്ലേ, കൊടുത്താലെന്താ...?"

"കുഞ്ഞിനെ അടിക്കാൻ പോകുന്നതു കണ്ടില്ലേ...?"

"നീ മൂത്തവളല്ലേ; നീയല്ലേ അവനു കൊടുക്കേണ്ടത്...?"

ഇങ്ങനെയൊക്കെ അവനെ നോക്കി ഞങ്ങൾ പറഞ്ഞുകൊണ്ടിരിക്കും. അവൾ എന്തെങ്കിലും സാധനം അവനു കൊടുക്കാൻ മടിച്ചാൽ ഞങ്ങളത് പിടിച്ചുപറിച്ച് അവനു കൊടുക്കും.

ചേച്ചിയെ തന്ത്രപൂർവ്വം കബളിപ്പിക്കുകയാണ് ഇതെങ്കിലും, ഈ വഴക്ക് മറ്റുവിധത്തിൽ തീർത്തുവെക്കാൻ കഴിയാത്തതുകൊണ്ടാണ് ഇങ്ങനെ സംഭവിക്കുന്നത്. ഇക്കാര്യത്തിൽ ഞങ്ങൾക്കിടയിൽത്തന്നെ കഠിനമായ അഭിപ്രായവ്യത്യാസം നിലനിൽക്കുന്നുണ്ട്. കുറഞ്ഞപക്ഷം മൂന്നുവർഷത്തെ ഇടവേളയെങ്കിലും വേണ്ടതായിരുന്നു എന്നോ അല്ലെങ്കിൽ ഒന്നുകൊണ്ട് നിർത്തിയിരുന്നെങ്കിൽ ഈ പ്രശ്നങ്ങൾ ഉണ്ടാകുമായിരുന്നില്ല എന്നോ ഞങ്ങൾ കണക്കുകൂട്ടിയിരുന്നു. ഇക്കാര്യത്തിൽ ഒരാൾ മറ്റൊരാളെ കുറ്റം പറയുന്നതും പതിവായിട്ടുണ്ട്.

കുട്ടികൾ വഴക്കുകൂടാൻ തുടങ്ങിയാൽപ്പിന്നെ രക്ഷയില്ല. പിന്നെ കുട്ടികളുണ്ടാവില്ല. മാറിമാറി കരയാൻ തുടങ്ങും. അടക്കാൻ കഴിയാതെ വിങ്ങിവിങ്ങിക്കരയുന്ന അവരെ കണ്ടുനിൽക്കുന്നത് ഞങ്ങൾക്കും സങ്കടകരമാണ്. ആകപ്പാടെ നിരാശ തോന്നും. രണ്ടുപേരെയും പിടിച്ച് ഈരണ്ടു പൊട്ടിക്കണമെന്നു തോന്നും. കുട്ടികളിലെ ദൈവികഭാവമെല്ലാം പുസ്തകങ്ങളിൽ വായിക്കാൻ കൊള്ളാം. എന്നാൽ പെരുമാറ്റത്തിൽ രാക്ഷസീയ മുഖമാണ് കാണുന്നത്. കൺമുന്നിൽ നടക്കുന്ന ഈ വണ്ടിയോട്ടിക്കളി എത്ര നന്നായിരിക്കുന്നു?

മുതിർന്നവരെപ്പോലെ അഭിനയിക്കുന്ന കുട്ടികളുടെ മുഖങ്ങളിൽ അത്ഭുതകരമായ ഒരു അലൗകികഭാവം പ്രകടമായിരുന്നു. കാപട്യ ലേശമില്ലാത്ത മുഖഭാവങ്ങളോടെ സ്വർഗ്ഗത്തിൽനിന്നും ഭൂമിയിലേക്ക് ഇപ്പോൾ ഇറങ്ങിവന്നതുപോലെ അവർ കാണപ്പെട്ടു. സാധാരണമനസ്സോടെ അതു കണ്ടു രസിക്കാൻ നമുക്ക് ആവില്ലല്ലോ?

എപ്പോഴാണ് അടുത്ത വഴക്ക് തുടങ്ങുക എന്ന അങ്കലാപ്പോടെ ഞാൻ നോക്കിയിരിക്കുകയാണ്. എന്തുകൊണ്ടാണ് അവർ തമ്മിൽ ഇത്രയും വഴക്കുണ്ടാകുന്നത്? കുട്ടികളുടെ മനസ്സിലും ജന്മനാ പിശാചുക്കൾ കുടിയിരിക്കാൻ തുടങ്ങുമോ?

കാത്തിരുന്ന ആ നിമിഷം കൺമുന്നിൽ രണ്ടുപേരും ഒരേ തരത്തിലുള്ള മരക്കട്ടകൾകൊണ്ടാണ് വണ്ടിയോടിച്ചുകൊണ്ടിരിക്കുന്നത്. മറ്റുള്ളവരുടെ വസ്തുക്കളാണ് മികച്ചതെന്ന ഒരു ധാരണ മുതിർന്നവർക്കുണ്ട്. ഇപ്പോൾ കുട്ടികളും അതുപോലെയായിത്തീർന്നോ?

ചേച്ചിയുടെ മരക്കട്ടകൾ വേണമെന്നുപറഞ്ഞ് അവൻ നിർബന്ധപൂർവ്വം അത് എടുത്തുകൊണ്ടുവരുന്നു. വിടർന്ന ചുണ്ടുകൾ ചുരുക്കിപ്പിടിച്ച്, 'താ... താ...' എന്ന് കൊഞ്ചുന്നതു കേൾക്കാൻ കൗതുകമായിരുന്നു. ഇതുകണ്ട് ചേച്ചിയുടെ മുഖം ചുളുങ്ങിപ്പോയിരുന്നു.

"ഇതുകണ്ടോ അച്ഛാ...?" എന്നെ നോക്കി പറഞ്ഞു.

"അവൻ അത് അവന്റേതാന്ന് പറയുന്നു."

അവളോട് എനിക്കു സഹതാപം തോന്നി. എപ്പോഴും അവളുടെ പക്ഷം സംസാരിക്കാൻ ഒരുത്തരും കാണുകയില്ല. അവൾ പാവം!

“എന്തിനാടാ ചേച്ചിയോടു ചോദിക്കുന്നത്? നിനക്കുള്ളതുകൊണ്ട് കളിക്ക്...” അല്പം വിരട്ടുന്നതുപോലെ ഉറച്ച സ്വരത്തിൽ പറഞ്ഞു. കേട്ടയുടൻ അവന്റെ മുഖഭാവം മാറി.

ഉച്ചത്തിൽ നിലവിളി! “അതു വേണം...” എന്ന് കൊഞ്ചൽ. ഈ വഴക്ക് അത്ര പെട്ടെന്ന് തീർക്കാൻ കഴിയില്ല. എങ്ങനെയായാലും ചേച്ചിയെയാണ് സമാധാനിപ്പിക്കേണ്ടത്.

“മോളേ... അവൻ കുഞ്ഞല്ലേ...? നിന്റേതു കൊടുത്തിട്ട് അവന്റേത് വാങ്ങിച്ചോ...” എന്ന് അവളോട് അപേക്ഷിക്കുന്നതുപോലെ പറഞ്ഞു. അവളുടെ മുഖം കറുത്തു. “ഇതിൽ ആണിയുണ്ട്.” അവൾ പറഞ്ഞു. രണ്ടുപേരുടെയും കട്ടകൾ തമ്മിൽ ഈ വ്യത്യാസമുണ്ടെന്ന് ഞാൻ അറിഞ്ഞിരുന്നില്ല.

“ഉണ്ടെങ്കിലെന്താ...? രണ്ടും ഒന്നുപോലെയല്ലേ; കൊടുത്തേക്ക്...” എന്നായി ഞാൻ. അവൾ അത്ര വേഗം അനുസരിക്കുമെന്ന് തോന്നുന്നില്ല.

“എനിക്ക് ഇതുതന്നെ മതി!”

“മോളേ, ഈ നായ് കരഞ്ഞുവിളിച്ച് ഉയിരെടുക്കും. കൊടുത്തേരേ...” എന്ന് ഞാൻ അപേക്ഷിച്ചു. ഒന്നിനും അവൾ തയ്യാറായില്ല.

“എനിക്കു വേണം...” കരഞ്ഞുകരഞ്ഞ് അവളുടെ കണ്ണുകൾ വീർത്തു. അവൾ പല്ലുകൾ കടിച്ചുകൊണ്ട് പറയുന്നു. ഇനി സമാധാന സംഭാഷണത്തിന് അർത്ഥമില്ല.

“ദേ, ഇങ്ങോട്ടു നോക്കുന്നോ, ഇല്ലയോ?” ഭീഷണിപ്പെടുത്തുന്ന എന്റെ ശബ്ദം അവൾ പ്രതീക്ഷിച്ചിട്ടുണ്ടാകണം. ഒരു പ്രതികരണവും അവളിൽനിന്നുമുണ്ടായില്ല.

“കൊടുക്കത്തില്ല.” അവൾ ഉറച്ചുനിന്നു. ഇന്നുവരെ ഇവളിങ്ങനെ പെരുമാറിയിട്ടില്ല.

ഒന്നു വിരട്ടിയാൽ മതി. തുരുതുരെ കണ്ണീരൊലിപ്പിച്ചുകൊണ്ടു കൊടുക്കുകയാണ് പതിവ്. ഇന്നെന്തുപറ്റി?

“നീയും നിർബന്ധം പിടിക്കുകയാണോ? കൊടുക്കുന്നോ ഇല്ലയോ?”

“ങൂ...ഹും... കൊടുക്കത്തില്ല. അത്രതന്നെ.” ഉത്തരം മുൻകൂട്ടി തീരുമാനിച്ചുറപ്പിച്ചിരുന്നതുപോലെ തോന്നി. എന്തു ചെയ്യണമെന്നറിയില്ല. ഇനി ഒറ്റ മാർഗ്ഗമേയുള്ളൂ. അടി തന്നെ!

അവന്റെ ‘വേണം വേണ’മെന്ന നിർബന്ധം ഞാൻ എങ്ങനെയെങ്കിലും അതു വാങ്ങിക്കൊടുക്കുമെന്നുള്ള വിശ്വാസം അവന്റെ കരച്ചിലിൽ തെളിഞ്ഞു കാണാം. എത്ര പറഞ്ഞിട്ടും അനുസരിക്കാത്ത അഹങ്കാരം ഈ പ്രായത്തിൽ അംഗീകരിച്ചുകൊടുക്കാൻ കഴിയില്ല.

“വടി എടുത്തോണ്ടുവരാം...” എന്നു ഭീഷണിപ്പെടുത്തി, വടി

അന്വേഷിച്ചു പോയി. അടുത്തെങ്ങും കിട്ടിയില്ല. വടി കിട്ടിയിട്ടും അടിക്കാൻ മനസ്സു വന്നില്ല.

എത്ര ദേഷ്യം വന്നാലും കണക്കുകൂട്ടൽ തെറ്റാറില്ല. വളരെ ശ്രദ്ധയോടെ കൈകാര്യം ചെയ്യേണ്ട കാര്യമാണ്. കനത്ത വടിയാണെങ്കിൽ എല്ലു പൊട്ടാനുള്ള സാധ്യതയുണ്ട്. ചുട്ട ഒരടി കൊടുത്താൽ മതി. ഒരു വടി കണ്ടുപിടിച്ചുകൊണ്ടുവന്നപ്പോൾ അവളെ കാണാനില്ല. അവൻ കരഞ്ഞുകൊണ്ട് അവിടെത്തന്നെ നിന്നിരുന്നു. അടികൊള്ളാതെ രക്ഷപ്പെടാൻ പുതിയതായി കണ്ടുപിടിച്ച തന്ത്രമാണെന്നു തോന്നുന്നു.

"ചേച്ചി എവിടെപ്പോയെടാ...?"

"ചേച്ചി..." എന്നു പറഞ്ഞ് വീടിന്റെ പിന്നിലേക്ക് കൈനീട്ടി കരഞ്ഞുകൊണ്ടുതന്നെ നിന്നു. അവൾ കളിക്കാനുപയോഗിച്ചിരുന്ന റീപ്പർ കട്ടകളും കാണാനില്ല. അതുംകൊണ്ടാണ് അവൾ ഓടിപ്പോയത്.

പറഞ്ഞാൽ അനുസരിക്കാത്ത സ്വഭാവം ഇത്ര ചെറുപ്പത്തിലേ തുടങ്ങിയോ? മൂന്നു വയസ്സിൽ എന്താണിത്ര പിടിവാശി. ഇതിങ്ങനെ വിട്ടാൽ പറ്റില്ല. വീടിന്റെ പിൻപുറത്തേക്കു നടന്നു. അവനും കരഞ്ഞുകൊണ്ട് പിന്നാലെ വന്നു. പിന്നിൽ ചുമരുകൾ മാത്രമേ ഉണ്ടായിരുന്നുള്ളൂ. അവളെ കാണാനില്ല. ഇടത്തോട്ടോ വലത്തോട്ടോ പോയിക്കാണും. വീടിനെ ചുറ്റി നടന്ന് പറ്റിക്കുകയാണോ?

ഈ വയസ്സിൽ എന്തെല്ലാം പഠിച്ചുവെച്ചിരിക്കുന്നു, കൊച്ചുകള്ളി! ഭിത്തിയോടു ചേർന്ന് അതേ ഭാവത്തോടെ നിൽക്കുന്നതു കണ്ടുപിടിച്ചു. മരക്കട്ടകൾ കൈയിലുണ്ടായിരുന്നില്ല. കൈയിലിരുന്ന വടികൊണ്ട് കാലിൽ ഒരടി കൊടുത്തു. റീപ്പർ എവിടെയെന്നു ചോദിച്ചു.

ചൂടുള്ള ഒരടി കിട്ടിയിട്ടും ഒന്നു കരയുകപോലും ചെയ്യാതെ മുഖം കടുപ്പിച്ച് കൈ ചൂണ്ടിക്കാട്ടി.

അടുത്തുള്ള ഓടയിലെ കരിക്കുഴമ്പുപോലെ ഒഴുകുന്ന ചളിവെള്ളത്തിൽ... റീപ്പർ എവിടെയാണ്? എങ്ങനെ കണ്ടുപിടിക്കാൻ കഴിയും? ■

അത്തിമരച്ചോട്ടിലെ ഒറ്റക്കല്ല്

കാടു വരണ്ടുകിടന്നു. രാക്ഷസരൂപിയായ ഒരാന തുമ്പിക്കൈ ഉയർത്തിപ്പിടിച്ച് കാൽമടക്കിക്കിടന്ന് ഒരു പാറയായി രൂപാന്തരം പ്രാപിച്ചതുപോലെ തോന്നും.

പാറക്കൂട്ടങ്ങൾ നിറഞ്ഞ കുന്ന്. വീതിയുള്ള പടിക്കെട്ടുകൾ. ഭക്തർക്ക് വിശ്രമിക്കാനായി നിർമ്മിച്ചിട്ടുള്ള മണ്ഡപങ്ങളിൽ സംഭാവന നൽകിയവരുടെ പേരുകൾ രേഖപ്പെടുത്തിയിരിക്കുന്നു. പുതുക്കിപ്പണിഞ്ഞു കൊണ്ടിരിക്കുന്ന പ്രധാന ഗോപുരം. വഴിനീളെ ദേവീദേവന്മാരുടെ വിഗ്രഹങ്ങൾ. അതിനുള്ള പന്തലുകൾ. ഇതൊക്കെ ഉണ്ടെങ്കിലെന്താ? കല്ലിൽ ക്കൊത്തിയ അവയുടെ ശരീരങ്ങളിൽ കുമിളകൾ പൊരിഞ്ഞിളകുന്നതു പോലെ തോന്നും. എവിടെയും മൺപാതകൾ കാണാനില്ല. ഈ മൊട്ടക്കുന്നിലാണോ ആ അത്തിമരമുള്ളത്? തലയുയർത്തി നോക്കിയ അവൾ നിരാശയോടെ മുഖം കുനിച്ചു.

"ഇങ്ങോട്ടു വാ..."

മൃദുവായി കൈയിൽപ്പിടിച്ച് അമ്മായി കൂട്ടിക്കൊണ്ടുപോയി. ഭസ്മമെടുത്ത് നെറ്റി മുഴുവൻ പൂശി. കൈയും നെറ്റിയും പൊള്ളുന്നതുപോലെ. കൊടുങ്കാട്ടിൽ ഇലത്തേൾ ദേഹത്തു പതിച്ചാലുണ്ടാകുന്ന നീറ്റൽ.

"ദേ, ആ കുന്നിൻമുകളിൽ കാണുന്നില്ലേ... അവിടെയുള്ള ദേവിയെ മനസ്സിൽക്കണ്ട് പ്രാർത്ഥിക്ക്..."

കുന്നിൻമുകളിലേക്കു നോക്കി. മലമുകളിലേക്കു പോകുന്തോറും വീതി കുറഞ്ഞുകുറഞ്ഞ് മുകളറ്റം കൂർത്ത് ആകാശത്തു മുട്ടുന്നതു പോലെ കാണപ്പെട്ടു. വെൺമേഘങ്ങൾ ക്ഷേത്രഗോപുരങ്ങളിൽ സ്പർശിക്കുന്നതായി തോന്നും. അവൾ കൈകൂപ്പി പ്രാർത്ഥിച്ചു.

അമ്മായിയുടെ നാക്കിന് ഇത്രയും മയം എവിടെനിന്നാണ് വന്നു ചേർന്നത്.? ഇങ്ങനെയൊക്കെ സംസാരിക്കാനും അവർക്കറിയാമോ? എപ്പോഴും തുളച്ചുകയറുന്ന അവരു നാക്ക് വാടിയ കറ്റാർവാഴമുള്ളു പോലെയായി മാറിയിരിക്കുന്നു. അതിപ്പോഴാണോ കാണാൻ കഴിഞ്ഞിട്ടുള്ളത്?

മാനത്തുനിന്നും പൊട്ടിവീണ മഹാപ്രളയം. രണ്ടുമൂന്നു വർഷങ്ങൾക്കു ശേഷമാണ് ഈ വരണ്ട മലങ്കാടുകൾ ഒന്ന് ദാഹം ശമിപ്പിക്കുന്നത്. മഴവെള്ളം പരമാവധി ഉള്ളിലേക്ക് ആവാഹിച്ച്, പുറത്തേക്കു തുപ്പിക്കൊണ്ടിരുന്നു. പ്രഭാതങ്ങൾ സന്തോഷപൂർണ്ണമായി കടന്നുപൊയ്ക്കൊണ്ടിരുന്ന നാളുകളായിരുന്നു അത്. വയലിൽ ആരിയൻ നെല്ല് കൃഷിയിറക്കുന്ന കാലം. ഞാറ് നല്ലതുപോലെ തഴച്ചുവളർന്നിരുന്നു. ഞാറു നടാൻ ഒരു പത്തിരുപതുപേരെങ്കിലും കാണും. തലക്കോഴി കൂവിയപ്പോഴേ അവൾ ഉണർന്നു. ഇനിയും പെരുമീൻ ഉദിച്ചിരുന്നില്ല. ഒരു വട്ടി തിന കുത്തിയെടുത്ത് ചോറുണ്ടാക്കി. തുവരപ്പരിപ്പു കറിയുണ്ടാക്കി. അതിന്റെ സുഗന്ധം വീട്ടിലെല്ലാം പ്രസരിച്ചു. ചോറു വടിച്ചിറക്കി വെച്ചു. നേരം പുലരുന്നതിനു മുമ്പുതന്നെ ഭക്ഷണം തയ്യാർ! ഒരു കുടം വെള്ളം നിറച്ചു വെച്ചു. ആളുകളെക്കൂട്ടി പോകാൻ തയ്യാറായി.

“നീ എന്തിനാ അങ്ങോട്ടു വരുന്നേ...? ഞാറു നടാനാണോ? വരണ്ട വയറുകാരി ഞാറു നട്ടാ വല്ലതും കിട്ടുമോ? പോ... പോ...” എന്നു പറഞ്ഞ് അമ്മായി മറ്റുള്ളവരെ കൂട്ടിക്കൊണ്ടുപോയി. അന്നു മുഴുവൻ ഞാൻ തിണ്ണയിൽ ഗതികെട്ടവളായിക്കിടന്നു.

പറ്റിയെരിയുന്ന ആ നാക്ക് ഇപ്പോഴെന്തിനാ ഇങ്ങനെ കൊഞ്ചിക്കുഴയുന്നത്? എല്ലില്ലാത്ത നാക്കല്ലേ, എങ്ങോട്ടു വേണമെങ്കിലും വളയും!

ഭർത്താവിനെ തൊട്ടുരുമ്മിയാണ് അവളുടെ നടപ്പ്. അയാളുടെ ശരീരത്തിൽനിന്നും കറ്റാർ വാഴച്ചാറിന്റെ ദുർഗന്ധം മൂക്കിലടിച്ചു. മുമ്പൊക്കെ ഛർദ്ദിക്കുമായിരുന്നു. എന്നാലിപ്പോൾ ശീലമായി. അയാൾ അവളുടെ കൈകളിൽ പിടിച്ചു. തിരിഞ്ഞ് അവളെ ചെരിഞ്ഞുനോക്കി ചെറുതായി ചിരിച്ചു.

“മാർകഴി മാസത്തിലാണ് നൊയമ്പ്. അപ്പോൾക്കാണണം ഇവിടുത്തെ തിരക്ക്. ചുറ്റുമുള്ള ഊരുകളിൽ നിന്നെല്ലാം ആളുകൾ മാട്ടുവണ്ടികളിൽ വന്ന് ഇവിടെത്തങ്ങും. ഈ കോവിലിൽ പ്രാർത്ഥിച്ചാൽ വിട്ടുമാറാത്ത രോഗങ്ങളില്ല. ഇപ്പോഴാണല്ലോ ബസ്റൂട്ടൊക്കെ തുടങ്ങിയത്. എങ്കിലും പടി ചവുട്ടിപ്പോകുന്നതാണ് പുണ്യം. നേർച്ച ഫലിക്കണമെങ്കിൽ പടികയറിത്തന്നെ പോകണം. വഴിനീളേ എത്ര ദേവീദേവന്മാരാണുള്ളത്; അറിയാമോ?”

കൂടെ നടന്നുകൊണ്ടിരിക്കുന്ന നാത്തൂന്റെ ഭർത്താവ് നിർത്താതെ പറഞ്ഞുകൊണ്ടിരുന്നു. അയാൾക്കറിയാത്ത കഥകളില്ല. കുമ്പളങ്ങ പോലുള്ള കുടവയർ. കറുപ്പ് തലമുടി. വെള്ളക്കുപ്പായം. കുപ്പായം ഊരിപ്പിടിച്ച്, ഒരു പൂണൂൽ ധരിച്ച് ഒരു ഉച്ചിക്കുടുമിയും വെച്ചാൽ എങ്ങനെയിരിക്കും? അങ്ങനെയൊരു രൂപമാണ് കൺമുന്നിൽ വന്നത്. നിർത്താനാവാത്ത ചിരി. വളരെ പണിപ്പെട്ട് ചിരിയടക്കി അതൊരു പുഞ്ചിരിയായി മാറ്റി.

നടക്കുന്തോറും ചവിട്ടുപടികളുടെ വിസ്താരം കൂടിക്കൂടി വന്നു. എത്ര നേർച്ചകൾ നടത്തിയതാണ്. ഇവർക്ക് ഒരിക്കലും മടുപ്പു തോന്നുകയില്ലേ? കഴിഞ്ഞ പത്തു വർഷങ്ങളായി കയറിയിറങ്ങാത്ത ക്ഷേത്രങ്ങളില്ല. നടന്നു നടന്ന് കാലിലെ തൊലി തേഞ്ഞതുതന്നെ മിച്ചം! ഇപ്പോഴും മുടങ്ങാതെ നേർച്ചകൾ നടന്നുകൊണ്ടിരിക്കുന്നു. ഇവിടെ എന്തൊക്കെ നേർച്ചകളാണോ നടക്കാൻ പോകുന്നത്? അറിഞ്ഞുകൂടാ. അവളിപ്പോൾ അതൊന്നും അന്വേഷിക്കാറില്ല. പോകാൻ വിളിച്ചാൽ എതിർക്കാറുമില്ല.

ഇനി തന്റെ വയറ്റിൽ ഒരു കുഞ്ഞു പിറക്കുമെന്നുള്ള ഒരു പ്രതീക്ഷയും അവൾക്കില്ല. പ്രതീക്ഷകളെല്ലാം അസ്തമിച്ചുകഴിഞ്ഞു. എന്നാൽ മറ്റുള്ളവർക്കെല്ലാം ഇപ്പോഴും നല്ല പ്രതീക്ഷയാണ്. പുതിയ പുതിയ രൂപത്തിൽ നേർച്ചകളും വഴിപാടുകളും നടന്നുകൊണ്ടേയിരുന്നു.

ഒരു മുല്ലപ്പൂമാല കഴുത്തിനുചുറ്റും കറക്കുന്നു. എന്നിട്ട് 'ഇരട്ടക്കുട്ടികൾ' എന്നു പറഞ്ഞ് ഭർത്താവ് അവളുടെ മുടിയിഴകളിൽ തിരുകിവെക്കുന്നു. ആശയോടെയാണ് അയാൾ അതു ചെയ്തതെങ്കിലും അവൾക്ക് അതത്ര പിടിച്ചില്ല. ഊർന്നുപോകുന്ന മുല്ലപ്പൂമാലയെ ഒതുക്കിക്കെട്ടിവെക്കുന്നതുപോലെ തോന്നി.

“രണ്ടു മൊഴം മുല്ലപ്പൂ ചൂടി നിന്നെക്കണ്ടാൽ കല്യാണപ്പെണ്ണിനെപ്പോലുണ്ട്..” അവൻ അവളുടെ കാതിൽ കുശുകുശുത്തു. അവൾ തിരിഞ്ഞുനോക്കാതെ പടിക്കെട്ടുകൾ കയറിക്കൊണ്ടിരുന്നു. പടികൾ തെന്നുന്നു. അരികിലുള്ള ചുവരിൽപ്പിടിച്ച് അവൾ സാവധാനം മുന്നോട്ടു നീങ്ങി.

“അഞ്ചാറെണ്ണത്തിനെ പെറ്റ് വീടുനിറയെ സന്തോഷം കൊട്ടിക്കെടക്കുവല്ലിയോ... തല നെറച്ചു പൂവ്... ഒരുക്കം കണ്ടാലോ തെരുവില് നടക്കുന്നവളെപ്പോലെ...”

അമ്മായിയുടെ നോട്ടത്തിന്റെ അർത്ഥം അതാണെന്ന് അവൾക്ക് എളുപ്പത്തിൽ മനസ്സിലായി. കലങ്ങിയ കണ്ണുകൾ കുന്നിനു ചുറ്റും കറങ്ങിനടന്നു. പാറയിടുക്കുകളിൽ തളിർത്ത മരങ്ങൾ ചാഞ്ഞും ചരിഞ്ഞും അങ്ങിങ്ങായി കാണപ്പെട്ടു. അക്കൂട്ടത്തിലായിരിക്കും അത്തിമരമുള്ളത്! രണ്ടായിരം കൊല്ലം പഴക്കമുണ്ടെന്നു പറയപ്പെടുന്ന മരം ഇപ്പോഴും അങ്ങനെതന്നെയുണ്ടാകുമോ! അതിന്റെ സന്തതി... സന്ധതിയുടെ സന്ധതി... ഒരു ചെറുചെടിയായിട്ടായിരിക്കും ആ പാറയിടുക്കിൽ മുളച്ചുപൊന്തി പടർന്നു പന്തലിച്ചിട്ടുള്ളത്. അതിനടിയിൽ തലയുയർത്തി കണ്ണീരൊലിപ്പിച്ച് നിൽക്കുന്നുണ്ടാകും പതിവ്രതയായ ദേവി!

രണ്ടായിരം വർഷങ്ങൾക്കുമുമ്പ് ഈ കുന്നിൻമുകളിലെത്തിയ ഒരു പതിവ്രതയായ സ്ത്രീ ഇവിടെയുള്ള അത്തിമരത്തിന്റെ ചുവട്ടിൽ നിന്നുവത്രേ! പത്തുനാൾ ഒരേ നിൽപ്പുനിന്ന് അവളെ, ആകാശത്തുനിന്നും ഒരു പുഷ്പകവിമാനം വന്ന് കൂട്ടിക്കൊണ്ടുപോയത്രേ! ആ

സ്ത്രീക്കും കുട്ടികളില്ലായിരുന്നുപോലും. അവർ മരിച്ചതിനുശേഷം മക്കളില്ലാത്ത സ്ത്രീകൾക്ക് മക്കളുണ്ടാകാൻ വരം കൊടുക്കുന്ന ദേവിയായി മാറിയത്രേ! അവൾ 'അമ്മദേവി'യായി രൂപാന്തരപ്പെട്ടെന്നാണ് ഐതിഹ്യം. അവളെ കാണാനാണ് ഈ കഷ്ടപ്പാടെല്ലാം... ഇങ്ങനെ എത്രയെത്ര കഥകളാണ്, ഈ സ്ഥലത്തെപ്പറ്റിയുള്ളത്.

നാത്തൂൻ തുള്ളിക്കൊണ്ട് മറ്റൊരു മണ്ഡപത്തിനടുത്തേക്ക് പോയി. അമ്മായി ഇപ്പോഴും താഴെത്തന്നെ ഇരുന്നതേയുള്ളൂ. അവസാനത്തെ മണ്ഡപം. അതു കടന്നാൽ ക്ഷേത്രം. ചായം മങ്ങിപ്പോയ കല്ലുകൾ ശോകമൂകമായി കാണപ്പെട്ടു. ചായം പൂശിയിട്ട് ഒരുപാടു വർഷങ്ങൾ ആയിക്കാണും. ഭർത്താവ് ഒരു സർബ്ബത്ത് വാങ്ങി അവൾക്കു കൊടുത്തു. വായ് നിറയെ കടുംമധുരം. 'ഒന്നുകൂടി വേണോ' എന്ന ചോദ്യത്തിന് 'വേണ്ടാ' എന്നു തലയാട്ടി. അർച്ചന... കാണിക്ക... അധികം തിരക്കുണ്ടായിരുന്നില്ല.

"അമാവാസിക്കും കാർത്തികയ്ക്കും വലിയ ആൾക്കൂട്ടമുണ്ടാകും. ആ ദിവസങ്ങളിൽ അർച്ചനയും വഴിപാടുകളും ഭംഗിയായി നടത്താൻ കഴിയില്ല..." നാത്തൂന്റെ ഭർത്താവ് ഉള്ളിലേക്ക് നോക്കി, ഒട്ടിയ മുഖവും ചപ്പിയ മൂക്കുമുള്ള അടിവാരത്തിൽക്കണ്ട കുഷ്ഠരോഗിയായ ഭിക്ഷക്കാരനെപ്പോലെ തോന്നിക്കുന്ന 'അമ്മദേവി'! ഇവർക്ക് വരം തരാനുള്ള ശക്തിയുണ്ടാകുമോ എന്ന് അവൾ സംശയിച്ചു. അമ്മദേവിക്ക് ആകെ ഒറ്റക്ഷേത്രം മാത്രമേയുള്ളൂ. അത് ഇവിടെ മാത്രമാണ്. അതാണ് ഈ സ്ഥലത്തിന്റെ സവിശേഷത."

നാത്തൂന്റെ ഭർത്താവ് നിർത്താതെ ഓരോന്ന് പറഞ്ഞുകൊണ്ടിരുന്നു. "പിന്നേ, കുമ്പിട്ടുകുമ്പിട്ട് നടന്നാ അമ്മസ്വാമി ഇപ്പം വാരിക്കോരിത്തരും!" പോ..." സന്നിധാനം മുഴുവൻ പുക. കണ്ണുകളടച്ചു നിന്നു. മനസ്സിൽ എന്തെല്ലാം ചിന്തകളാണ് വന്നുപൊയ്ക്കൊണ്ടിരിക്കുന്നത്. എന്തെല്ലാം ഓർമ്മകൾ?

"അയ്യോ സ്വാമിയമ്മേ, ക്ഷമിക്കണേ... എന്തെങ്കിലും തെറ്റായി ചിന്തിച്ചിട്ടുണ്ടെങ്കിൽ മാപ്പാക്കണം. തെറ്റു ചെയ്താലും നീ തന്നെ കാത്തോളണം... അമ്മേ, ദേവീ...!"

ഭർത്താവ് പ്രസാദലഡു വാങ്ങിക്കൊണ്ടുവന്നു. നെയ്മണം മൂക്കിലടിച്ചു. മണ്ഡപത്തിലിരുന്ന് ഭക്ഷണം കഴിച്ചു.

"കുന്നിൻമുകളിലെ അമ്പലത്തിൽ പോകാം... വെയിലു കൂടിയാപ്പിന്നെ പോകാൻ ബുദ്ധിമുട്ടാ... കണ്ണടച്ചു പാതിമയക്കത്തിൽക്കിടന്ന അമ്മായി ചാടിയെഴുന്നേറ്റു പറഞ്ഞു.

"അതേയതേ.... നടക്ക്... അർച്ചന കഴിച്ചിട്ട് പിന്നെ വന്നിരിക്കാം..."

"ഇനിയും അർച്ചനയോ? ഈ നടത്തിയ അർച്ചനയും കാണിക്കയുമൊന്നും മതിയായില്ല...?" അവൾ തലയിൽ കൈവെച്ചു. ഭർത്താവ് കൈകളിൽ പിടിച്ചുവലിച്ചു. എഴുന്നേറ്റു നടന്നു. ചവിട്ടുപടികളൊന്നുമില്ല. കല്ലും മുള്ളും നിറഞ്ഞ കാനനപാത. എത്ര ദൂരം കാണുമോ എന്തോ?

കല്ലിലുരഞ്ഞ് പാദങ്ങൾ വേദനിക്കാൻ തുടങ്ങിയിരുന്നു. കുന്നിന്റെ വിളുമ്പിൽ ഒരു 'കുത്തുകല്ല്' നിന്നിരുന്നു. ഒരു വിരലുകൊണ്ട് തള്ളിയാൽപോലും വീഴുമെന്നു തോന്നും. അതിനോടു ചേർന്നു നടന്നു. അവൾ താഴ്‌വാരത്തേക്കു നോക്കി. എത്രമാത്രം വീടുകൾ! ഈ കല്ല് താഴോട്ട് ഉരുണ്ടുപോയാൽ എന്തൊക്കെ നാശങ്ങളായിരിക്കും സംഭവിക്കുക?

"എനിക്കു പേടിയാവുന്നു..." മെല്ലെപ്പറഞ്ഞു.

"ഇതിനെല്ലാം ഇങ്ങനെ പേടിക്കാൻ തൊടങ്ങിയാലെങ്ങനാ? ഞാനില്ലിയോ കൂടെ? എന്റെ കൂടെ വാ..." അയാളോട് ചേർന്നുനടന്നു. ശരീരം മുഴുവൻ വിയർപ്പിൽ കുളിച്ചു. ഇനി എത്ര ദൂരം നടക്കേണ്ടിവരും? അവിടെ അത്തിമരം ഉണ്ടായിരിക്കുമോ? അതിപ്പോഴും അവിടെത്തന്നെ കാണുമോ?

പടിക്കെട്ടുകളില്ലാത്ത പാറയിൽ വലിഞ്ഞുകയറിക്കൊണ്ട് അയാൾ നിർത്താതെ സംസാരിച്ചുകൊണ്ടിരുന്നു. അമ്മായിയുടെ കൈപിടിച്ച് നാത്തൂൻ പതുക്കെപ്പതുക്കെ മല കയറിക്കൊണ്ടിരുന്നു. വായ് തുറന്ന് ആങ്... ആങ്... എന്ന് അമ്മായി ശ്വാസം വലിച്ചുവിട്ടുകൊണ്ടിരുന്നു. അവർ കൈവീശി, 'നിങ്ങൾ പോയിട്ടു വാ... ഞാനിവിടിരിക്കാം' എന്ന് ആംഗ്യം കാണിച്ചു. ശബ്ദം പുറത്തുവന്നില്ല. ശ്വാസം വലിക്കുന്നതു മാത്രമേ കേൾക്കാനുണ്ടായിരുന്നുള്ളൂ.

അമ്മായിയെ അവിടെത്തന്നെയിരുത്തി അവർ മലകയറ്റം തുടർന്നു. അവളുടെ നാവു വരളാൻ തുടങ്ങി. ഭർത്താവിന്റെ കൈയിലെ പിടി വിടാതെ അവൾ നടന്നുകൊണ്ടിരിക്കുന്നു. ഇത്രയും ഉയരത്തിലേക്ക് തീർച്ചയായും പുഷ്പകവിമാനം വരും. മേലോട്ടു നോക്കി. ആകാശം നീല നിറത്തിൽ പരന്നു കാണപ്പെട്ടു. അങ്ങകലെ കഴുകന്മാർ ചിറകു വിടർത്തി പറന്നു നടക്കുന്നു. ഒരു ശബ്ദവും കേൾക്കാനില്ല. ശൂന്യമായ സ്ഥലം. പെട്ടെന്ന് ഒരു പിളർപ്പ് കണ്ടു. കാറ്റു ശക്തിയായി വീശി, ശരീരത്തെ വളച്ച്, ആ പിളർപ്പിനുള്ളിലൂടെ കടന്നുപോയി. അടുത്തൊരു ചെറിയ ഊറ്റ്. വെള്ളത്തിന്റെ തണുപ്പ് കൈവെള്ളയിൽ സൂചിപോലെ കുത്തിക്കയറി. അതുകഴിഞ്ഞാൽ ചെങ്കുത്തായ ഇറക്കം. ഒരു കുഞ്ഞിന്റെ പാദം വയ്ക്കാൻ മാത്രം കഴിയുന്ന ചെറിയ പടികൾ. ഒരു വശത്ത് കമ്പിവേലി. കാലൊന്നു തെറ്റിയാൽ മതി. അടിവാരത്തു ചെന്നെത്തും. ശക്തിയായ കാറ്റ് സാരിക്കുള്ളിൽക്കൂടി കടന്ന് "ഉയ്... ഉയ്..." എന്നു വീശിയടിച്ചുകൊണ്ടിരുന്നു. ഉടലിന്റെ നടുക്കം താങ്ങാൻ കഴിയുന്നില്ല. കമ്പിയിൽപ്പിടിച്ച് എതിർവശത്തേക്ക് നോക്കി.

കുരങ്ങുകൾ മരച്ചില്ലകളിൽ ഓടിക്കളിക്കുന്നു. തള്ളക്കുരങ്ങിന്റെ പള്ളയിൽ അള്ളിപ്പിടിച്ചു കിടക്കുന്ന കുട്ടിക്കുരങ്ങുകൾ കണ്ണുകൾ മിഴിച്ചു നോക്കി അവയെ നോക്കിനിന്നാൽ ചിരി വരും. കാണാൻ എന്തു രസം! എന്തു ഭംഗി! കഴുതക്കുട്ടികൾപോലും ചെറുപ്രായത്തിൽ കാണാൻ നല്ല ഭംഗിയുള്ളവയാണ്. കൈകൊട്ടിച്ചിരിക്കണമെന്ന് അവൾക്കു തോന്നി. പെട്ടെന്ന് സ്വയം നിയന്ത്രിച്ചു. അവൾക്ക് കഴുതക്കുട്ടികളോട് വളരെ ഇഷ്ടമാണ്. എവിടെക്കണ്ടാലും വിടർന്ന കണ്ണുകളോടെ നോക്കിനിൽക്കും.

നാട്ടിൽ കിണറ്റുകരയിൽ വെള്ളമെടുക്കാൻ നിൽക്കുമ്പോൾ അടുത്തുള്ള കാട്ടിൽ തള്ളയോടൊപ്പം തുള്ളിച്ചാടി വരുന്ന കഴുതക്കുട്ടിയെക്കണ്ട് അവൾ ആരോടെന്നില്ലാതെ പറഞ്ഞു.

"ആ കഴുതക്കുട്ടിയെ നോക്ക്... എന്നൊരു ഭംഗിയാ..." ഇതുകേട്ട് അവിടെ കൂടിനിന്നിരുന്ന മറ്റു സ്ത്രീകൾ ചിരിച്ചു.

"പിന്നെ... പിന്നെ... കഴുതക്കുട്ടിയെ വേണം കൊഞ്ചിക്കാൻ!"

ഒരുത്തി അർത്ഥംവെച്ചു പറഞ്ഞപ്പോൾ അവിടെ കൂട്ടച്ചിരി മുഴങ്ങി. എല്ലാ സന്ദർഭങ്ങളിലും തനിക്ക് കുത്തുവാക്കുകൾ കേൾക്കേണ്ടിവരുന്നു. അക്കാര്യം ഇപ്പോൾ വീണ്ടും ഓർമ്മയിൽ വരുന്നു.

വീശിയടിക്കുന്ന കാറ്റ് തന്നെ പറത്തിക്കൊണ്ട് പൊയ്ക്കളയുമോ എന്ന വൾ ഭയപ്പെട്ടു. കാറ്റിന്റെ ഇരമ്പൽ മാത്രം ഇടവിട്ട് കേട്ടുകൊണ്ടിരുന്നു. അവളെ മുന്നിൽ വിട്ട് ഭർത്താവ് പിന്നിൽ നടന്നു. മെല്ലെക്കുനിഞ്ഞ് കൈകുത്തി അള്ളിപ്പിടിച്ചുകയറി. ഉയരത്തിലേക്കു ചെല്ലുന്തോറും കാറ്റിന്റെ ശക്തി കൂടിക്കൊണ്ടിരുന്നു. പത്തുപേർ ഒരുമിച്ചു തള്ളിയാലുള്ള ശക്തി. ആ ശക്തിയെ മറികടന്നുവേണം കയറ്റം തുടരാൻ. ക്ഷേത്രകവാട ത്തിനടുത്ത് എല്ലാവരും ഇരുന്നു. അടി കനത്ത അത്തിമരം അനാദിയായ വെളിമ്പ്രദേശത്ത് തനിയെ നിന്നിരുന്നു. അതിന്റെ പൊട്ടിപ്പൊളിഞ്ഞ പുറ ന്തൊലി അവലക്ഷണമായിത്തോന്നി. അതിന്റെ അടിഭാഗത്തുള്ള വലിയ പൊത്തിനുള്ളിൽ ഒരു ചെറുകോവിൽപോലെ. ഉള്ളിൽ മുനിഞ്ഞു കത്തുന്ന ഒരു ചെറുവിളക്ക്. ആ വിളക്കിന്റെ പ്രഭയിൽ ഒരു ഒറ്റക്കൽ വിഗ്രഹം. നിവർന്നു നിൽക്കുന്നു. ഈ കല്ലാണ് ഈ കഷ്ടപ്പാടെല്ലാം വരുത്തിവെച്ചതെന്ന് അവൾ കരുതി.

ഇതാണുപോലും യഥാർത്ഥ അമ്മദേവി! എല്ലാവർക്കും ഇവിടെവന്ന് ദർശിക്കാൻ കഴിയാത്തതുകൊണ്ട് അമ്മദേവി താഴെയിറങ്ങിവന്ന് ഭക്തർക്ക് അനുഗ്രഹം കൊടുക്കുംപോലും. ആരാണോ നേർച്ച പറഞ്ഞി ട്ടുള്ളത് അവരിവിടെ നേരിട്ടുവന്നേ പറ്റൂ.

നാത്തൂന്റെ ഭർത്താവ് കയറിവന്നു. യാതൊരു ക്ഷീണവും പ്രകടിപ്പി ക്കാതെ വീണ്ടും വാചകമടി തുടങ്ങി. അയാളുടെ വിശേഷണം കേട്ട് ആ കല്ലിനുനേരെ നോക്കാൻപോലും അവൾക്ക് അറപ്പു തോന്നി. താഴെ നിന്നു നോക്കിയപ്പോൾ ആകാശത്തെ തൊടുന്ന കൂമ്പുപോലെ തോന്നിച്ച മല യുടെ ഉച്ചിയിലാണ് ഞങ്ങളിപ്പോൾ നിൽക്കുന്നത്. അവിടെനിന്നുകൊണ്ട് താഴേക്കു നോക്കി.

ചുറ്റുപാടുമുള്ള ഗ്രാമങ്ങളെല്ലാം നന്നായി കാണാം. ഒരു പൊട്ടുപോലെ കാണപ്പെടുന്ന മനുഷ്യൻ. പായൽ മൂടി പച്ചനിറമായ കുളം. തല ചുറ്റു ന്നതുപോലെ. താഴെ വീഴുമെന്നു തോന്നി. കണ്ണുകളടച്ച് ഭർത്താവിന്റെ തോളിലേക്ക് ചാഞ്ഞു. നാത്തൂന്റെ ഭർത്താവ് അവളെ നോക്കിപ്പറഞ്ഞു.

"ഇതാണ് പ്രാർത്ഥിക്കാനുള്ള യഥാർത്ഥ സ്ഥാനം: അത്തിമരത്തി നോടു ചേർന്നു നിൽക്കുന്ന ഒറ്റക്കല്ല്ലു കണ്ടോ? അതിന്റെ പേരാണ്

പിള്ളക്കല്ല്. കുട്ടികളില്ലാത്തവർ ഈ കല്ലിനെ ചുറ്റി വന്നാൽ അടുത്ത വർഷം തീർച്ചയായും കുഞ്ഞുണ്ടാകും. ഒരു പാടുമില്ല. മനമുരുകി പ്രാർത്ഥിച്ചാൽ മാത്രം മതി."

പെട്ടെന്ന് അവളുടെ ശരീരമാസകലം കുമിളകൾ പൊങ്ങാൻ തുടങ്ങി. വയർ ഉരുണ്ടുകയറുന്നതുപോലെ. ഭർത്താവിന്റെ തോളിൽപ്പിടിച്ച് എഴുന്നേൽക്കാൻ ശ്രമിച്ചു. മരത്തിന് അപ്പുറത്ത് വിളുമ്പിനോട് ചേർന്ന് ഒരു കുഞ്ഞുകല്ല്. അതിനുചുറ്റും ഒറ്റപ്പാദം വയ്ക്കാൻ മാത്രമുള്ള ഇടം. ഒറ്റത്തള്ളിന് വീഴാൻ പാകത്തിൽ നിൽക്കുന്ന ആ കല്ലിനെ ബലമായി പിടിച്ചു തൂങ്ങി ചുറ്റിവരണം. പാദം വിയർത്ത് ഒന്നു തെന്നിപ്പോയാൽ മതി.. തീർന്നു. അയ്യോ...

"പേടിക്കണ്ടാ.. ധൈര്യമായി ഒരു ചുറ്റുചുറ്റി വാ... അത്രേം മതി... കല്ലായിപ്പോയ വയറെല്ലാം ഈ ഒറ്റ നേർച്ചകൊണ്ട് തൊറന്നു കിട്ടും."

ഭർത്താവ് അവളുടെ താടിക്ക് കൈവെച്ച് കൊഞ്ചിക്കുന്നതുപോലെ പറഞ്ഞു. അവളുടെ മുഖത്ത് ഇപ്പോൾ കണ്ണുനീരില്ലായിരുന്നു. അവൾ ചിരിച്ചു. തലമുടി കോതിയൊതുക്കി അവൾ ചിരിച്ചു. അവൾ ആകാശത്തേക്കു സൂക്ഷിച്ചു നോക്കി. പുഷ്പകവിമാനം ചിറകുകൾ വിടർത്തി അവിടെ നിൽക്കുന്നു.

"ഓരോരുത്തരു തീയിലിറങ്ങി നടക്കുന്നു. പിന്നാണോ ഇത്... ചുറ്റിവാ അക്കാ... ഞങ്ങളൊക്കെയില്ലേ? നിന്നെ ആരെങ്കിലും തള്ളിയിടുമോ?"

നാത്തൂന്റെ ശബ്ദം തന്നെ തള്ളിത്താഴെയിടുന്നതിനു തുല്യമായി അവൾക്കു തോന്നി. അതാ... തലയാട്ടി തന്നെ അമ്മദേവി വിളിക്കുന്നു. സങ്കടത്തിനു നടുവിൽ ഒരു ചെറുപുഞ്ചിരി അവളുടെ ചുണ്ടുകളിൽ... മെല്ലെ കൈകാട്ടി വിളിക്കുന്നു... ചുണ്ടുകൾ അവളെ ക്ഷണിക്കുന്നു. വാ.. വാ...

"ദേവിയെ മനസ്സിലോർത്ത് ഒരു ചുറ്റുചുറ്റി വരുന്നോ... ഇങ്ങനെ നിന്നോണ്ടിരുന്നാ... അപ്പന്റെ വീട്ടിത്തന്നെ പോയിരിക്കേണ്ടിവരും..."

ആരു പറയുന്ന വാക്കുകളാണിത്? അവൾക്കു മനസ്സിലായില്ല. അമ്മദേവി വള്ളത്തിൽനിന്നും മേലോട്ട് എഴുന്നള്ളുന്നു. കാറ്റ് ശക്തിയായി വീശിക്കൊണ്ടിരുന്നു. "വാ... വാ..." വളരെയടുത്തു വന്നെത്തി. നന്നായി ച്ചിരിച്ചുകൊണ്ടു നിൽക്കുന്നു. "വാ... വാ..."

കണ്ണിൽ പാട മൂടുന്നതുപോലെ അവൾക്കു തോന്നി. തല കുലുക്കി.

"ഇല്ല... ഞാൻ വരത്തില്ല... ഞാൻ വരണില്ല..."

ഭ്രാന്തമായി തലയാട്ടിക്കൊണ്ട് താഴോട്ടുള്ള പടികളിൽക്കൂടി അവൾ ഓടി.

ചെങ്കുത്തായ കുന്നിൻചെരിവിൽ കൊലുസ്സിന്റെ ശബ്ദം അലിഞ്ഞലിഞ്ഞ് ഇല്ലാതായി.

■

www.ingramcontent.com/pod-product-compliance
Lightning Source LLC
LaVergne TN
LVHW040751051026
849519LV00007BA/2521
* 9 7 8 9 3 8 9 6 7 1 4 5 2 *